இஸ்லாமோ:ஃபோபியா

இஸ்லாமிய வெறுப்பை அழித்தொழித்தல்

‘இந்த நூலை எழுதியதற்காக சுஹைய்மா மன்சூர்–கான் அவர்களுக்கு என் மனமார்ந்த நன்றியைத் தெரிவித்துக்கொள்கிறேன். இது மிகவும் துணிச்சலான, அவசியமான ஒரு செயல்பாடாகும். இஸ்லாமியர்கள் நாங்கள் காத்திருப்பது இதுபோன்ற ஒரு படைப்புக்காகத்தான். இஸ்லாமிய வெறுப்பை ஒரு தனி மனிதனின் ஒழுக்கக் குறைபாடாக அல்லாமல், வெள்ளை மேலாதிக்கத்தின் காலனிய வரலாறுகளிலும் உலகளாவிய முதலாளித்துவத்திலும் வேரூன்றியுள்ளதாக வெளிப்படுத்தியிருக்கும் ஒரு அறிவுப்பூர்வமான, சக்திவாய்ந்த, உணர்ச்சிப்பூர்வமான தொகுப்பு. என்னைப் பொருத்தவரை, இந்த நூல் உலகம் முழுவதும் இஸ்லாமியர்கள் துன்புறுத்தலிலும் சித்திரவதையிலும் இனப்படுகொலை வன்முறையிலும் அனுபவிக்கும் நீண்ட கால வலியையும் துயரத்தையும் கோபத்தையும் தூண்டியிருக்கிறது. வன்முறை பொறுப்பேற்றுக்கொள்வதிலிருந்து தப்பித்துக்கொள்வது மட்டுமல்லாமல், சில நேரங்களில் தீங்காகப் பதிவு செய்யப்படுவது கூட இல்லையாகத் தெரிகிறது. மன்சூர்–கான் வரலாற்றிலும் நிகழ்காலத்திலும் இஸ்லாமியர்கள் பயங்கரவாதப்படுத்தப்படுதலின் மூலங்களையும் வடிவங்களையும் கவனமாகக் கண்டறிந்து, சொல்லப்படாத அநீதிகளை வெளிக்கொணர்கிறார். பயங்கரவாதச் சிக்கலில் எதிர்ப்புகளுக்கான இழைகளைத் தேடுவதற்குப் பதிலாக அதிலிருந்து நம்மை விடுவித்துக்கொள்வது எப்படி என்பதை நமக்குக் காட்டுகிறார்.’

– நாடின் எல்–எனானி, *பார்டரிங் பிரிட்டன்* நூலின் ஆசிரியர் மற்றும் இனம் மற்றும் சட்ட ஆராய்ச்சி மையத்தின் இணை இயக்குநர்.

‘இந்த நூல் நம்முடைய சமுதாயத்தின் மறைமுகமான சுதந்திரமின்மையைத் துணிச்சலுடன் வெளிப்படுத்துகிறது.’

– லோகி, கவிஞர் மற்றும் ராப் பாடகர்.

‘இஸ்லாமியர்களின் விளிம்புநிலையிலிருந்து இலாபமடைந்துகொண்டே இஸ்லாமியர்களை ஒரு நிரந்தர அச்சுறுத்தலாகச் சித்திரிக்கக் குவிந்துள்ள சக்திகளைப் பற்றிய ஒரு சமரசமற்ற தொகுப்பு.’

– ஆமெர் ரஹ்மான், எழுத்தாளர் மற்றும் நகைச்சுவையாளர்

‘கலைநயத்துடனும் சமரசமின்றியும் வெளிப்படுத்தியிருக்கிறார்–சுஹைமா, மாற்றத்திற்காக எழுதுகிறார்.’

– *கால்–டெம்*

'பொய்களைத் தோலுரிக்கும் ஒரு அச்சமற்ற எழுத்தாளர். சுஹைய்மா, அவர் தலைமுறையின் மிகவும் உற்சாகமான குரல்களில் ஒருவர்.'

– ஃபாதிமா மஞ்சி, விருது பெற்ற வர்ணனையாளர், *சேனல் 4 செய்திகள்*

'நாம் எதிர்கொள்ளும் இஸ்லாமிய வெறுப்பு விரிவாகவும் ஆழமாகவும் ஒரே இடத்தில் தொகுக்கப்பட்டிருப்பதும் இந்த அளவுக்குத் துல்லியமாக ஆராயப்பட்டிருப்பதும் இதுவே முதல் முறையாகும். இது உண்மையிலேயே 'நம்முடைய' நூல் என்ற உணர்வைத் தருகிறது.'

– மொயஸ்ஸம் பெக், *எனிமி காம்பாடன்ட்: குவாட்டனோமாவில் பிரிட்டிஷ் மக்களின் அச்சுறுத்தும் உண்மைக் கதை* என்ற நூலின் ஆசிரியர் மற்றும் கேஜ் (CAGE) அமைப்பின் மக்கள் தொடர்பு இயக்குநர்.

'சுஹைய்மாவின் எழுத்து கடுமையாகவும் தெளிவுபடுத்துவதாகவும் இருக்கிறது. அவர் இஸ்லாமிய வெறுப்பின் மிகவும் எளிமைப்படுத்தப்பட்ட வரையறைகளை எதிர்க்க வேண்டிய அவசியத்தைப் புரிந்துகொள்கிறார். படிப்பவரின் கவனத்தை இஸ்லாமிய வெறுப்பு எப்படி வன்முறைக்கான நெருக்கத்தை அதிகரிக்கிறது மற்றும் எப்படி நம்மையெல்லாம் ஏழ்மையடையச் செய்கிறது என்ற அதன் அரசியல் செயல்பாட்டை நோக்கித் திருப்புகிறார்.'

– லோலா ஒலுஃபெமி, *ஃபெமினிசம் மற்றும் இன்ட்டெரப்டட்* நூல்களின் ஆசிரியர்.

'இந்த நூல் மிக மிக முக்கியமானது, சமரசமற்றது, உன்னிப்பாக கவனிக்கப்பட வேண்டியது.'

– ப்ரீத்தி தனேஜா, டெஸ்மாண்ட் எலியட் பரிசு பெற்ற *வி ஆர் தட் யங்* நூலின் ஆசிரியர்.

'பிரிட்டனின் மிகவும் நம்பிக்கை அளிக்கிற இளம் குரல்களில் ஒன்று.'

– பிரியம்வதா கோபால், *இன்சர்ஜண்ட் எம்பயர்: காலனித்துவ எதிர்ப்பு மற்றும் பிரிட்டிஷிற்கு உடன்படாமை* என்ற நூலின் ஆசிரியர்.

'தயக்கமில்லாத ஒழிப்புவாதியாக இந்த நூல் மறுப்பு மற்றும் எதிர்ப்பின் ஒரு சக்திவாய்ந்த செயல்படாக வெளிப்படுகிறது. இது வன்முறை மற்றும் இனவெறியின் அனைத்து வடிவங்களையும் ஒன்றாக முடிவுக்குக் கொண்டுவர வேண்டும் என உறுதியாகக் கோரும் எதிர்ப்புக்கான அடித்தளத்தை அமைக்கிறது.'

– ஹெலன் ப்ரூவர், புலம்பெயர் நிதி ஆர்வலர் மற்றும் ஸ்டன்ஸ்டட் (Stansted) அமைப்பின் உறுப்பினர்.

'எப்படி இஸ்லாமிய வெறுப்பு உறிஞ்சும், சுரண்டும், ஆதிக்கம் செலுத்தும் அமைப்புகளை நிலைநிறுத்துகிறது என்பதையும் அவை எப்படி நமது கூட்டு அரசியல் சிக்கலின் அவசரத் தேவையால் இயக்கப்படுகிறது என்பதையும் பற்றிய ஒரு வளமான விளக்கத்தை அளிக்கிறது.'

– சீதா பலானி, *எம்பயர்'ஸ் என்ட்கேம்: இனவெறி மற்றும் பிரிட்டிஷ் அரசு* என்ற நூலின் இணை ஆசிரியர்.

'நடந்துகொண்டிருக்கும் வெள்ளை மேலாதிக்கம் மற்றும் இஸ்லாமிய வெறுப்பின் வேரூன்றுதலைப் பற்றிய ஆழமான, மிகத் தெளிவான ஓர் ஆய்வு. இந்த நூல், திட்டமிட்ட, தீவிரமான, வாழ்க்கையை உறுதிப்படுத்தும் வழிகளில் புரிந்துகொள்வதற்கும் செயல்படுவதற்கும் ஓர் உந்து சக்தியாகும்.'

– கிரேடில் கம்யூனிட்டி, ஓர் ஒழிப்புவாதக் கூட்டமைப்பு.

'சொல்வன்மை மிக்க இந்த நூல் இஸ்லாமிய வெறுப்பை உருவாக்கும், நிலைநிறுத்தும் மற்றும் நீடித்திருக்கச் செய்யும் அதிகாரத்தின் கட்டமைப்புகளைக் கூறாக ஆய்வுசெய்கிறது. இந்தத் தீவிர பகையுணர்ச்சிமிக்க சூழ்நிலையில் ஒரு இஸ்லாமியப் பெண்ணாக இருப்பதற்கு எப்படி இருக்கும் என்பதை நமக்குச் சொல்கிறது.'

– அம்ரித் வில்சன், எழுத்தாளர், பத்திரிகையாளர் மற்றும் சமூக ஆர்வலர்.

'இஸ்லாமியர்களுக்கு எதிராக அரசால் செயல்படுத்தப்படும் பாகுபாட்டினைப் பற்றிய விவாதங்களில் ஒருபோதும் பேசப்படாத மன உளைச்சல்களை வெளிப்படுத்துகிறது, ஆழமான தெளிவுடன் எழுதப்பட்டிருக்கிறது.'

– உமர் சுலைமான் அறிஞர், மனித உரிமைகள் தலைவர், எழுத்தாளர் மற்றும் பேச்சாளர்

'இந்த நூல் என் கண்களில் கண்ணீரையும், இதயத்தில் நெருப்பையும் வரவழைத்தது. ஒவ்வொரு சொல்லிலும் உங்களைச் சுற்றியுள்ள உலகம் மாறி வருவதை உணர்வதே இந்த நூல் தரும் பரிசாகும். வியக்க வைக்கும், அதிர்வுகளை உண்டாக்கும் ஒரு படைப்பு.'

– சப்ரினா மஹ்ஃபூஸ், நாடக ஆசிரியர், கவிஞர், எழுத்தாளர் மற்றும் *த திங்ஸ் ஐ உட் டெல் யு* நூலின் ஆசிரியர்.

இஸ்லாமோஃபோபியா

இஸ்லாமிய வெறுப்பை அழித்தொழித்தல்

சுஹைய்மா மன்சூர்-கான்

தமிழில்

பிரதீப் ராஜ்குமார்

எதிர்
வெளியீடு

இஸ்லாமோஃபோபியா
இஸ்லாமிய வெறுப்பை அழித்தொழித்தல்
சுஹைய்மா மன்சூர்-கான்
தமிழில்: பிரதீப் ராஜ்குமார்

முதல் பதிப்பு: ஜனவரி 2025

எதிர் வெளியீடு,
96, நியூ ஸ்கீம் ரோடு, பொள்ளாச்சி - 642 002
தொலைபேசி: 04259 226012, 99425 11302

விலை: ரூ. 330

Islamophobia
Islamiya Veruppai Alittolittal
Tangled in Terror
Uprooting Islamophobia
Suhaiyma Manzoor-Khan

'Tangled in Terror: Uprooting Islamophobia © Suhaiymah Manzoor-Khan, 2022.
First published by Pluto Press, London. www.plutobooks.com'

Translated by Pradeep Rajkumar
First Edition: January 2025

Published by
Ethir Veliyeedu, 96, New Scheme Road, Pollachi - 2
Email: ethirveliyedu@gmail.com
www.ethirveliyeedu.com

ISBN: 978-81-19576-76-0
Cover Design: Santhosh Narayanan
Printed at Jothy Enterprises, Chennai.

All rights reserved. No part of this book may be reprinted or reproduced or utilised in any form or by any electronic, mechanical or other means, now known or hereafter invented, including Photocopying and recording, or in any information storage or retrieval system, without permission in writing from the Publisher.

சுஹைய்மா மன்சூர்-கான்

இங்கிலாந்தைச் சேர்ந்தவர். எழுத்தாளர், கவிஞர், நாடகாசிரியர் மற்றும் சமூகக் கல்வியாளர். அவர் தன்னுடைய படைப்புகளின் வழியாக வரலாறு, இனம், அறிவு, வன்முறை ஆகியவற்றைப் பற்றிய ஆதிக்கக் கருத்துகளைப் புறக்கணித்து, அவற்றின் உண்மை நிலையினை வெளிக்கொண்டு வருகிறார். இன்று நாம் எதிர்கொள்ளும் மோசமான சூழ்நிலைகளை எதிர்த்துப் போராடவும், வேறு ஒரு பாதுகாப்பான உலகத்தை உருவாக்குவதற்காக வேலை செய்யவும் தன்னையும் மற்றவர்களையும் தயார்படுத்திக் கொள்வதற்கும் நம்பிக்கை அளிப்பதற்கும் தொடர்ந்து வேலை செய்கிறார்.

சுஹைய்மா அவருடைய முதல் கவிதைத் தொகுப்பான *Postcolonial Banter* என்ற நூலிலும், பரவலாக பாராட்டுகளைப் பெற்ற அவருடைய *Tangled in Terror: Uprooting Islamophobia* என்ற நூலிலும் இனவெறி பற்றிய கற்பிதங்களையும் திட்டமிட்ட இஸ்லாமிய வெறுப்பையும் தேசிய அரசுகளின் செயல்பாடுகளையும் அடையாளங்களின் மீதான மதச்சார்பின்மையின் பார்வைகளையும் கடுமையாக விமர்சித்து எழுதியிருக்கிறார்.

சுஹைய்மா Geographies of Embodiment (GEM) research collective என்ற ஆராய்ச்சிக் கூட்டமைப்பின் முக்கிய உறுப்பினராகவும், சிறையில் உள்ள இஸ்லாமியர்களுக்கு ஆதரவாகச் செயல்படும் ஒழிப்புவாதக் குழுவும் தன்னார்வலர் கூட்டமைப்புமான The Nejma Collectiveவின் இணை நிறுவனராகவும் இருக்கிறார்.

பிரதீப் ராஜ்குமார்
மொழிபெயர்ப்பாளர்

ஈரோட்டைச் சேர்ந்த இவர் கோவை தொழில்நுட்பக் கல்லூரியில் மின் மற்றும் மின்னணுவியல் துறையில் இளநிலைப் பட்டமும் கிண்டி பொறியியல் கல்லூரியில் மின்சக்தி பொறியியல் மற்றும் மேலாண்மை பிரிவில் முதுகலைப் பட்டமும் பெற்றுள்ளார். தற்போது மின்னணு மென்பொருள் பொறியாளராக பணியாற்றி வருகிறார்.

'எழுச்சி பதிப்பகம்' எனும் பதிப்பகத்தைத் தொடங்கி அதில் பாபாசாஹேப் டாக்டர் அம்பேத்கரின் நூல்களை வெளியிட்டு வருகிறார்.

உள்ளடக்கம்

அறிமுகம்: வரையறையைப் பற்றியதல்ல,
         செயல்பாடுகளைப் பற்றியது   11

1. இன உருவாக்கலின் வரலாறு:
   'இஸ்லாமிய அச்சுறுத்தல்' என்பதை உருவாக்குதல்   21
2. சர்வதேசப் பாதுகாப்பு என்ற பெயரில் முடிவில்லாக் கொள்ளை   41
3. தேசம் பாதுகாப்பாக இருக்கும்போது
   யார் பாதுகாப்பாக இருக்கிறார்கள்?   62
4. இன ரீதியான கணிப்புகளைப் பொதுக் கடமையாக மாற்றுதல்:
   தடுப்புத் திட்டம்   90
5. யாருடைய இணை வாழ்க்கைகள்? எந்த பிரிட்டிஷ் மதிப்புகள்?   111
6. தீவிரவாதத்திற்கு எதிரானதாக மட்டுமே புரட்சி இருக்க வேண்டும்:
   எதிர்ப்புகளுடன் இணைத்துக்கொள்ளுதல்   129
7. நாட்டுப்பற்றுக்காக இஸ்லாமைச் சமரசம் செய்தல்:
   மதச்சார்பற்ற அரசா? மேற்கத்திய இஸ்லாமா?   148
8. எல்லைப் பாதுகாப்பு என்கிற பெயரில் உயிர்களை அழித்தலும்
   செல்வங்களைக் குவித்தலும்   166
9. பெண்ணிய, பால் புதுமையினர் நேய மேற்கும்
   ஆணாதிக்க மற்றவையும்   186
10. இஸ்லாமிய வெறுப்பின் பயனாளிகள்   204

முடிவு: நம்முடைய சொந்த விதிகளில் ஒரு பாதுகாப்பான உலகம்   222
நன்றியுரை   231

அறிமுகம்: வரையறையைப் பற்றியதல்ல, செயல்பாடுகளைப் பற்றியது

இஸ்லாமிய வெறுப்பைப் பற்றிய பொதுவான கற்பிதம் என்பது வலதுசாரி ஊடகப் பரபரப்பினாலும் தீவிர வலதுசாரித் தன்மையின் வளர்ச்சியினாலும் பிரெக்ஷிட்* (Brexit) வாக்காளர்களாலும் இருக்கக்கூடிய இஸ்லாமியர்களுக்கு எதிரான ஓர் அநீதியான பாகுபாடு என்றும், அவர்களின் பிரச்சாரங்கள் இஸ்லாமியர்களுக்கு எதிரான வெறுக்கத்தக்க வாய்மொழித் தாக்குதல்களுக்கும் உடல் ரீதியான தாக்குதல்களுக்கும் இட்டுச் செல்கிறது என்றும் இருக்கிறது. எனவே இஸ்லாமிய வெறுப்புக் குற்றங்களைச் சமாளிப்பதற்கு அதிகமான சட்டங்களை உருவாக்குவதும் ஊடகங்களில் இஸ்லாமியர்களுக்கு அதிகமான நேர்மறை பிரதிநிதித்துவம் அளிப்பதும் மரபு ரீதியான குற்றச்சாட்டுகளை எதிர்கொள்வதற்கு அதிகமாக வேலை செய்வதும் முடிவெடுக்கும் அதிகாரமிக்க பதவிகளில் இஸ்லாமியர்களை அதிகரிக்கச் செய்வதும்தான் இஸ்லாமிய வெறுப்பிற்குத் தீர்வு என்று கருதப்படுகிறது. அதன் விளைவாகத்தான் இஸ்லாமிய வெறுப்பை விளக்குவதைப் பற்றியும் அதன் இருப்பு பற்றிய விசாரணைகளை நடத்துவது பற்றியும் அரசியல் கட்சிகளுக்குள்ளும் நாடாளுமன்றத்திற்குள்ளும் தொடர் விவாதங்கள் நடக்கிறது என்றும் கருதப்படுகிறது. இந்தக் கற்பிதங்களில் டொனால்ட் ட்ரம்ப், கேட்டி ஹாப்கின்ஸ், டாமி ராபின்சன், நைஜல் ஃபாராஜ் மற்றும் போரிஸ் ஜான்சன் போன்றவர்கள் 'இஸ்லாமிய வெறுப்பாளர்கள்'.

ஆனால் இஸ்லாமிய வெறுப்பைப் பற்றிய இந்த விளக்கம் போதுமானதாக இல்லை. இதில் வரலாற்று விளக்கமோ

★ Brexit – Britian Exit என்பதன் சுருக்கம். ஐரோப்பிய ஒன்றியத்திலிருந்து பிரிட்டன் வெளியேறுவதைக் குறிக்கும் பரப்புரைச் சொல்லாகும்.

சூழலியல் விளக்கமோ இல்லை. இஸ்லாமிய வெறுப்பு என்பது அதற்கு எதிரான சட்டங்கள் குறைவாக இருப்பதனாலோ அல்லது இஸ்லாமிய நாடாளுமன்ற உறுப்பினர்களும் சமூகச் சூழலில் இஸ்லாமிய உயர்குடி மக்கள் குறைவாக இருப்பதனாலோ ஏற்படுவதில்லை. அல்லது நாட்டிற்கான இஸ்லாமியர்களின் பங்களிப்பினைப் பற்றி மக்கள் போதிய அளவு அறியாமல் இருப்பதனாலேயோ அல்லது 'இஸ்லாம் உண்மையில் என்ன சொல்கிறது' என்பதை நிரூபிப்பதில் இஸ்லாமியர்கள் போதிய நேரம் செலவழிக்காததனாலேயோ கூட இல்லை. மாறாக, இவையெல்லாம் இருந்தபோதிலும் கூட இஸ்லாமிய வெறுப்பு தொடர்கிறது ஏனென்றால் இந்தத் தீர்வுகள் இஸ்லாமிய வெறுப்பைப் பற்றிய உரையாடல்களை அதன் வரலாற்று மற்றும் கட்டமைப்பின் மூலக் காரணங்களை நோக்கிச் செல்வதிலிருந்து விலகியிருக்கச் செய்கின்றன.

இந்த நூலில், நான் இஸ்லாமிய வெறுப்பைப் பற்றிய மிகவும் ஒரு வித்தியாசமான பார்வையைச் சமர்பித்திருக்கிறேன். உண்மையில் இஸ்லாமிய வெறுப்பு என்பது வெள்ளை மேலாதிக்க இனவெறிப் படிநிலையின் காலனிய வரலாறுகளும் உலகளாவிய முதலாளித்துவமும் இஸ்லாமியர்களைப் பயங்கரவாதிகளாகவும் காட்டுமிராண்டிகளாகவும் ஆணாதிக்கவாதிகளாகவும் உருவாக்கியுள்ள ஒரு கதையின் வெளிப்பாடாகும். அந்தக் கதை இன்று உலகம் முழுவதும் அரசுகளாலும் தொழில் நிறுவனங்களாலும் மக்களின் வாழ்க்கையை அழிக்கும் திட்டங் களுக்கு மக்களின் ஒப்புதலைப் பெறுவதற்குப் பயன்படுத்தப் படுகிறது. ஏனென்றால் இஸ்லாமிய அச்சுறுத்தலுக்கு எதிரான 'பாதுகாப்பு' என்ற பெயரில் தாராளவாத மக்கள் தங்களுக்கு ஒருபோதும் நடக்க அனுமதிக்காத சட்ட விரோத அத்துமீறல் முதல் காலவரையற்ற சிறைப்படுத்துதல், நாடு கடத்தப்படுதல் வரை, அன்றாடம் கண்காணிக்கப்படும் அவமதிப்பு முதல் உயிர்களும் உடைமைகளும் அழிக்கப்படுவது வரையிலான மனிதாபிமானமற்ற, சகிக்க முடியாத நடத்தைகளுக்கு ஒப்புதல் அளிக்கிறார்கள். இந்தத் திட்டங்கள் தற்செயலானவை அல்ல, அவை ஒரு திட்டமிடப்பட்ட சுரண்டும் உலக ஒழுங்கிலிருந்து பயனடைபவர்களுக்கு வணிக மற்றும் சித்தாந்த ரீதியிலான நன்மைகளைக் கொண்டிருக்கின்றன.

வேறு சொற்களில் சொல்வதெனில், இஸ்லாமிய வெறுப்பு என்பது 'புதிய இனவெறி' அல்ல, மாறாக அது பழங்காலத்திலிருந்தே இருந்து வந்ததும் அல்ல. அது 500 அல்லது அதற்கும் மேற்பட்ட ஆண்டுகளாகக் கட்டமைக்கப்பட்ட காலனிய உலக அமைப்பின் ஓர் உத்தியாகும். அது உடைந்துவிட்டது அல்லது முடிந்துவிட்டது என்று சொல்வதற்கு வெகு தொலைவில், இன்றைய இஸ்லாமிய வெறுப்பின் செயல்பாடுகள் அந்த அமைப்பு இன்னும் வேலை செய்கிறது என்பதை நிரூபிக்கிறது. அது ஏகாதிபத்திய ஆக்கிரமிப்பு, வளங்களைத் திருடுதல், மக்களை இடம்பெயரச் செய்தல், அடக்குமுறை மற்றும் மிருகத்தனமான காவலும் சிறைப்படுத்தல் வழிமுறைகளும், கூட்டுறவு நடவடிக்கைகள், சமூக போக்கைத் திட்டமிட்டு உருவாக்குதல், சித்தாந்தங்களை கட்டுப்படுத்துதல் ஆகிய செயல்முறைகளின் வழியாகச் செயல்படுகிறது. நாம் முதலில் இஸ்லாமிய வெறுப்பை ஒரு தனி மனிதனின் ஒழுக்கக் குறைபாடாகச் சிந்திப்பதை விட்டு விலக வேண்டும். அது வரலாற்று நிகழ்வுகளின் வெளிப்பாடாகும். அது தற்போது, கண்களுக்குத் தெரியக்கூடிய வன்முறை வகை மற்றும் திட்டமிட்டு அழிக்கும் கண்ணுக்குத் தெரியாத வகை ஆகிய இரண்டு வகையிலும் மக்கள் வெளியேற்றத்தையும் இனப்படுகொலைக்குத் தேவையான நிலைமைகளையும் பக்குவ நிலை அடையச் செய்கிறது.

இஸ்லாமிய வெறுப்பு என்பது இஸ்லாமியர்களுக்கு மட்டுமான பிரச்சினை அல்ல, அதை அவர்களால் தனியாகச் சமாளிக்க முடியாது. இது ஓர் ஒற்றை-பிரச்சினைப் போராட்டம் அல்ல, மாறாக உலகத்திற்கான பிரச்சினையாகும். இது அனைத்து இனத்திற்கும், அனைத்து வகையான ஒடுக்குமுறைகளுக்கும், எல்லை வன்முறைகளுக்கும், காவலுக்கும், போர்களுக்கும், சுற்றுச்சூழல் பேரழிவுகளுக்கும், பாலினம் சார்ந்த வன்முறைகளுக்கும் அநீதிகளுக்கும் தொடர்புடையதாகும். இஸ்லாமிய வெறுப்பைப் பற்றிய பொதுவான கற்பிதம் அது மற்ற அனைத்தையும் விட இஸ்லாமியர்களைப் பற்றியது குறைவு என்பதை மறைக்கிறது. எனவே இந்த நூல் இஸ்லாமியர்களை அல்லது இஸ்லாமைப் பற்றியது அல்ல. இந்த நூல் இஸ்லாமிய வெறுப்பின் வன்முறையைத் தினமும் சந்திக்க வேண்டிய அவசியம் இல்லாதவர்களிடம் அதன் இருப்பை நிரூபிப்பதிலோ அல்லது வன்முறையைப் பெயரிட 'விளக்கங்கள் மீது

விளக்கங்களை அடுக்குவதிலோ[1] ஆர்வம் காட்டவில்லை, அல்லது நாம் எப்படி இஸ்லாமிய வெறுப்பைக் குறிப்பாக வரையறுக்க வேண்டும் என்பதிலோ ஆர்வம் காட்டவில்லை. மாறாக, இந்த நூல் இஸ்லாமிய வெறுப்பு என்ன செய்கிறது என்பதைச் சொல்கிறது. மேலும் இஸ்லாமிய வெறுப்பின் செயல்பாடுகளைப் புரிந்துகொள்வது எப்படித் தேசிய அரசுகள் அடக்குமுறையைச் செயல்படுத்துவதற்கும் ஏகாதிபத்திய முதலாளித்துவ நோக்கங்கள் இலாபத்தைக் குவிப்பதற்கும் பாதுகாப்பாக இருக்கும் ஓர் உலகத்திற்கு மாறாக, அனைத்து ஒடுக்கப்பட்ட, சுரண்டப்பட்ட விளிம்புநிலை மக்களுக்குப் பாதுகாப்பான ஓர் உலகத்தை நாம் எப்படிக் கட்டமைக்க போகிறோம் என்பதைப் புரிந்துகொள்வதற்கு மையமாக இருக்கிறது என்பதைச் சொல்கிறது. முற்றிலும் வேறொரு உலகத்திற்கான விதைகளை விதைப்பது மட்டுமே இஸ்லாமிய வெறுப்பை அழித்தொழிக்கக் கூடிய ஒரே வழியாகும்.

இஸ்லாமியர்களைப் பற்றியது அல்ல

இஸ்லாமிய வெறுப்பு என்பது இஸ்லாமியர்களைப் பற்றியது அல்ல எனும்போது, அது கண்டிப்பாக பிரிட்டனைப் பற்றியது மட்டுமல்ல. என்னுடைய ஆய்வு இஸ்லாமிய மக்கள்தொகையில் முதன்மையாகக் கவனம் செலுத்துவதால் அதன் சில கூறுகளை அங்கீகரிப்பது இங்கே பயனுள்ளதாக இருக்கிறது. அதிகாரப்பூர்வ ஆவணங்களும் பெரும்பான்மை பிரதிநிதித்துவமும் எங்களைப் பெரும்பாலும் பாகிஸ்தான் மற்றும் வங்காளதேசப் பாரம்பரியத்திலிருந்து மட்டுமே வந்தவர்களாகக் குறிப்பிடுகிறது. ஆனால் அந்த மாதிரியான கற்பனைகள் சோமாலிய, நைஜீரிய, ஆப்கன், ஈராக்கிய, மொராக்கோ, துருக்கிய மற்றும் கரீபியன் பாரம்பரியத்திலிருந்து[2] வரும் இஸ்லாமியர்களும் அத்துடன் ஒவ்வொரு கண்டத்திலும் இனத்திலும் சூழ்ந்துள்ள மற்ற பல்வேறு பின்னணியிலிருந்து வரும் இஸ்லாமியர்களும் பிரிட்டனில் குறிப்பிடத்தக்க விகிதத்தில்

---

1. Sahar Ghumkhor, *The Political Psychology of the Veil: The Impossible Body* (Palgrave Macmillan, 2020), p. ix.
2. Rokhsana Fiaz and Laurence Hopkins, *Understanding Muslim Ethnic Communities Summary Report* (London: DCLG, 2009).

இருப்பதை அழித்துவிடுகிறது. எனவே ஒரு பாகிஸ்தானிய பாரம்பரியத்தைச் சேர்ந்த இஸ்லாமியராக என்னுடைய அடையாளம், நான் உணர்ந்துகொள்ள முடியாத சில பகுதிகளில் என்னை விட்டுவிடுகிறது, குறிப்பாகக் கறுப்பு இஸ்லாமியர்கள் கடுமையான பாதிப்பை அனுபவித்த கறுப்பர் எதிர்ப்பும் இஸ்லாமிய வெறுப்பும் இணைந்த வெள்ளை மேலாதிக்கத்தின் வெளிப்பாடுகள் அழிக்கப்பட்டதை நான் உணரவில்லை என்பதை நான் அறிவேன். இனவெறியின் அனைத்து அறிகுறிகளையும் அழித்தொழிக்காமல் இஸ்லாமிய வெறுப்பை நாம் அழித்தொழிக்க முடியாது என்பதால் பின்வரும் பக்கங்களில் இந்த மாதிரியான அழிப்புகளுக்கு எதிர்வினையாற்ற முயற்சிகள் செய்திருக்கிறேன், ஆனால் என்னுடைய அடையாளத்தை முழுமையாகக் கடந்துவிட்டேன் என்று என்னால் சொல்ல முடியாது. நம்முடைய உரையாடலில் நாம் முன்னோக்கிச் செல்லும்போது இதை மனதில் வைத்துக்கொள்வதும் நாம் வேறொரு உலகத்திற்காக வேலை செய்கிறோம் என்ற பார்வையை இழக்காமல் இருப்பதும் முக்கியமாகும்.

கூடவே பிரிட்டனின் இஸ்லாமியர்கள் பெரும்பாலும் கறுப்பு மற்றும் பழுப்பு நிறத்தில் இருப்பதால் அவர்கள் நிறுவன ரீதியான இனவெறியையும் அதனுடன் வரும் வேலைவாய்ப்பின்மையையும் எதிர்கொள்கிறார்கள். அதாவது, இஸ்லாமியர்கள் ஐக்கியப் பேரரசு சமுதாயத்தின் எந்தக் குழுவையும் விட அதிகமான பொருளாதாரப் பின்னடைவை அனுபவிக்கிறார்கள்.[3] 50 சதவீத இஸ்லாமியர்கள் வறுமையில் வாழ்கிறார்கள் - இது எந்த மதக் குழுவினரிலும் அதிகமான விகிதமாகும்[4]. வறுமையானது மனநலம் முதல் ஊட்டச்சத்து வரை, கல்வியின் தரம் முதல் வீட்டுவசதியின் தரம் வரை, காற்றின் தரத்திலும் கூட ஒரு மனிதனுடைய வாழ்க்கையின் ஒவ்வொரு அம்சத்திலும் தாக்கத்தை ஏற்படுத்துகிறது என்று நன்கு நிறுவப்பட்ட தொடர்புகள் நமக்குச் சொல்கிறது. கோவிட்-19 தொற்றுநோய் வலுப்பெற்ற நிலையில், இனமும் வறுமையும் மக்களின் உடல்நலக் குறைவிலும் இறப்பு அபாயத்தின் மீதும் நேரடியான தாக்கத்தை ஏற்படுத்தியது.

---

3. Social Mobility Commission, *The Social Mobility Challenges Faced by Young Muslims*, (London: SMC, 2017), p. 1.
4 . The Muslim Council of Britain, *British Muslims in Numbers*, (London: MCB, 2015), p. 46.

விளைவாக, தொற்றுநோய் காலத்தின் முதல் ஆண்டு முழுவதும் இங்கிலாந்தில் உள்ள மற்ற மதக் குழுக்களுடனும் மதமற்ற குழுக்களுடனும் ஒப்பிடும்போது கோவிட்-19 தொடர்புடைய இறப்புகளில் இஸ்லாமியர்கள் அதிக விகிதத்தைக் கொண்டிருந்தார்கள்[5] என்பது ஆச்சரியமில்லை. இதை வைத்துப் பார்க்கும்போது, இடதுசாரி அரசியலில் இருப்பவர்கள் தங்கள் கவனத்திலிருந்து இஸ்லாமியர்களை வழக்கமாக ஒதுக்குவதும் ஓரங்கட்டுவதும் அசாதாரணமாக இருக்கிறது. இஸ்லாமியர்களின் அனுபவங்களை இஸ்லாமிய வெறுப்பின் ஒரு விளைவாக முதலாளித்துவ உறவுகளின் வெளிப்படையான இனரீதியான தாக்கத்தால் கட்டமைப்பு ரீதியாக வடிவமைக்கப்பட்டதாகப் புரிந்துகொள்ளாத வரை பொருளாதாரச் சுரண்டலின் தொடர்புகளை மாற்றியமைப்பதற்கான ஒரு பொருளுள்ள போராட்டம் இருக்க முடியாது. இதுதான் இந்த நூல் முழுவதும் நான் திரும்பத் திரும்பச் சொல்லும் ஒரு கருத்தாகும்.

மேலும், கடைசி மக்கள்தொகை கணக்கெடுப்பில்[6] ஐக்கியப் பேரரசின் மக்கள்தொகையில் இஸ்லாமியர்கள் ஏறக்குறைய 5 சதவீதத்தில் இருக்கையில், சிறை மக்கள்தொகையில் இஸ்லாமியர்கள் 15 சதவீதத்திற்கும் மேல் இருக்கிறார்கள்[7]. பிரிட்டனில் நிறைய இஸ்லாமியர்கள் சிறைக் கம்பிகளுக்குப் பின்னால் அடைக்கப்பட்டிருப்பது அல்லது வறுமையின் சுழற்சிக்குள் அடைக்கப்பட்டிருப்பது இஸ்லாமிய வெறுப்புக் கட்டமைப்பின் அடிப்படைத்தன்மையைத் தெளிவாக்குகிறது. புரூக் ஹவுஸ் போன்ற ஐக்கியப் பேரரசின் குடியேற்ற நீக்க மையங்களில் தடுத்து வைக்கப்பட்டவர்களில் 50 சதவீதம் பேர் இஸ்லாமியர்களாக இருக்கிறார்கள்.[8] இந்தப் புள்ளி விவரங்கள் போர், வளங்கள் குறைப்பு, கட்டாயப்படுத்தப்பட்ட கடன் ஆகியவற்றின் வழியாக உயிர்களையும் பொருளாதாரத்தையும் சுற்றுச்சூழலையும்

5. Office for National Statistics, Deaths involving COVID-19 by religious group, England: 24 January 2020 to 28 February 2021 (London: ONS, 2021).

6. MCB, Muslims in Numbers.

7. Raheel Mohammed & Lauren Nickolls, *Time to end the silence*: *The experience of Muslims in the prison system* (London: Maslaha, 2020).

8. Brook House Independent Monitoring Board, Annual Report (London: HMP, 2013), p. 12.

அழிக்கும் ஏகாதிபத்தியத்தின் தற்போதைய மற்றும் கடந்த காலத் தாக்கத்தால் உலகம் முழுவதும் இஸ்லாமியர்கள் பெருமளவில் இடம்பெயரச் செய்யப்படுகிறார்கள் என்ற நினைவூட்டலாக இருக்கிறது. அகதிகளுக்கு ஆதரவளிப்பதை அல்லது காலநிலை மாற்றத்தைச் சமாளிப்பதை நோக்கமாகக் கொண்டுள்ள எந்தச் செயல்பாடும் இஸ்லாமிய வெறுப்பைப் பற்றிய மிகவும் விரிவான அறிவைக் கொண்டிருக்க வேண்டும். குறிப்பாக ஏனென்றால் இஸ்லாமிய வெறுப்புடைய இடம்பெயர்ந்தோருக்கு எதிரான பேச்சுகள் இடம்பெயர்தல் மற்றும் சுற்றுச்சூழல் பேரழிவுகளின் தோற்றுவாயை முதன்மைக் காரணங்களாக அடையாளம் காண்பதிலிருந்து நம்மைத் திசைதிருப்புவதற்குத் துல்லியமாகப் பயன்படுத்தப்படுகின்றன.

எனவே இஸ்லாமிய வெறுப்பின் மூலக் காரணங்களைப் புரிந்துகொள்வது அதற்கான எதிர்ப்பைப் பல்வேறு சர்வதேசப் போராட்டங்களுடன் இணைக்க உதவுகிறது.

நம்முடைய உண்மை நிலையை மாற்றுவதற்காக எழுதுகிறேன்

வெறுமனே வாழக்கூடியதாக மட்டுமில்லாமல் அனைவருக்கும் பாதுகாப்பானதாகவும் இருக்கும் ஓர் உலகைக் கட்டமைப்பதற்கு உதவ வேண்டும் என்பதைக் கருத்தில்கொண்டு இந்த நூலை நான் எழுதியிருக்கிறேன். தங்களைப் பயங்கரவாதிகளாகவும் அச்சுறுத்துபவர்களாகவும் காட்டுமிராண்டிகளாகவும் ஆணாதிக்கவாதிகளாகவும் அந்நியர்களாகவும் சித்திரிக்கப்படுவதற்கு மிகவும் பழகிப்போன பள்ளிக் குழந்தைகளுடன் நான் தொடர்ந்து வேலை செய்கிறேன். எங்களுடைய பயிலரங்குகளில், அவர்கள் எழுதும் கவிதைகளில் அத்தகைய படங்களும் சொற்களும் நிறைந்திருக்கின்றன. அவர்களின் கவிதைகளின் உலகத்தை மாற்றுவதற்கு என்ன தேவை என்று என்னை நானே கேட்டுக்கொள்கிறேன். அவர்கள் எதிர்கொள்ளும் ஒடுக்குமுறையை, அதற்கு எதிராக அல்லது அதன் வழியாக மட்டுமே தங்களை அடையாளப்படுத்துவதற்கு எதிராக, அவற்றைப் பெயரிடுவதற்கு அவர்களுக்கு மொழி இருந்தால் அவர்களது கவிதைகள் எப்படி இருக்கும்? அவர்கள் பாதுகாப்பாக உணரும் ஓர் உலகத்தில் வாழ்ந்திருந்தால்

அவர்களது கவிதைகள் எப்படி இருக்கும்? இந்தக் கேள்விகளைக் கேட்பது முக்கியம் ஏனென்றால் அந்தக் குழந்தைகள் முக்கியம்.

ஒடுக்குமுறையை முடிவுக்குக் கொண்டுவருவதற்கு மிகவும் வெற்றிகரமான வழி ஒடுக்கப்பட்டவர்களுக்கு அதிகாரமளிப்பதாகும். இஸ்லாமிய வெறுப்பைப் பற்றிய அறிவுசார் விவாதங்களை மறுஉருவாக்கம் செய்யும் அல்லது இஸ்லாமிய வெறுப்பை வரையறுப்பதைப் பற்றிய உரையாடல்களுக்குப் பங்களிப்பதற்கு ஒரு நூலை எழுதுவதில் எனக்கு விருப்பமில்லை. சமூகத்தின் உண்மை நிலையினைப் பகுப்பாய்வு செய்வது, எப்படிச் சமூகத்தை மாற்றுவதற்கு நமக்கு உதவுகிறது என்பதில்தான் நான் ஆர்வம் கொண்டிருக்கிறேன். எனவே நான் என்னுடைய இஸ்லாமியத் தன்மையிலிருந்து விலகிச் செல்லாமல் அல்லது அதை மிகவும் நெருக்கமாக வைத்துக்கொள்ளாமல் எழுதுகிறேன். நடுத்தர வர்க்கப் பண்டிதர்களால் பொதுவாக விரும்பப்படும் இஸ்லாமிய எழுத்தாளராக இருக்க நான் விரும்பவில்லை. மாறாக, அல்லாஹ்வே உண்மையும் படைப்பின் ஆதாரமும் என நான் நம்புகிறேன், என்னுடைய முதன்மை நோக்கம் அல்லாஹ்வை வழிபடுவது என நம்புகிறேன். இது அல்லாஹ்வுக்காக நான், அநீதிகளை வெளிப்படுத்தவும் அதிகார வர்க்கத்திடம் உண்மையைப் பேசவும் ஒடுக்குமுறையைத் தடுக்கப் போராடுவதையும் எனக்குக் கடமையாக்குகிறது. இந்த நோக்கம் என்னுடைய எழுத்தையும் இந்த நூலையும் முழுமையாக வழிநடத்தும் என்று நான் வேண்டுகிறேன்.

ஒரு வாசகர் என்னுடைய கருத்தைத் தீவிரமாக எடுத்துக் கொள்வதற்கு என்னுடைய இஸ்லாம் ஒரு தடையாக இருந்தால் அல்லது கண்களைச் சுழற்றுவதற்கோ, புருவங்களை உயர்த்துவதற்கோ காரணமாக இருந்தால் அந்த வாசகர் எப்படி இஸ்லாமியர்களை அறிவற்றவர்களாகவும், அவமானகரமான பழமைவாதிகளாகவும் சித்திரிப்பதில் ஏற்கெனவே முதலீடு செய்திருக்கிறார் என்பது கருத்தில் கொள்ளத்தக்கதாகும். அத்தகைய வாசகருக்கு இஸ்லாமிய வெறுப்பு வன்முறை கருதப்படக்கூடியதாக இருப்பதற்குப் போதுமான 'நடுநிலை' உடையவராகக் கருதப்பட நான் எந்த வரையறைக்குள் எழுத வேண்டியிருக்கும் என்பதும் கருத்தில்கொள்ளத்தக்கதாகும். நான் பின்னர் இந்த நூலில் சொல்லியிருப்பதைப் போல, மதச்சார்பின்மை என்பது பெரும்பாலும் உலகத்தைப்

பார்ப்பதற்கான ஒரு நடுநிலையான வழி என்றும் மதம் அதற்கு நேர்மாறானதாகவும் புரிந்துகொள்ளப்படுகிறது. ஆனால் மதச்சார்பின்மை என்பது ஒரு குறிப்பிட்ட வரலாற்றிலிருந்து பிறந்ததாகும், அது ஐரோப்பிய வெள்ளை மேலாதிக்கத்தைக் கட்டமைக்கும் திட்டத்தில் பின்னிப்பிணைந்துள்ள ஒன்றாகும். எனவே, மதச்சார்பின்மை என்றால் நடுநிலை என்று பொருள் அல்ல. அந்தக் கருத்துருதான் மதம் என்ற பிரிவை உருவாக்கி அதற்கு முதலிடத்தில் பொருளைத் தருகிறது. அதைப் பார்ப்பதற்கு நாமும் அதில் முதலீடு செய்தால் இஸ்லாமிய வெறுப்பிற்கு அடிப்படையாக இருக்கும் அதே ஐரோப்பிய மைய ஆதிக்கத் திட்டத்தில் முதலீடு செய்துள்ளோம் என்று பொருளாகும்.

இந்த நூல் முடிந்தவரை இஸ்லாமிய வெறுப்பை உலகளாவிய அதிகாரப் போக்கின் தொகுப்பின் ஒரு பிரிவாக கவனம் செலுத்துகிறது. நம்மில் யாரெல்லாம் இஸ்லாமிய வெறுப்பால் பாதிக்கப்பட்டிருக்கிறார்களோ அவர்களுக்குள்ளேயே அது வாழ்ந்துகொண்டிருக்கிறது என்னும் உண்மையை நான் மையப்படுத்த விரும்புகிறேன். இஸ்லாமிய வெறுப்பு, துன்பத்தின் வழியாக நம் உடலியலில் மாற்றங்களை ஏற்படுத்துகிறது, நம்முடைய நரம்பு மண்டலங்களில் வாழ்கிறது, நம்மை பயந்தவர்களாகவும் அதிவிழிப்புணர்வுடையவர்களாகவும் ஆக்குகிறது. நான் இந்த நூலை இஸ்லாமிய வெறுப்பிற்கு வெளியே இருந்து எழுத முடியாது. ஏனென்றால் நான் அதனுள் வாழ்ந்துகொண்டிருக்கிறேன். நான் எழுதியிருக்கும் விதங்களில், என்னுடைய தேர்ந்தெடுப்புகளில், அது எப்படி ஒலிக்கலாம், அது எப்படி இருக்கலாம் என்பதைப் பற்றிய எனக்கு இருந்த கவலைகளில் இஸ்லாமிய வெறுப்பு இருந்ததில்லை என்பதைப் போல எழுதினால், இஸ்லாமிய வெறுப்பு வெறுமனே இந்த நூலின் தலைப்பு என நடித்துக்கொண்டிருப்பேன். ஆனால் நான் இந்த நூலை எழுதி முடிக்கும்போது என்னால் முடிந்த அளவுக்கு நான் இஸ்லாமிய வெறுப்பை விட்டு நீங்கினாலும் அது என்னை விட்டு நீங்கியிருக்காது.

இந்த நூல் உங்களுக்குச் சங்கடத்தை ஏற்படுத்தலாம், ஆனால் ஒருவேளை நீங்கள் என்னுடன் பயணித்தால், வெறுமனே ஒரு வெறுப்பின் அனுபவமாக அல்லது இஸ்லாமிய வெறுப்பாளர்களின் கையிலுள்ள பாரபட்சமாக, இஸ்லாமிய

வெறுப்பைப் பற்றிய குறைவான புரிதல் என்பது தவறாக வழிகாட்டப்பட்டதல்ல, அது உலகத்தின் வன்முறைகளைப் பார்ப்பதிலிருந்து நம்மைத் திட்டமிட்டு திசைதிருப்புகிறது மற்றும் அதனால் அதற்குச் சவாலாக இல்லாத தீர்வுகளை உருவாக்குகிறது என்பதை நீங்கள் பார்ப்பீர்கள். இது சீனாவின் ஜிங்காங் மாகாணத்தில் வதை முகாம்களில் ஒரு மில்லியனுக்கும் அதிகமான இஸ்லாமியர்கள் இருப்பதற்கான, டெல்லியின் தெருக்களில் உயிரோடு எரிக்கப்பட்டதற்கான, மியான்மரில் துன்புறுத்தப்பட்டுத் தங்களின் வீடுகளை விட்டு வெளியேறக் கட்டாயப்படுத்தியதற்கான, கிரீஸ் மற்றும் இத்தாலியின் கடற்கரையில் படகுகளில் மூழ்கியதற்கான, மாலி, சாட் மற்றும் நைஜரிலிருந்து சகாரா பாலைவனத்தின் குறுக்கே ஆயிரக்கணக்கான மைல்கள் இடம்பெயர்ந்துகொண்டே இருப்பதற்கான, சோமாலியாவில் விமானத் தாக்குதலிலிருந்து தப்பி ஓடுவதற்கான, சிரியாவில் அகதி முகாம்களில் உட்கார்ந்திருப்பதற்கான, அமெரிக்காவில் காவல்துறை அரசுக்கு எதிராகத் தங்கள் உயிர்களும் முக்கியம் என்பதை உணர்த்தப் போராடுவதற்கான, பாலஸ்தீனில் தங்களுடைய இயற்கை வளங்களைப் பயன்படுத்த முடியாமல் இருப்பதற்கான, ஐக்கியப் பேரரசு மற்றும் ஐரோப்பியா முழுவதும் காவல்துறையால் கண்காணிக்கப்படுபவர்களாக, சிறைப்படுத்தப்படுவர்களாக, தடுத்து வைக்கப்படுபவர்களாக இருப்பதற்கான காரணங்களைத் தீவிரமாகப் புரிந்துகொள்வதிலிருந்து நம்மைத் தடுக்கிறது.

இஸ்லாமிய வெறுப்பு என்றால் என்ன என்பதை விளக்குவதை விட அது என்ன செய்கிறது, அதைப் பற்றி நாம் என்ன செய்கிறோம் என்ற அதைவிட மிக முக்கியமான கேள்வியை நாம் கேட்க வேண்டும்.

அத்தியாயம் 1

இன உருவாக்கலின் வரலாறு: 'இஸ்லாமிய அச்சுறுத்தல்' என்பதை உருவாக்குதல்

*2020*ஆம் ஆண்டு கோடையில் ஜார்ஜ் பிளாய்டு மற்றும் பிரயோனா டெய்லரின் காவல் படுகொலைகளுக்குப் பிறகு, அதைத் தொடர்ந்து கறுப்பர் உயிர்கள் முக்கியம் (*Black Lives Matter*) என்ற முழக்கம் உலகம் முழுவதும் எழுச்சி பெற்றது. அதற்கு உடல் அழகுச் சாதன நிறுவனங்கள் முதல் பல்கலைக்கழகங்கள் வரை பொது ஆதரவு அறிக்கைகளை வெளியிட்டனர். அவை பெரும்பாலும் இனவெறியை இனியும் சகித்துக்கொள்ளாமல் மிக அவசரமாகக் கையாள வேண்டியதைப் பற்றிப் பேசின. அத்தகைய அறிவிப்புகள், இனவெறி என்பது சகித்துக்கொள்ள அல்லது சகித்துக்கொள்ளாமலிருக்க நிறுவனங்கள் முடிவு செய்யும் ஏதோவொன்று என்றும் சாதாரண செயல்பாடுகளில் ஏற்கெனவே வேரூன்றிய ஒன்றாக இருப்பதாக அல்லாமல் 'கெட்ட' மனிதர்களால் வெளியிலிருந்து கொண்டுவரப்பட்டது என்றும் கருதப்படுகிறது என்பதைக் குறிக்கிறது. இந்த அனுமானம் பலரை அறியாத சார்பு நிலைகளைப் பற்றிய விழிப்புணர்வை அதிகரிப்பது அல்லது நம்முடைய சிறப்புரிமைகளை அங்கீகரிப்பது போன்ற தனிமனித அணுகுமுறைகளால் இனவெறி தீர்க்கப்பட முடியுமென்று நம்ப வைக்கிறது.[1] ஆனால் இந்தத் தீர்வுகள், நிறுவனங்களும் அமைப்புகளும் அரசுகளும் திட்டமிட்ட இன அடிப்படையிலான வெளியேற்றமும் சுரண்டலும் ஒடுக்குமுறையும் தங்களது செயல்பாடுகளுக்கு எப்படி மையமாகவும் அடித்தளமாகவும் இருக்கிறது என்பதைக் குறிப்பிடாமல் தங்களை இனவெறிக்கு எதிரானவர்கள் என

1. Azfar Shafi & Ilyas Nagdee, *Recovering Antiracism, Reflections on collectivity and solidarity in antiracist organising* (Amsterdam: Transnational Institute, 2020).

அறிவித்துக்கொள்ள அனுமதிக்கிறது. இது அறியாமையின் காரணமாகவோ தவறுதலாகவோ அல்ல; இதுதான் கையில் இருக்கும் வசதியான, போதுமானதாக இல்லாத இனவெறியின் மறுவடிவமைப்பு ஆகும்.

இனவெறியைத் தனிநபர் சார்ந்ததாக்குவது, அதை முதலாளித்துவத்துடனும் காலனியாதிக்கத்துடனும் தொடர்புடைய ஒரு அதிகார அமைப்பாக விவாதிப்பதைக் கிட்டத்தட்ட முடியாததாக்குகிறது. மாறாக, பொது நடைமுறையில், எண்ணற்ற வன்முறைக் காணொளிகள் பரப்பப்படுவது நமக்குக் காண்பிப்பதைப் போல, இனவெறி வழக்கமாக உடல் ரீதியான தாக்குதல் அல்லது வெளிப்படையான வாய்மொழித் தாக்குதல்களாக வெளிப்படும்போது மட்டுமே அங்கீகரிக்கப்படுகிறது. ஆனால் அது தலைமுறைகளுக்கிடையேயான வறுமை, போதுமான சுகாதார மற்றும் வீட்டு வசதிகளிலிருந்து திட்டமிடப்பட்டு வெளியேற்றப்படுதல், முறைப்படுத்தப்பட்ட உழைப்புச் சுரண்டல் போன்ற வழக்கமாக நடந்துகொண்டிருக்கும் வன்முறைகளில் வெளிப்படும்போது அரிதாகவே அங்கீகரிக்கப்படுகிறது.

'இஸ்லாமிய வெறுப்பு இனவெறியின் ஒரு வடிவம்' என நான் சொல்லும்போது, மக்கள் இஸ்லாமிய வெறுப்பின் 'வெறுப்புக் குற்றங்கள்' என சொல்லப்படுபவைகளை மட்டுமே நினைப்பது இதன் ஒரு விளைவாகும். அவை எந்த வகையிலும் முக்கியத்துவமில்லாதவை, அவை இஸ்லாமிய வெறுப்பின் காரணம் என்பதை விட இஸ்லாமிய வெறுப்பின் ஒரு அறிகுறி மட்டுமே ஆகும். இதன் மற்றொரு விளைவு, மக்கள் இஸ்லாமிய வெறுப்பு இனவெறியின் ஒரு வடிவமாக இருக்க முடியாது ஏனென்றால் இஸ்லாமியர்கள் மதக் குழுவினர், இனக் குழுவினர் அல்ல என்று வாதிடுகின்றனர். ஆனால் 'ஒரு இனம்' என்றால் என்ன? இந்தக் கேள்வியைப் புரிந்துகொள்வது இனவெறிக்கு எதிரான எந்த முயற்சிகளுக்கும் மையமாகும். முதலிடத்தில் இனவெறியின் வரலாற்றை அறிந்துகொள்வதில் ஆர்வம் கொள்ளாமல் ஒரு பொருளுள்ள இஸ்லாமிய வெறுப்பு அழித்தொழித்தல் நடவடிக்கை இருக்க முடியாது.

வெவ்வேறு இனங்கள் இருப்பதால் இனவெறி இருக்கிறது என்று பொதுப்புத்தி நமக்குச் சொல்கிறது. ஆனால் உண்மையில் அதற்கு நேர் எதிராகச் சொல்வதுதான் மிகவும் சரியாகும். இனவெறியைச் செயல்படுத்துவதற்கும் நியாயப்படுத்துவதற்கும்தான் இனங்களே

உருவாக்கப்பட்டன. மக்கள் இனங்களை உருவாக்குவதற்கு முன், எந்தவொரு இயற்கையான இனங்களின் தொகுப்பும் இருக்கவில்லை. உண்மையில், இனங்களை உருவாக்கியதுதான் ஐரோப்பிய காலனியாக்கத் திட்டத்தின் மையப் பகுதியாகும். காலனியாக்கம் என்பது காலனியாக்கப்பட்ட நிலங்களின் வளங்களிலிருந்து இலாபத்தை அடைவதற்கும் காலனியாக்கப்பட்ட மக்களின் உழைப்பைச் சுரண்டுவதற்கும் அடிபணியச் செய்வதற்கும் ஆதிக்கம் செலுத்துவதற்குமான ஒரு செயல்முறை என்பதால் காலனியவாதிகள் அந்த மக்களையும் இடத்தையும் இயற்கையிலேயே தாழ்ந்த இனங்களாக வகைப்படுத்தினார்கள்.[2] இது திருட்டையும், உடைமைகள் பறிக்கப்பட்டதையும் இனப்படுகொலையையும் மூடி மறைத்தது.

எடுத்துக்காட்டாக, 1830இல் அமெரிக்க இயற்பியலாளர் சாமுவேல் மார்ட்டன் சில 'இனங்களின்' மண்டையோடுகள் மற்றவர்களுடையதைக் காட்டிலும் சிறியதாக இருப்பதால் காலனியாக்கமும் அடிமைப்படுத்தலும் ஒரு வகையில் இயற்கை யானது என நியாயப்படுத்த மனித மண்டையோடுகளை அளவீடு செய்தார்.[3] இந்தத் திட்டம் தனித்தனி இனங்களைத் தனித்தனி அளவுகளில் அறிவு அல்லது பலத்தைக் கொண்டிருப்பதாக வகைப்படுத்துவதற்கு மட்டுமல்ல, வெள்ளை ஐரோப்பியர்களைப் படிநிலையில் உயர்ந்த இடத்தில் அமர்த்துவதற்குமானதாகும். எனவே நாம் இனப் பிரிவுகளை இயற்கையின் படைப்பு என்பதற்கு மாறாக, காலனியாக்கத்தை வலுப்படுத்தவும் நியாயப்படுத்தவும் உருவாக்கப்பட்ட சித்தாந்தக் கருவிகளாகப் புரிந்துகொள்ள வேண்டும். அது காலனியாக்கத்தை மிகவும் பரந்த வகையில் நியாயப்படுத்துவதில் ஒரு பகுதியாகும்.

---

2. For more on colonialism see Frantz Fanon, *The Wretched of the Earth* (New York: Grove Press, 1963); Edward Said, *Orientalism* (New York: Pantheon Books, 1978); Walter Rodney, *How Europe Underdeveloped Africa* (London: Bogle-L'overture Publications, 1972).

3. https://sciencedaily.com/releases/2018/10/181004143943.htm (accessed July 2021).

அறிவொளி பெற்ற இனவெறியும் கற்பனை செய்யப்பட்ட மற்றமையும்

மார்ட்டனைப் போலவே மற்றவர்களும் அவர்களின் இனப் படிநிலை உருவாக்கத்தை மறைப்பதற்காக அறிவியல் சோதனைகளை நடுநிலையான, நோக்கமுள்ள திட்டங்கள் என்பதைப் போலவே பயன்படுத்தினார்கள். இது குறிப்பாக ஐரோப்பாவின் அறிவொளிக் காலம் எனச் சொல்லப்படும் 1700 மற்றும் அதைச் சுற்றிய காலங்களில் பொதுவாக இருந்தது. அதைக் குறிப்பிடுவது முக்கியம், ஏனென்றால் பொதுவான கருத்தாடலில், இந்தக் காலப் பகுதியில்தான் மனித உரிமைகள் மற்றும் உலகளாவிய சுதந்திரம் போன்ற முற்போக்கான கருத்துகள் கண்டுபிடிக்கப்பட்டது எனக் கொண்டாடப்படுகிறது. இனப் படிநிலை உருவாக்கத்தை நியாயப்படுத்தும் அறிவியல் சோதனைகள் போன்ற சிந்தனைகளும் வெள்ளை மேலாதிக்கம் மற்றும் முதலாளித்துவத்தின் பொற்காலமான அதே காலத்தில்தான் உருவாகின என்கிற உண்மையைப் பற்றி நாம் அரிதாகவே பேசுகிறோம். அதன் பொருள் அவற்றின் தொடக்கக் காலத்திலிருந்தே சுதந்திரத்தின் தாராளவாத இலட்சியங்கள் அடிமைப்படுத்தப்பட்ட மற்றும் காலனியாக்கப்பட்ட மக்களை உள்ளடக்குவதற்கு ஒருபோதும் விரிவடைந்ததில்லை என்பதாகும். உண்மையில், இனத்தைக் கருத்தாக்கம் செய்யும் பணிகளில் பெரும்பாலானவை அந்த இலட்சியங்கள் அனைவருக்கும் விரிவடையாமலிருப்பதை நியாயப்படுத்தவே மேற்கொள்ளப்பட்டன[4].

இனரீதியான படிநிலை என்பது இன்றைக்கும் பரவலாக நேசிக்கப்படும் பல புகழ்பெற்ற அறிவொளி சிந்தனையாளர்களால் கோட்பாடாக்கப்பட்டதாகும். எடுத்துக்காட்டாக, டேவிட் ஹுமே ‘வெள்ளை நிறத்தைத் தவிர வேறு எந்த நிறங்களின் ஒரு நாகரிகச் சமூகமும் இருந்ததில்லை... மற்றவர்களிடையே அறிவார்ந்தவர்களும் உற்பத்தியாளர்களும் இல்லை, கலை இல்லை, அறிவியல் இல்லை...’[5] என்று எழுதினார். இதை

4. https://slate.com/news-and-politics/2018/06/taking-the-enlightenment seriously-requires-talking-about-race.html (accessed July 2021).

5. David Hume, *Essays and Treatises on Several Subjects Vol. IV* (London: A. Miller, 1768).

வலியுறுத்துவதன் மூலம், ஹ[ூ]மே அறிவு சார்ந்த மற்றும் பண்பாட்டு மேன்மையுடன் இணைக்கப்பட்ட இன ரீதியான படிநிலையைக் கட்டமைத்தது மட்டுமல்லாமல் வெள்ளை நிறம் இல்லாத மக்களுக்கு இயல்பாகவே மதிப்பு குறைவென்றும் காரணம் கற்பித்தார்.

அதைப் போலவே, இம்மானுவேல் காந்த் 'மனித இனம் வெள்ளையர்களின் இனத்தில் அதன் மிக உயர்ந்த முழுமை நிலையில் இருக்கிறது' என்று கூறினார். அதன் காரணமாக 'மஞ்சள் இந்தியர்கள்' மற்றும் அவரால் உருவாக்கப்பட்ட அதன் பிற துணைப் பிரிவுகளின் மதிப்பு குறைவது படிப்படியாக அதிகரித்தது. எனவே, அனைத்துச் சமூகங்களும் முன்னேற ஐரோப்பாவின் பாதையைப் பின்பற்ற வேண்டும் என்றும் அவர் கூறினார்.[6] இந்த வளர்ச்சிக் கோட்பாடுதான் இன்று சர்வதேச உதவி மற்றும் வளர்ச்சித் திட்டங்களில் பெரும்பாலும் நாம் பார்க்கும் ஒன்றாகும். அது தொடர்ச்சியாக ஐரோப்பியர் அல்லாதவர்களைத் தாழ்ந்த மதிப்புடையவர்களாக மட்டுமல்லாமல் பழமைவாதம், சட்டமின்மை மற்றும் மத மூடநம்பிக்கை ஆகியவற்றில் சிக்கித் தவிப்பவர்களாகவும் முற்றிலும் மாறுபட்ட காலத்தில் வாழ்பவர்களாகவும் சித்திரிக்கிறது. அதேவேளையில், வெள்ளை ஐரோப்பியர்களை நவீனமானவர்களாகவும் அரசியலமைப்புடையவர்களாகவும் அறிவொளி பெற்றவர்களாகவும் சித்திரிக்கிறது.

இன ரீதியான படிநிலை உருவாக்கப்பட்ட விதத்தை எடுத்துக் காட்ட அறிவொளிக் காலத்திலிருந்து வேறு பல சிந்தனையாளர்களையும் மேற்கோள்காட்ட முடியும். ஆனால் இந்த இன உருவாக்கத் திட்டங்களில் முக்கியமாக உணர வேண்டியது என்னவென்றால் பல்வேறு மனித இனங்களின் வகைப்பாடு மற்ற இனங்களை உருவாக்கிய அதே அளவிற்கு 'வெள்ளைத் தன்மையையும்' உருவாக்கியிருக்கிறது என்பதாகும். வெள்ளைத்தன்மை என்பது சாதாரணமாக ஒரு தோலின் நிறமாகக் கட்டமைக்கப்பட்டது அல்ல, மாறாக, இன்றும் அது அதிகாரத்தின் ஒரு கருத்தாக்கமாகும். மேலும் அது மதிப்புடைய உயிர்களுக்கும் அறிவிற்கும் சமத்துவம் மற்றும் சுதந்திரம் பற்றிய ஐரோப்பிய கோட்பாடுகள் உருவாகிய ஒரு சூழலுக்கும்

---

6. Ed. Emmanuel Chukwudi Eze, *Race and the Enlightenment: A Reader* (Oxford: Blackwell, 1997), pp. 38–64.

காரணமாகக் கருதப்படும் ஒரு அடையாளமாகும். எனவே வெள்ளை ஐரோப்பிய மேலாதிக்கம் என்பது உலகப் பொது அறிவாக நாம் கொண்டிருக்கும் கருத்துகளில் பொதிந்துள்ளது, அது ஹிட்லர் மற்றும் புதிய நாசிகளுக்கு மட்டுமே உரித்தான ஏதோவொன்று அல்ல. உண்மையில், வெள்ளை மேலாதிக்கம் என்பது ஐரோப்பிய தாராளவாத ஜனநாயகங்களின் வரலாற்றுப் பாரம்பரியம் ஆகும். அதை இன்று அரசு சாரா நிறுவனங்கள் முதல் செய்தி ஊடகங்கள் வரை, சட்டம், கொள்கை, குழந்தைப் பராமரிப்பு, எல்லைகள் மற்றும் பலவற்றை அடிப்படையாகக் கொண்ட பதவிகள் வரை எல்லா இடங்களிலும் நாம் பார்க்க முடியும்.

குறைந்தபட்சம் இன ரீதியான படிநிலை பற்றிய கருத்துகளை முன்னெடுத்துச் செல்லும் எழுத்தாளர்கள் இனவெறியை உருவாக்குவதற்கான பெரும் சதித் திட்டத்தின் ஒரு பகுதியாக இருக்கவில்லை என்பதை அறிவது மிக முக்கியம். மாறாக, எட்வர்ட் சேட் தனது பிரபலமான 'ஓரியண்டலிசம்' (கிழக்கத்தியம்) நூலில் சொன்ன கோட்பாட்டின்படி, வேண்டுமென்றோ அல்லது வேண்டாமலோஐரோப்பியர்களின் அறிக்கைகள், கடிதங்கள், புதினங்கள், பயண இதழ்கள், ஓவியங்கள், வரைபடங்கள், பொருளாதார நூல்கள் ஆகியவற்றில் அல்லது வேறு ஏதேனும் வழிகளில் இனரீதியான 'மற்றவர்களை'ப் பிரதிநிதித்துவப்படுத்திய விதம் ஒரு அறிவின் தொகுப்பை - ஒரு கருத்தாடலை - உருவாக்கியது. அது உண்மையில் சொல்லப்பட வேண்டியவர்களின் நிலங்களையும் மக்களையும் பற்றியதை விட ஐரோப்பியர்கள் தங்களை எப்படிக் கற்பனை செய்துகொண்டார்கள் என்பதைப் பற்றியே அதிகமாகச் சொல்லியிருக்கிறது. மேலும் அவர்களின் பிரதிநிதித்துவங்கள் 'மேற்கு' என்ன என்பதை விளக்குவதற்கு நேர்மாறாகக் 'கிழக்கை' விளக்குவதைப் பற்றியே அதிகமாக இருந்தன. இந்தக் காரணத்திற்காக அவர்களின் திட்டத்தை எட்வர்ட் சேட் 'மற்றவர்களை' உருவாக்குதல் என்று குறிப்பிட்டார்.[7]

பிரிட்டனின் முதன்மையான காலனியவாதிகளில் ஒருவரான லார்டு குரோமரின் எழுத்துகள் இதற்கு எடுத்துக்காட்டாக இருக்கிறது. மத்திய இலண்டனிலுள்ள வெஸ்ட்மினிஸ்டர் அபேவில் ஒரு வெள்ளைப் பளிங்கு நினைவுச் சின்னத்தில்

7. Said, *Orientalism*

'கடவுளின் மகிமைக்காகவும் குரோமரின் முதல் கோமான் ஈவ்லின் பேரிங் நினைவாகவும் (1841-1916) எகிப்திற்கு மறுபிறப்பு அளித்தவர்' என்று எழுதப்பட்டிருக்கிறது. இவ்வாறு அவரைக் குறிப்பிடுவது குரோமர் எகிப்தை அழிவிலிருந்து காப்பாற்றினார் என்ற பொருளைத் தருகிறது. ஆனால் எகிப்திய கருவூலத்தின் காலனிய நிர்வாகியாக இருந்த குரோமர், ஐக்கிய பேரரசில் நூற்கப்பட்டுத் திரும்ப எகிப்துக்கே விற்கப்பட்ட எகிப்திய பருத்திகளின் பிரிட்டிஷ் இறக்குமதிகளுக்கு எதிராக எகிப்திய ஜவுளித் தொழிற்சாலைகளைப் பாதுகாக்க மறுத்து அவற்றின் திறனைக் குறைத்தார். எகிப்தை மீட்பதற்கு வெகுதொலைவில், இந்தச் செயல்கள் எகிப்தின் தொழில்களை அழித்து அதன் அனைத்துப் பொருளாதார மதிப்புகளையும் பிரிட்டனுக்கு எடுத்துக்கொண்டன.[8] மேலும் அவர், எகிப்தின் கல்வி முறைக்குக் குறைந்த நிதியை ஒதுக்கினார். அவரை எதிர்த்தவர்களைச் சாட்டையால் அடித்தார், சிறையில் அடைத்தார், கொலை செய்தார். இதற்கெல்லாம் மேல், குரோமர் பிரிட்டனிலேயே பெண்களின் வாக்குரிமைக்கு ஒரு வலுவான எதிர்ப்பாளர். உண்மையில், அவர்தான் பெண்களுக்கான வாக்குரிமையை எதிர்ப்பதற்கான தேசியச் சங்கத்தின் முதல் தலைவராக இருந்தார்.

இதை வைத்துப் பார்க்கும்போது, 'நாகரிகச் சமூகத்தையுடைய நாடுகளுக்கிடையில், எகிப்திலும் அனைத்து முகமதிய நாடுகளிலும் பெண்களின் நிலை அவர்களின் முன்னேற்றத்திற்கும் வளர்ச்சிக்கும் தடையாக உள்ளது'[9] என குரோமர் எழுதியது முரணாக உள்ளது. அவரது கூற்று பெண்களுக்கான கல்வி மற்றும் பொருளாதார நிலைமைகளைத் தீவிரமாக மோசமாக்கிய காலனிய ஒடுக்குமுறையை நியாயப்படுத்த இஸ்லாமிய நாடுகளில் 'பெண்களின் நிலை' குறித்து ஒரு போலியான கவலையைத் தெரிவிக்கிறது. மேலும் எகிப்து 'நாகரிகச் சமூகமாக' மாற பிரிட்டிஷின் கட்டுப்பாட்டிற்குக் கீழ் இருப்பதை விட, எகிப்திய பெண்களின் முக்காடு 'அபாயகரமான தடையாக' இருக்கிறது

---

8. http://asma-lamrabet.com/articles/muslim-women-s-veil-or-hijab-between-a-colonial-ideology-and-a-traditionalist-islamic-ideology-a-decolonial-vision/ (accessed February 2021).

9. Ibid.

என்றும் குரோமர் எழுதினார்.[10] இத்தகைய உவமைகளும் உத்திகளும் வாசகர்களுக்கு பழக்கப்பட்டவையாக இருக்கும் ஏனென்றால் இஸ்லாமிய பெண்களின் உரிமைகளும் உடைகளைப் பற்றிய கவலைகளும், இந்த நூல் ஆராயும் இராணுவ ஆக்கிரமிப்புகள், காவல் மற்றும் மற்ற அடக்குமுறைகளின் வன்முறையை நியாயப்படுத்துவதற்கும் மறைப்பதற்கும் பெண்களின் நலன்களைப் பற்றிய உண்மையான அக்கறை இல்லாதவர்களால் இன்னமும் பயன்படுத்தப்படுகிறது. அதைப் போலவே இஸ்லாமியர்கள் இன்றும் கல்வியாளர்களாலும் பத்திரிகையாளர்களாலும் அரசுகளாலும், இஸ்லாமிய ஆண்களைத் தீவிரமான ஆணாதிக்கவாதிகளாகவும் குழந்தைகள் மீது பாலியல் கவர்ச்சி கொள்பவர்களாகவும் பாலியல் ரீதியாக விரக்தியடைந்த தீவிரவாதிகளாகவும் பார்ப்பதன் வழியாகவோ அல்லது இஸ்லாமிய பெண்களை அவர்களால் பாதிக்கப்பட்டவர்களாகவும் ஏமாற்றுபவர்களாகவும் கவர்ச்சி கரமான துணைகளாகவும் கற்பனை செய்வதன் வழியாகவோ பாலின 'அநீதிகளைச்' செய்யும் 'மற்றவர்களாக'ச் சித்திரிக்கப்படுகிறார்கள். இந்த அனைத்துப் பண்புருவாக்கங்களும் காலனியாதிக்கக் கற்பனையில் வேரூன்றியவையகும். சேட் விவாதித்தைப் போல, மற்ற இனத்தவர்கள் வளர்ச்சியடையா தவர்கள் என்று சொல்வது உண்மையில் பிரிட்டனை முன்னேறியவர்கள் என்று நிறுவுவதைப் பற்றியதாகும். முகமதியர்களைப் பெண்களை வெறுப்பவர்களாகச் சொல்வது ஐரோப்பியர்களைச் சம உரிமைகளின் முன்னோடிகளாகக் காட்டிக்கொள்ளும் ஒரு வழியாகும்.

தெளிவாக, வெவ்வேறு நாகரிகம், அறிவு, உடல் மற்றும் மனித மதிப்புகளை உடைய இன ரீதியான பிரிவுகளைக் கட்டமைப்பதும் காரணம் கற்பிப்பதும் எப்போதும் அரசியலாக இருந்ததுடன் நூற்றாண்டு கால வேலையாகவும் இருந்துள்ளது. எந்தவொரு ஒற்றைக் கோட்பாட்டாளரோ காலனியவாதியோ இனரீதியான படிநிலையை உருவாக்கவில்லை. காலனியாக்கப்பட்ட மக்களையும் இடங்களையும் பற்றிய அவர்களின் பிரதிநிதித்துவங்கள் உறுதியான நிலைப்பாடற்றதாகவும் முரண்பாடுகள் உடையதாகவும், தொடக்கத்தில் சில நேரங்களில் எதிர்க்கப்பட்டதாகவும் கூட இருந்தன

---

10. https://theguardian.com/world/2002/sep/21/gender.usa (accessed November 2020).

என்பதைக் கவனத்தில்கொள்வது அவசியமாகும். இருப்பினும் கூட இனரீதியான படிநிலை புவிசார் அரசியல் மற்றும் பொருளாதாரத் திட்டங்களான அடிமைத்தனம், சுரண்டல் மற்றும் ஒடுக்குமுறை ஆகியவற்றைச் செயல்படுத்துவதற்கு ஐரோப்பியர்கள் பயன்படுத்திய மைய சித்தாந்தக் கருவியாக இருந்துள்ளது. எனவே இந்த நூலில் 'ஐரோப்பிய', 'மேற்கு', மற்றும் 'மேற்கத்திய' என்ற சொற்களை நான் பயன்படுத்துவது அவைகளை உறுதியான மற்றும் நிலையான அமைப்புகள் என்று குறிப்பிடுவதற்கு அல்ல, மாறாக அவைகளை நீண்டகால வன்முறை மற்றும் உடைமைப் பறிப்பின் விளைவாக உருவான கட்டமைப்புகள் என்று குறிப்பிடுவதற்காகும்.

சகிப்புத்தன்மையற்ற மதச்சார்பின்மை

இன்று இனவெறியைப் பற்றிய பெரும்பாலான உரையாடல்கள், மதச்சார்பின்மையும் வெள்ளை ஐரோப்பிய மேலாதிக்கத்தின் ஒரு பகுதியாக கட்டமைக்கப்பட்டது என்பதைக் கவனிக்கத் தவறுகின்றன. அதைப் புரிந்துகொள்வது முக்கியமானதாகும். அது அறிவொளிக் காலத்தில் நடந்த மற்றொரு முக்கியமான மாற்றத்துடன் இணைக்கப்பட்டுள்ளது: அது உண்மைக் கடவுளிடமிருந்து உருவானது அல்ல, மாறாக ஐரோப்பிய மனிதர்களிடமிருந்து உருவானது என்ற கருத்தாகும். ரெனே டேக்கார்டின் 'நான் சிந்திக்கிறேன் அதனால் நான் இருக்கிறேன்' என்ற புகழ்பெற்ற தத்துவக் கூற்று இதை அடையாளப்படுத்துகிறது. இருத்தல் (நான் இருக்கிறேன்) என்பது இனிமேல் கடவுளின் படைப்பின் விளைவாக இருப்பது அல்ல, மாறாக, மனிதனின் சொந்தப் பகுத்தறிவால் இருப்பது (நான் நினைக்கிறேன்) ஆகும். இருப்பினும், கூற்றின் 'நான்' என்பது உலகளாவியதாகக் கருதப்படவில்லை. நெல்சன் மல்டனாடோ-டோர்ரெஸ் வாதிடுவது போல, காலனியாக்க மற்றும் இன ரீதியான படிநிலைச் சூழலில் இந்தக் கருத்து, நான் சிந்திக்கிறேன் (மற்றவர்கள் சிந்திக்கமாட்டார்கள் அல்லது மற்றவர்கள் முறையாகச் சிந்திக்கமாட்டார்கள்). அதனால் நான் இருக்கிறேன் (மற்றவர்கள் இருக்கவில்லை, இருப்பை இழந்துள்ளனர், இருக்கக் கூடாது அல்லது தேவையற்றவர்கள்) என்பதைக்

குறித்தது.[11] எளிதான சொற்களில், யாசிர் மோர்ஸி சொல்வதைப் போல, 'நான் வெள்ளையராக இருக்கிறேன், அதனால் நான் சிந்திக்கிறேன்' - இது இன ரீதியான மற்றவர்கள் சிந்திக்கவோ அறிவைக் கொண்டிருக்கவோ முடியாதவர்களாக இருப்பதாகச் சொல்லும் ஒரு கூற்றாகும்.[12]

இது மனித குலம் இனி கடவுளால் அல்ல, மாறாக அறிவொளி பெற்ற ஐரோப்பியரால் தீர்மானிக்கப்படும், அவரே அதன் நீதிபதியாக இருப்பார், அனைத்து உயிர்களின் மீதான கடவுளின் பார்வையையும் நடுநிலையையும் வேறொன்றால் மாற்றியமைக்க முடியும் என்கிற பெரிய மாற்றத்தின் குறியீடாக அது இருந்தது. இந்த வழியில் கடவுள் நம்பிக்கையைப் 'பின்னால்' விட்டுவிடுவதற்கான அறிவொளி பெற்ற ஐரோப்பாவின் வாதம் முக்கியமானதாக இருந்தது. இது மற்றவர்களை மதச்சார்புடையவர்களாக வகைப்படுத்துவது ஐரோப்பாவுடன் ஒப்பிடும்போது அவர்களின் குறைவான வளர்ச்சியைப் பெயரிடுவதற்கான மற்றொரு வழிமுறை என்பதைக் குறிக்கிறது. இனரீதியான தாழ்வுநிலைகளின் கட்டமைப்பு என்பது எப்போதும் நாம் 'மதம்' என்ற பிரிவை எப்படிப் புரிந்துகொண்டு தீர்மானிக்கிறோம் என்பதோடு தொடர்புடையதாகவே இருந்து வருகிறது.

மதச்சார்பின்மையின் வரலாற்றை ஒரு சிந்தனையாகப் பார்த்தால் இதை நன்றாகப் புரிந்துகொள்ளலாம். அது மதத்தின் தாக்கத்திலிருந்து விடுபட்டு வாழும் ஒரு நிலை என்று வாதிடுவதற்கு வெகு தொலைவில், மதச்சார்பின்மைதான் 'மதம்' என்ற பிரிவை உருவாக்கியது, அதுதான் மதச்சார்புடைய வாழ்க்கை என்று கருதப்படுகிறது[13]. இது அரசுகள் தேவாலயங்களின் நிறுவன அதிகாரத்தைக் குறைத்து தங்கள் சொந்த அதிகாரத்தை நிலைநிறுத்த முயன்ற காலகட்டத்தில் ஓர் ஐரோப்பிய அரசியல் திட்டமாக உருவெடுத்தது. அவர்கள் இதைக் கிறிஸ்தவத்தை அழிப்பதன் மூலம் செய்யவில்லை, ஆனால் மதம் என்பது 'தனிப்பட்ட நம்பிக்கைக்கு' உட்பட்டதாக இருக்க வேண்டும்

---

11. Nelson Maldonado-Torres, 'On the Coloniality of Being', *Cultural Studies*, Vol.21, 2007, pp. 240-70, p. 252.
12. Yassir Morsi, *Radical Skin, Moderate Masks: De-radicalisation and Racism in Post-Racial Societies* (London: Rowman & Littlefield, 2017), p. 61.
13. Saba Mahmood, *Religious Difference in a Secular Age: A Minority Report* (Princeton University Press, 2015), p. 33.

என்று அறிவிப்பதன் மூலம் அதைச் செய்தனர். எனவே அது தனிப்பட்ட மனசாட்சி அல்லது 'வீட்டின்' அளவுக்குள் குறுக்கப்பட்டது.

ஆனால் அதே நேரத்தில், ஐரோப்பா தங்கள் புவிசார் அரசியல் நோக்கங்களைப் பாதுகாப்பதற்காகக் கிறிஸ்தவத்தைப் பயன்படுத்திக்கொண்டிருந்தது. பெரும்பாலான ஐரோப்பிய நாடுகள் படையெடுப்பதற்கும் ஆதிக்கம் செலுத்துவதற்கும் அடித்தளங்களை அமைப்பதற்காக மதபோதகர்களை வெளிநாடுகளுக்கு அனுப்பி ஆதரவளித்தன.[14] ஐரோப்பா, மதத்தைப் பொருத்தவரை மிகவும் பகுத்தறிவுடையது என்று சொல்லிக்கொண்ட பின்னரும், 1800 களின் மத்தியில் அத்தகைய செயல்பாடுகள் மிகவும் பரவலாக இருந்தது. தெளிவாக, மதச்சார்பின்மை என்பது ஒருபோதும் மதச்சார்பற்ற மக்களுக்கான இடத்தைப் பற்றியது அல்ல, முரண்பாடாக அது ஐரோப்பிய அரசுகளின் மீதான தேவாலயங்களின் அதிகாரத்தைக் குறைப்பதற்கும் அவர்களின் நோக்கங்களை முன்னெடுத்துச் செல்வதற்கும் ஒரு கருவியாகப் பயன்படுத்தப்பட்டது.

மறைந்த அறிஞர் சபா மஹ்மூத் எழுதியதைப் போல, இந்த முரண்பாடு ஒரு புதிரான சூழ்நிலையை உருவாக்கியது. 1950களில், 'சர்வதேசச் சட்டம் தனது மொழி, கோட்பாடு மற்றும் விதிகளில் மதச்சார்பற்றதாக மாறியதால், அது ஐரோப்பாவின் தனித்துவமான கிறிஸ்துவப் பாரம்பரியத்திலும் வேரூன்றியது'. அந்தப் பாரம்பரியம் அறநெறி, மனிதம் மற்றும் நவீனத்துவத்தில் 'குறிப்பாக இஸ்லாமியர்களின் காட்டுமிராண்டித்தனத்துடன் ஒப்பிடும்போது மேலோங்கியதாகக் கருதப்பட்டது'.[15] இங்கு மதம் என்பது ஒருபோதும் இனத்திலிருந்து வேறுபட்டதாகவோ மதச்சார்பின்மைக்கு நேர் எதிரானதாகவோ கருதப்படவில்லை என்பது வெளிப்படையாக இருக்கிறது. மாறாக ஐரோப்பா, கிறிஸ்தவம் மற்றும் மதச்சார்பின்மை ஆகிய இரண்டையும் கொண்டிருப்பதால் அது மேன்மையானதாகக் கருதப்பட்டது. இந்த மாறுபட்ட நிலை குரோமரின் எழுத்துகளில் அதிகமாக விளக்கப்பட்டுள்ளது. அவர் கிறிஸ்தவம் 'கிழக்கில்' தேக்கமடைந்துவிட்டது ஏனென்றால் அதைப் பின்பற்றுபவர்கள் 'ஓரியண்டல்கள்' (கிழக்கத்தியர்கள்) என்பதால்

---

14. Ibid., p. 34.
15. Ibid

அது முன்னேற்றத்திற்கு எதிராக இருக்கும் அமைப்புகளால் சூழப்பட்டுள்ளது என்று வாதிட்டார்.[16] இங்கே, மதம் என்பது இயல்பாகவே பின்தங்கிய தன்மையின் ஓர் அடையாளமாகப் கருதப்படவில்லை, ஆனால், அது இன ரீதியாக மற்றவர்களால் (ஓரியண்டல்கள்) பின்பற்றப்படும்போது, கிறிஸ்துவம் கூட 'மதத்தின்' தேக்கமடைந்த' நிலைமைக்கு மாறக்கூடும் என்பதை நாம் பார்க்கிறோம்.

நான் இளம் இஸ்லாமியர்களுடன் இஸ்லாமிய வெறுப்பை ஆராயும் பயிலரங்குகளை நடத்தும்போது, மரபு ரீதியாக அவர்கள் அதிகமாகக் குறிப்பிடுவது, அவர்கள் அறிவற்றவர்களாகவும் பகுத்தறிவற்றவர்களாகவும் நவீனமற்றவர்களாகவும் கருதப்படும் விதங்களாகும். இஸ்லாமியர்களின் இன ரீதியான பின்தங்கிய தன்மையினால் அவர்களின் நம்பிக்கைகளும் அறிவுகளும் களங்கப்படுத்தப்பட்டுள்ளதாகக் கட்டமைத்த காலனியாதிக்கக் கோட்பாடுகளுடன் நேரடியாகத் தொடர்புடைய இத்தகைய கருத்துகளின் அடிப்படையில் அவர்கள் தனிப்பட்ட முறையிலும் நிறுவன ரீதியாகவும் இழிவுபடுத்தப்படுகிறார்கள். மேலும், இது அவர்களின் இஸ்லாத்துடன் மட்டும் சுருக்கப்படவில்லை. கல்வி முறைகள் ஐரோப்பியச் சிந்தனைகளை உலகளாவிய பொதுவான 'தத்துவம்' என்றும், ஆனால் பிற பகுதிகளிலிருந்து வரும் கருத்துகளை 'ஆப்பிரிக்க மதம்', 'கிழக்கத்திய மருந்துகள்' அல்லது 'கிழக்கத்திய எண்ணம்'[17] என்று அந்தப் பகுதிகளுக்கு மட்டுமே உரியவையாகக் கற்பிக்கும் விதத்தைச் சிந்தியுங்கள். உலகின் ஒரு சிறிய பகுதியிலிருந்து, மிகவும் ஒரு குறிப்பிட்ட காலகட்டத்திலிருந்து (அறிவொளி பெற்ற ஐரோப்பா) வந்த கருத்துகளை அனைவருக்கும், அனைத்து இடங்களிலும் பொருந்தக்கூடிய உண்மையாகவோ அறிவாகவோ அல்லது நம்மைப் பற்றிச் சிந்திப்பதற்கான ஒரே சரியான வழியாகவோ கருத முடியாது. சகிப்புத்தன்மையை உறுதிப்படுத்துவதற்கு வெகு தொலைவில், இஸ்லாமிய இளைஞர்கள் எப்போதும் என்னிடம் சொல்வதைப் போல, அத்தகைய ஒரு உலகப் பார்வையின் ஒருசார்பு நிலையும் சகிப்புத்தன்மையின்மையும்

16. Ibid., p. 44.

17. Dipesh Chakrabarty, *Provincializing Europe* (Princeton University Press, 2000), p. 30.

மாறாதவையாகும். மேலும், 'கல்வியாளரும் ஆய்வாளருமான சுஹ்ரையா ஜிவ்ராஜ் என்னிடம் சொன்னதைப் போல, நம்முடைய மக்களை 'மதச்சார்பற்ற நவீனர்களாக' மாற்றும் சிந்தனையுடன் நாம் இன்னும் மிகவும் பிணைந்துள்ளோம்'.

மதத்தை இனமாக்குதல்

மதச்சார்பின்மை தொடர்புடைய கருத்துகளில் உள்ள முரண்பாடுகள் அத்தியாயம் 7இல் மேலும் விளக்கப்பட்டுள்ளது. ஆனால் இன உருவாக்கலின் வரலாற்றை நாம் கருத்தில் கொள்ளும்போது குறிப்பிட வேண்டிய முக்கியமான ஒன்று, சமகால ஐரோப்பாவின் மதப் பாரம்பரியம் என்பது கிறிஸ்தவம் அல்லது சில நேரங்களில் கூறப்படுவது போல யூத-கிறிஸ்துவம் மட்டுமே அல்ல. எட்டாவது மற்றும் பதினைந்தாவது நூற்றாண்டுகளுக்கு இடையில், 700 ஆண்டுகள், ஸ்பெயின் மற்றும் போர்ச்சுகல்லின் பெரும்பகுதி இஸ்லாமியர்களால் ஆட்சி செய்யப்பட்டது. அவர்களின் அறிவுசார் தாக்கம் ஐரோப்பாவின் மறுமலர்ச்சிக்கான நிலைமைகளை உருவாக்கியது.[18] அந்தப் பகுதியின் (ஐபீரிய தீபகற்பம்) இஸ்லாமியர்கள் 'மூர்ஸ்' என்று அறியப்பட்டனர். இவர்கள் ஆரம்பத்தில் பூர்வீக வட ஆப்பிரிக்கர்கள் மற்றும் அரேபியர்களின் ஒரு குழுவாக இருந்தனர். இருப்பினும், 1492இல் இஸ்லாமிய வம்சம் வீழ்ந்தபோது, தீபகற்பத்தில் உள்ள பெரும்பாலான மூர்கள் ஐபீரிய மதத்திற்கு மாறியவர்களின் வழித்தோன்றல்களாக இருந்தனர்.[19] அந்த நேரத்தில் அவர்கள் தீபகற்பத்தின் பொருளாதார, சமூக வலைப்பின்னலில் தவிர்க்க முடியாதவர்களாக இருந்தனர். ஆயினும்கூட, புதிய கத்தோலிக்க ஆட்சியாளர்கள் யூத மக்களுடன் இணைந்து அவர்களைக் கிறிஸ்தவ மதத்திற்கு மாற அல்லது வெளியேறக் கட்டாயப்படுத்தினர்.

அடுத்த 200 ஆண்டுகளில் சுமார் ஒரு மில்லியன் மூர்கள் நாடு கடத்தப்பட்டிருப்பார்கள் அல்லது வெளியேற்றப் பட்டிருப்பார்கள் என்று வரலாற்றாசிரியர்கள்

---

18. https://blackhistorymonth.org.uk/article/section/history-of-slavery/africa before-transatlantic-enslavement/ (accessed July 2021).
19. Richard Fletcher, *Moorish Spain* (New York: H Holt, 1992).

மதிப்பிடுகின்றனர்.[20] அங்கேயே தங்கியவர்களும் மதம் மாறியவர்களும் கத்தோலிக்க மதத்திற்கான அவர்களின் விசுவாசத்தின் மீதான சந்தேகத்தை எதிர்கொண்டனர்.

அது அவர்கள் ஒட்டோமான் (Ottoman) படையெடுப்பை ஆதரிக்கக் கூடும் என்ற பயத்துடன் இணைந்திருந்தது. இறுதியில் இது அவர்களின் பழைய மதம், உண்மையாகவே அவர்களின் இரத்தத்தில் இருந்தது என்ற நம்பிக்கைக்கு இட்டுச் சென்றது. அது அவர்களை உண்மையான கிறிஸ்துவர்களாக மாறுவதிலிருந்து தடுக்கிறது. மூரிஷ் பாரம்பரியத்திலிருந்து வந்த கிறிஸ்தவர்களுக்கு எதிராகத் தொடர்ச்சியாகக் குறிப்பிட்ட தொழில்களிலும் பல்கலைக்கழகக் கல்லூரிகளிலும், இதர பலவற்றிலும் பாகுபாடு காட்டப்பட்டது. இன்று நாம் 'மதக் குழு' என்று அழைக்கக்கூடியவற்றிற்கும், பெரும்பாலும் 'இனம்' என்று நாம் அழைக்கும் பாரம்பரியப் பண்புகளுக்கும் இடையே ஒரு தெளிவற்ற வேறுபாடு ஏற்பட்டதை இங்கு நாம் கவனிக்க வேண்டும். 1500களுக்கு முன்பே மதம் கிட்டத்தட்ட 'இனப்' பரிமாணங்களைக் கொண்டிருந்தது.

கத்தோலிக்க ஸ்பெயின் அமெரிக்காவைக் காலனித்துவப்படுத்தத் தொடங்கியபோது, தூய்மையற்ற இரத்தம் பற்றிய இந்தச் சிந்தனைகள் பூர்வீக அமெரிக்கர்கள் பற்றிய விவாதங்களிலும் மெதுவாகப் பரவியது. அவர்களைக் கிறிஸ்தவ மதத்திற்கு மாற்ற முடியுமா அல்லது மூர்களைப் போல அவர்களின் பழைய மதம் அவர்களின் இரத்தத்தில் இருக்குமா? மதம் மாற்ற அவர்களுக்கு ஆன்மா கூட இருக்கிறதா? பூர்வீக மக்கள் ஐரோப்பியர்களைப் போல ஒரே இனத்தைச் சேர்ந்தவர்களா என்பதைப் பற்றிய இந்த விவாதங்கள் அவர்கள் எவ்வாறு நடத்தப்பட வேண்டும் என்பதைப் பற்றிய முடிவுகளுக்கு வழிவகுத்தது. கத்தோலிக்க ஸ்பெயின் தனது செயல்கள் 'நியாயமானதா' என்பதைப் பற்றிக் கவலைப்படாமல் ஆன்மாக்களற்ற மக்கள் கொல்லப்படலாம், ஏனென்றால் அவர்கள் மனிதர்களாகவே கருதப்படவில்லை.[21]

அமெரிக்க பூர்வகுடி மக்கள் இனப்படுகொலை மற்றும் ஐரோப்பிய நோய்களைப் பரப்புதல் மூலமாகக் கொல்லப்

20. Matthew Carr, *Blood and Faith: The Purging of Muslim Spain, 1492–1614* (London: Hurst & Company, 2017).

21. Mandalado-Torres, Coloniality of Being, p. 246.

பட்டதால், காலனியாதிக்கவாதிகள் அமெரிக்க நிலத்தின் வளங்களைச் சுரண்டுவதற்கு விலையற்ற தொழிலாளர் படைக்கு வேறு இடங்களைப் பார்த்தனர். சஹாரா-கீழமை ஆப்பிரிக்கர்கள் அதற்குச் சிறந்த தேர்வாகக் கருதப்பட்டனர்.[22] பூர்வகுடி அமெரிக்கர்கள் பார்க்கப்பட்டது போல, அவர்கள் ஐரோப்பியர்களின் அதே இனத்தைச் சேர்ந்தவர்களா என்பதைப் பற்றிய எந்தவொரு விவாதமும் அங்கில்லை. அவர்கள் இயற்கையாகவே அடிமைத்தனத்திற்கு ஏற்றவர்கள் என்று வசதியாக முடிவு செய்யப்பட்டது. ஐரோப்பியர்களின் இலாபத்திற்காக அவர்களின் மனிதத்தன்மை பறிக்கப்பட்டது, பண்டமாக்கப்பட்டது. அப்போதும் கூட அங்கு மூர்களைப் பற்றிய கருத்தாக்கங்களின் காரணமாக அடிமைப்படுத்தப்பட்ட இஸ்லாமியர்கள் தங்கள் இஸ்லாமியர் அல்லாத சகாக்களிலிருந்து வேறுபட்டவர்களாகக் கருதப்பட்டனர். இது இனத்தையும் மதத்தையும் பற்றிய நமது கருத்துகள் எவ்வாறு பின்னிப் பிணைந்துள்ளது என்பதை மேலும் வெளிப்படுத்துகின்றது.

உதாரணமாக, 1522இல், ஹிஸ்பானியோலா தீவில் (இன்றைய ஹெய்டி மற்றும் டொமினிக்கன் குடியரசு) மேற்கு ஆப்பிரிக்காவைச் சேர்ந்த அடிமைப்படுத்தப்பட்ட இஸ்லாமியர்கள் பதிவு செய்யப்பட்ட முதல் அடிமைப் புரட்சியை முன்னெடுத்த பிறகு, ஸ்பெயினின் ஐந்தாம் சார்லஸ் இஸ்லாத்தைக் கற்றவர்களாகச் சந்தேகிக்கப்படும் அடிமைகளை அமெரிக்காவிலிருந்து வெளியேற்ற முயற்சித்தார்.[23] பெரும்பாலான அவரது கவலை அடிமைப்படுத்தப்பட்ட இஸ்லாமியர்கள் புரட்சி செய்ய அதிக வாய்ப்புகள் இருப்பதைப் பற்றி இருந்ததற்குக் காரணம் மூர்கள் நம்பத்தகாதவர்கள் என்ற மூர்களைப் பற்றிய முந்தைய அச்ச உணர்வுடன் தொடர்புடையது. இத்தகைய வரலாற்றுத் தொடர்புகள், தங்கள் கறுப்பு மற்றும் இஸ்லாமிய மக்கள் ‘ஆபத்தானவர்கள்’ என்ற அமெரிக்க ஐக்கிய நாடுகளின் தற்போதைய கற்பனை அமெரிக்காவில் முதல் இஸ்லாமிய இருப்பு ஆப்பிரிக்கராக இருந்ததிலிருந்தே காலனியவாதக் கற்பனையில் பின்னிப் பிணைந்த வேர்களைக் கொண்டிருப்பதை நமக்கு நினைவுபடுத்துகிறது. இந்த வரலாறு கறுப்பர் எதிர்ப்பு இனவெறியைக் கவிழ்த்தாமல் இஸ்லாமிய

22. Ibid., p. 247.

23. https://medium.com/s/story/the-misidentification-of-black-muslims-2de4d214da12 (accessed, September 2020).

எதிர்ப்பு இனவெறியைக் கவிழ்க்க முடியாது என்பதையும் இஸ்லாமியர்கள் மேற்கத்திய நாடுகளுக்கு வெளிப்புறத்தைச் சேர்ந்தவர்கள் என்ற கற்பிதங்கள் புனையப்பட்டவை என்றும் எடுத்துக்காட்ட உதவுகிறது.

கடந்த காலத்தில் மக்கள் குழுக்களை அச்சுறுத்தல்களாகவும் ஆன்மாக்களற்றவர்களாகவும் அசுத்தமானவர்களாகவும் வகைப்படுத்தியது இன்று இஸ்லாமியர்களை ஆபத்தானவர்களாகவும் மதச்சார்புடையவர்களாகவும் வெறியர்களாகவும் வகைப்படுத்தும் மேற்கத்திய நாடுகளின் அரசியல் மற்றும் பொருளாதார நோக்கங்களைச் செயல்படுத்த உதவும் அதே அமைப்பின் ஒரு பகுதியாகும்.

வெள்ளை மேலாதிக்கம் இருக்கும் வரை இஸ்லாமிய வெறுப்பு அழியாது

என்னுடைய கருத்தானது நம்மிடையே வெளிப்படையான வேறுபாடுகள் இல்லை என்பதல்ல, வேறுபாடுகள் இருக்கின்றன. ஆனால் இனத்தையும் இனவெறியையும் வரலாற்று ரீதியில் உருவாக்கப்பட்டவை என்று மிகக் குறுகியதாகப் பார்த்தாலும் கூட, அந்த வேறுபாடுகள் எப்போதுமே தற்போது அவை கொண்டிருக்கும் பொருளைக் கொண்டிருக்கவில்லை என்பதைப் பார்க்கிறோம். காலனியாதிக்கத்திற்கு முந்தைய காலங்களில் இருந்த நிறவெறி போன்ற வெவ்வேறு தோற்றமுடைய மக்களுக்கிடையே இருந்த வரலாற்று ரீதியான பாகுபாடுகள் அல்லது ஒடுக்குமுறைகள், ஐரோப்பிய வெள்ளைத் தன்மையினை ஒரு தரமாகக் கொண்ட ஒப்பீட்டை அடிப்படையாகக் கொண்டு மனிதர்கள் எந்த அளவுக்கு நாகரிகமானவர்கள், அறிவார்ந்தவர்கள் என்பது பற்றிய பொருளைத் திணிக்கவில்லை. இதுதான் இன்று நமக்குத் தெரிந்த இன வேறுபாடு பற்றிய கருத்துகளை வேறுபடுத்திக் காட்டுகிறது. அவை ஐரோப்பிய காலனியாக்க மற்றும் ஐரோப்பிய மையமாக்கத் திட்டங்களிலிருந்து பிரிக்க முடியாதவையாகும். எனவே, இனமும் இனவெறியும் நம் வாழ்க்கைக்கும் உலகிற்கும் மையமாக இருப்பது காலனியாதிக்கம் வெறுமனே கடந்த காலத்தில் நடந்த ஒரு தவறு அல்ல, அது இன்னமும் நடந்துகொண்டிருக்கிறது, நம்

உலகின் கட்டமைப்பினுள் ஊடுருவியுள்ளது என்கிற ஒரு மறைக்க முடியாத நினைவூட்டலாகும்.

இனங்களாக்கப்பட்ட மக்களை – இனரீதியாகப் பிரிக்கப்பட்ட மக்களை – உடைமையாக வைத்திருப்பதிலிருந்தும், அவர்களின் வளங்கள் அல்லது நிலங்களிலிருந்தும் உருவாக்கப்பட்ட செல்வம்தான் இன்று நலத்திட்ட அமைப்புகள் முதல் வங்கிகள், பல்கலைக்கழகங்கள் மற்றும் பெருநிறுவனங்கள் வரை நம்மைச் சுற்றியுள்ள நிறுவனங்கள் மற்றும் போக்குகளின் அடிப்படையாகும். மறுபுறம், அந்த வளங்களின் திருட்டு நிலங்களைப் பாழாக்கியதும் மாசுபடுத்தியதும்தான் இன்று மில்லியன் கணக்கான மக்கள் இடம்பெயர்வதற்கும் ஐரோப்பாவில் தஞ்சம் கோருவதற்கும் காரணமாகும். காலனித்துவத்தின் தாக்கமானது பொது அறிவாக நாம் ஏற்றுக்கொள்ளும் கருத்துகளிலும் நாம் நிராகரிக்கும் கருத்துகளிலும் அறிவு, புவியியல், பொருளாதாரம், நிர்வாகம் மற்றும் நம்மைப் பற்றி நாம் சிந்திக்கும் முறைகளிலும், நமது ஆசைகளிலும், மதிப்பு மற்றும் உண்மைத்தன்மையைத் தீர்மானிப்பதற்கான அளவுகோல்களிலும், நடத்தைகளையும் இடத்தையும் நாம் வகைப்படுத்தும் முறைகளிலும் நீடித்திருக்கிறது. சில அறிஞர்கள் இந்த நீடித்திருக்கும் தாக்கத்தை, 'காலனியத்தன்மை'[24] என்று அழைக்கிறார்கள். நெல்சன் மல்டனாடோ-டோர்ரெஸின் சொற்களில், காலனித்துவம் வெளியே தெரியக்கூடிய பல வழிகளில் முடிவடைந்திருந்தாலும் 'நவீன மனிதர்களாக, நாம் ஒவ்வொரு நாளும் எல்லா நேரமும் காலனித்துவத்தைச் சுவாசிக்கிறோம்'.[25] இது எங்கும் நிறைந்திருப்பதைப் புரிந்து கொள்வதன் வழியே மட்டுமே இஸ்லாமிய வெறுப்பை இனவெறியின் மற்றொரு வெளிப்பாடாக நாம் புரிந்துகொள்ளத் தொடங்க முடியும்.

'இனம்' என்பது வரலாற்றுச் சூழல்களிலிருந்து வருகிறது, இயற்கையிலிருந்து அல்ல. பதிமூன்றாம் நூற்றாண்டு ஐரோப்பாவைச் சேர்ந்த ஒரு மூர், 1980களில் நியூயார்க்கில் 'ஆப்பிரிக்க-அமெரிக்கன்' என்று வகைப்படுத்தப்பட்டிருக்கலாம் அல்லது இலண்டனில் இன்று 'இஸ்லாமியர்' என்று வகைப்படுத்துவதைப் போல இன வகைப்படுத்தப்பட்டிருக்கலாம்.

---

24. Maldonado-Torres, *Coloniality of Being*.
25. Ibid., p. 243.

நாம் நம்மையும் ஒருவருக்கொருவரையும் இனங்களாக வகைப்படுத்தியது ஒரு பரந்த வரலாற்றால் உருவாக்கப்பட்டதாகும். அது சமகால அரசியல் சூழ்நிலைக்கு ஏற்ப பரிணாமம் அடையக் கூடியதாகும். காலஞ்சென்ற கலாச்சாரக் கோட்பாட்டாளரும் சமூகச் செயற்பாட்டாளருமான ஸ்டுவர்ட் ஹாலின் சொற்களில், இனம் என்பது ஒரு 'குறிப்பாளர்' ஆகும். அதன் பொருள், இனம் அதன் 'உயிரியல், உடலியல் அல்லது மரபியல் வரையறைகள் மூலம் முன் கதவு வழியாக வெளியேற்றப்பட்டாலும் கூட, அது வராண்டாவைச் சுற்றி ஜன்னல் வழியாக மீண்டும் உள்ளே நுழைய முனைகிறது'.[26] வேறு சொற்களில், மார்டனின் மண்டையோட்டை அளவிடுதல் போன்ற சோதனைகள் காலப் போக்கில் மதிப்பை இழந்தாலும் நாம் இன்னும் 'சமூக, அரசியல் அல்லது கலாச்சார நிகழ்வுகளுக்கான' விளக்கங்களை மக்களின் 'இனரீதியான பண்புக்குள்' வேரூன்ற முயற்சிக்கிறோம்.

இஸ்லாமிய வெறுப்பு என்று வரும்போது அதற்கு மிகவும் பொதுவான எடுத்துக்காட்டு, 'பயங்கரவாத வன்முறை' ஏதோ இஸ்லாமியர்களுடன் இயல்பாகவே இருக்கும் அவர்களின் இனரீதியான பண்பின் வெளிப்பாடு என்பதைப் போல விளக்கப்படுவதாகும். வேறு சொற்களில், அத்தகைய வன்முறைகளின் மூலக் காரணங்களைக் கண்டறிவதற்குப் பதிலாக, இது இஸ்லாமிய கலாச்சாரம், மதம் அல்லது சித்தாந்தத்தின்' வெளிப்பாடு என்று நமக்குச் சொல்லப்பட்டிருக்கிறது. தீவிரவாதம் இஸ்லாமியர்களின் ஒரு சிறு பகுதியினருக்கு மட்டுமான பிரச்சினை என்று சொல்பவர்கள் கூட, அது இஸ்லாமியர்களின் பிரச்சினை என்று ஒத்துக்கொள்கிறார்கள். இவ்வாறு கலாச்சாரம், மதம் மற்றும் சித்தாந்தம் ஆகியவை இனத்தை மறுவரையறை செய்கின்றன, ஏனெனில் அவை இஸ்லாமியர்கள் தங்களுக்குள் கொண்டுள்ள உள் பண்புகளாகக் கற்பனை செய்யப்படுகின்றன, அவை 'மேற்கத்திய' மதிப்புகளுடன் அல்லது 'மேற்கத்திய' கலாச்சாரத்துடன் மோதுகின்றன. கிழக்கத்தியவாதிகளும் அறிவொளி பெற்ற சிந்தனையாளர்களும் இன ரீதியான தாழ்ந்த நிலையின் அறிகுறிகளாக உடல் அம்சங்கள், புவியியல், பெண்களின் உடை ஆகியவற்றை விவரித்ததைப் போலவே, இன்று சிந்தனைக் குழுக்களும் உளவியலாளர்களும் கல்வியாளர்களும் உளவுத்துறைகளும் காவல்துறையும் குற்றவியலாளர்களும் அரசாங்கங்களும் ஹிஜாப்,

---

26. Stuart Hall, *Race, The Floating Signifier transcript*, (Online: Mediaed, 1997), p. 7.

தாடி, அரபு மொழி பேசுவது, ஹலால் உணவு உண்பது மற்றும் பலவற்றை வன்முறை, பகுத்தறிவின்மை, காட்டுமிராண்டித்தனம் ஆகியவற்றின் 'இஸ்லாமிய சாரத்தின்' அறிகுறிகள் என்று விவரிக்கின்றன. இதுதான் இனத்தைக் கட்டமைப்பதாகும். இவ்வாறு இன ரீதியாகக் கட்டமைக்கப்பட்டுள்ளதால் இஸ்லாமியர்கள் மிருகத்தனமாக நடத்தப்படுகிறார்கள், காவல்படுத்தப்படுகிறார்கள், சுரண்டப்படுகிறார்கள், தேவையற்றவர்களாக ஆக்கப்படுகிறார்கள். இதுதான் இனவெறி ஆகும்.

கூடுதலாக, இனமயமாக்கலின் காரணமாக இஸ்லாமியர் அல்லாத ஆனால் அவர்களின் தோற்றம் மற்றும் செயல்களின் அடிப்படையில் இஸ்லாமியர்கள் என்று கருதப்படுகிற மக்களும் வன்முறையை எதிர்கொள்கிறார்கள். எடுத்துக்காட்டாக டர்பன் அணிந்த சீக்கிய ஆண்கள் இஸ்லாமியர்கள் என்று கருதப்பட்டதால் தாக்கப்பட்டனர். மேலும் மோசமானதாக, 2005இல் ஜீன் சார்லஸ் டி மெனிசிஸ் என்ற ஒரு பிரேசிலியன் அவரது 'மங்கோலிய கண்கள்' காரணமாக 7/7 குண்டுவெடிப்புத் தாக்குதலில் ஈடுபட்டவர்களில் ஒருவராகக் கருதப்பட்டதால் அவர் இலண்டன் பெருநகரக் காவல்துறையால் கொல்லப் பட்டார்.[27]

இனரீதியான ஒடுக்குமுறை என்பது இனத்தின் 'உண்மையை' அடிப்படையாகக் கொண்டது அல்ல, அது நிலையான பொருள் சார்ந்த - வழக்கமாகப் பொருளாதார நன்மைகளுக்காக ஒட்டுமொத்த மக்கள் குழுவையும் மனிதத் தன்மையற்றவர்களாக மாற்றும் ஒரு கருத்தியல் உத்தியாகும். எனவே நாம் காலனித்துவத்தை முழுமையாக ஒழிக்காமல் இஸ்லாமிய வெறுப்பை முடிவுக்குக் கொண்டு வர முடியாது. அது மிகவும் சவாலானதாகத் தோன்றினாலும் அதை முழுமையாக ஒழிக்க முடியும், ஏனென்றால் நிலைமை எப்போதும் இப்படியே இருந்ததில்லை. வரலாற்றுத் தொடக்கம் உள்ள எதற்கும் முடிவும் இருக்கக் கூடும். என்றாலும் ஒருசார்புக்கு எதிராகப் பயிற்சி அளிப்பதும் நேர்மறை பிரதிநிதித்துவம் அளிப்பதும் அதிகாரமிக்க பதவிகளை அடைவதும் அதை ஒழிக்காது. மாறாக, காலனித்துவத்தில் நம்முடைய உழைப்பைச் செலுத்துவதை

---

27. https://theguardian.com/commentisfree/2015/nov/18/shoot-to-kill-terror-fear-prejudice-jean-charles-de-menezes (accessed December 2020).

முழுமையாக நிறுத்திக்கொள்ள நாம் உறுதிகொள்ள வேண்டும். அதாவது, சிறை ஒழிப்புவாதி மரியமே காபா சொல்வதைப் போல, 'நாமும் நம்மை மாற்றிக்கொள்ள வேண்டிய அவசியம் உள்ளது, ஏனெனில் மாற்றியமைக்க முயற்சிக்கும் அதே அமைப்பினுள் நாம் ஆழமாகப் பின்னிப்பிணைந்துள்ளோம்'.[28]

இது பல நிறமுடைய மக்களுக்கு, நம் கறுப்புச் சகோதரர்களுக்கு பாதிப்பை ஏற்படுத்தும் இனரீதியான படிநிலையில் பங்கேற்பதை உள்ளடக்கிய வெள்ளைத்தன்மையுடன் நெருக்கத்தைத் தேடுவதை நிறுத்த வேண்டும் என்று பொருள்படும். ஆனால் நம் அனைவருக்கும் இது காலனியாதிக்கத்தின் தாக்கங்களை அவை தீய தன்மையுடையதாக மற்றும் உணர்ச்சிப்பூர்வமான ஒடுக்குமுறையாக வெளிப்படும்போது மட்டுமல்லாமல் அவை தாராளவாத, மதச்சார்பற்ற கொள்கைகளாக வெளிப்படும்போதும் எதிர்க்க வேண்டும் என்று பொருள்படும். ஒருங்கிணைப்பு, சகிப்புத்தன்மை அல்லது 'மதத்தின் தனியார்மயமாக்கல்' போன்ற அத்தகைய கொள்கைகள் காலனியாதிக்கத்தின் சொற்களாகும், எனவே அவை சரண்டல் மற்றும் அழித்தொழிப்பின் சொற்களாகும். நாம் இந்த நூலில் பின்னர் பார்க்க இருப்பதைப் போல, அந்தக் கொள்கைகள் இனவெறித் திட்டங்களையும் உத்திகளையும் மறைக்க அவ்வப்போது பயன்படுத்தப்படும் வழிகளில் அது தெளிவாகிறது. அவை மேற்கத்திய நாடுகள் பகுத்தறிவு, மதச்சார்பின்மை மற்றும் உரிமைகளின் தாயகம். எனவே அவை இனவெறியின் தாயகமாக இருக்க முடியாது என்று சொல்வதன் மூலம் இன்று பிரிட்டனைப் போன்ற காலனிய நாடுகளின் இனவெறியை மறுக்கவும் மறைக்கவும் செய்கிறது. ஆனால் அந்த நாடுகளுக்குள் அத்தகைய தாராளவாத கொள்கைகள் எப்போதும் அங்கிருந்த ஒடுக்குமுறையாலே தக்கவைக்கப்பட்டன.

---

28. Mariame Kaba, *We Do This 'til We Free Us: Abolitionist Organizing and Transforming Justice* (Chicago: Haymarket Books, 2021), p. 4.

அத்தியாயம் 2

சர்வதேசப் பாதுகாப்பு என்ற பெயரில் முடிவில்லாக் கொள்ளை

நாங்கள் என்னுடைய கணவரின் உடலைப் பார்த்தபோது, அனைத்தையும் கீழே போட்டுவிட்டு ஓடுவதைத் தவிர எங்களுக்கு வேறு வழியேதும் இருக்கவில்லை. எங்கள் உயிருக்காக நாங்கள் தப்பி ஓடினோம். எங்கள் கால்நடைகளைக் கூட விட்டுச் சென்றோம்... எங்களுடைய வீடுகள் அழிக்கப்பட்டன, கால்நடைகள் அழிக்கப்பட்டன, பயிர்கள் அழிக்கப்பட்டன, மக்கள் அழித்தொழிக்கப்பட்டார்கள். தற்போது எங்களிடம் ஒரு ஒற்றைப் பை கூட இல்லை, போவதற்கு ஒரு வீடு கூட இல்லாமல் தனிமையில் விடப்பட்டோம். மழை பெய்யும்போது நானும் குழந்தைகளும் மரத்தின் அடியில் தங்கினோம். - ஹவா ஹாஜி ஏடன், ஜனாலே, சோமாலியா.[1]

முஸ்தபா, நான் அவனை எப்படி விவரிக்க முடியும்? அவன் என் முதல் குழந்தை. அவன் என் வாழ்க்கையை அழகாக்கினான். அவனுக்குக் கிட்டத்தட்ட இரண்டு வயது இருக்கும்... மாலை தொழுகைக்கான அழைப்பு தொடங்கியது, அனைவரும் வீட்டிற்குள் இருந்தார்கள். நோன்பைத் துறந்தோம். அதற்கடுத்து எனக்குத் தெரிந்தது என்னவெனில் எனக்கு அருகில் முஸ்தபா அவனுடைய குடல் மண்ணில் கிடத்தப்பட்டுக் கிடந்தான். என்னுடைய கை வெட்டப்பட்டு என்னுடைய இடுப்பிலிருந்து சதை கிழித்தெறியப்பட்டிருந்ததை உணர்ந்தேன்... மருத்துவர் முஸ்தபாவின் மீது அறுவை சிகிச்சை செய்ய முடியாது

1. https://bylinetimes.com/2020/05/06/so-much-agony-and-suffering-eye-witness-accounts-of-us-somalia-drone-strikes/ (accessed Jan 2021).

என்றும் அவனுடைய இறப்பை ஏற்றுக்கொள்ள எங்களை, தயார்படுத்திக்கொள்ளவும் சொன்னார்... என் இதயத்திலுள்ள அந்தக் காயம் என்றுமே மறையாது. - நிதல் ஆபேத், ஃபலுஜா, ஈராக்.[2]

அவர்கள் என்னுடைய சகோதரர்களை நிர்வாண மாக்கினார்கள், ஒரு கத்தியால் அவர்களின் ஆடைகளைக் கிழித்து அகற்றினார்கள். எங்களின் தாடிகளை மழித்தார்கள். அதுவரை நான் தாடியுடனே பார்த்திருந்த சகோதரர்கள் - வெள்ளைத் தாடியுடனே பார்த்திருந்த மூத்த சகோதரர்கள் - குழந்தைகளைப் போல அழுதார்கள்... அதற்குப் பிறகு அவர்கள் எங்களை இந்த விமானத்திற்கு அழைத்துச் சென்றார்கள். M16 நீள் துப்பாக்கிகள் மற்றும் குளோக் கைத் துப்பாக்கிகள் ஏந்திய வீரர்கள் எங்களைத் தள்ளி முட்டிபோடச் செய்தார்கள். கால்களில் சங்கிலிகள். கைகளில் சங்கிலிகள். தலைகள் துணியால் கவரப்பட்டன... நாய்கள் குறைக்கின்றன, துப்பாக்கிகள் எங்களை நோக்கிக் குறிவைக்கப்படுகின்றன... அவர்கள் என்னைக் கொல்லப் போகிறார்களா? நான் என்னுடைய குடும்பத்தை மறுபடியும் பார்க்கப் போகிறேனா? அவர்கள் இப்போது வெறுமனே என்னுடைய நினைவு மட்டும்தானா? - மொயஸ்ஸம் பெக், பர்மிங்காம், இங்கிலாந்து.[3]

பயங்கரவாதத்தின் மீதான போர் என்கிற பெயரால் ஏற்பட்ட கணக்கிட முடியாத அழிவையும் துயரத்தையும் மரணத்தையும் விவரிக்க எவ்வளவு குரல்கள் இருந்தாலும் போதாது. அதன் குண்டுவீச்சுகள், சோதனைகள், ட்ரோன்கள் (Drones), சித்திரவதை, கடத்தல், பாலியல் வன்முறை, இடம்பெயர்தல், முறைகேடு மற்றும் அழிப்பு ஆகியவை எதிர்காலச் சந்ததியினரை வடிவமைக்கும். சிலருக்கு, பயங்கரவாதத்தின் மீதான போர் என்பது கடந்த காலத்தின் ஒரு நினைவுச்சின்னம் போன்றது - 9/11 தாக்குதல், ஜார்ஜ் புஷ், ஆப்கானிஸ்தான் மற்றும் ஈராக் ஆகியவற்றுடன் தொடர்புடைய ஏதோவொன்று. ஆனால் எங்களைப் பொருத்தவரை, 'எங்கள் சிறுவர்கள்' பெருமளவு வீடு திரும்பியிருக்கிறார்கள், ஒசாமா பின்லேடன் போன்ற பூச்சாண்டிகள் இறந்துவிட்டார்கள், இனி நாங்கள் போரில்

---

2. https://bbc.co.uk/iplayer/episode/p08kr4ws/once-upon-a-time-in-iraq-series-1-3-fallujah (accessed August 2020).

3. https://youtube.com/watch?v=Uyn5uqdlP2A (accessed September 2020).

இருப்பதாகத் தோன்றவில்லை. ஆம், *ISIS* இன்னும் இருக்கிறது, நாமும் ட்ரோன் தாக்குதல்களைப் பற்றி அவ்வப்போது கேள்விப்படுகிறோம், ஆனாலும் உலகம் சுழன்றுகொண்டுதான் இருக்கிறது அல்லவா?

ஆனால் இதற்கு நேர் எதிராக, எப்போதும் வளர்ந்துகொண்டே இருப்பதாகத் தெரியும் பயங்கரவாத அச்சுறுத்தலுக்கு எதிரான சர்வதேசப் பாதுகாப்பை மேம்படுத்தல் என்ற பெயரில் பயங்கரவாதத்தின் மீதான போர் நிலையானதாகவும் எல்லையற்றதாகவும் மாறியுள்ளது. 2001ஆம் ஆண்டு அமெரிக்கா எதற்கெதிராக வெளிப்படையாகப் போரை அறிவித்ததோ அது தற்போது ஆப்கானிஸ்தானில் நடக்கும் ஒரு திருமணம் முதல், மாட்ரிட்டிலுள்ள ரயில் வண்டிகள் வரை, நைரோபியில் உள்ள ஒரு வணிக வளாகம், தெற்கு பிலிப்பைன்ஸிலுள்ள ஒரு கஃபே, மான்செஸ்டரில் நடக்கும் ஒரு கச்சேரி மற்றும் நைஜீரியாவில் நடக்கும் ஒரு இறுதிச் சடங்கு வரை எங்கும் இருப்பதாகத் தெரிகிறது. உலகம் முழுவதும் ஒரே 'தீவிரவாத எதிரியுடன்' ஒரே போரில் சிக்கித் தவிப்பதாகத் தெரிகிறது. ஆனால் உலகின் இந்த பாதுகாப்புமயமாக்கலால் யார் பாதுகாப்பாக இருக்கிறார்கள்? மேலும் இந்தத் 'தீவிரவாத அச்சுறுத்தல்' மீதான கவனம் எதை மறைக்கிறது?

யாருடைய அச்சுறுத்தல்? யாருடைய போர்?

பயங்கரவாதத்தின் மீதான போரின் கதை, உலகம் நல்ல, சுதந்திரம்-உள்ளம் கொண்ட மக்கள் மற்றும் பயங்கரவாதிகள் என இரண்டாகப் பிளவுபட்டுள்ளதாகக் கருதுகிறது. இந்த இனரீதியான வேறுபாடு காலனித்துவக் கற்பனையின் மூலமும் பெர்னார்ட் லூயிஸ் மற்றும் சாமுவேல் ஹன்டிங்டன் போன்றவர்களின் சமீபத்திய கிழக்கத்தியவாதக் கோட்பாடுகளின் மூலமும் கட்டமைக்கப்பட்டுள்ளது. 1990களில், 'இஸ்லாமிய உலகத்திற்கும்' மேற்கத்திய நாகரிகத்திற்கும்' இடையே அடிப்படைக் கலாச்சார மோதல் இருப்பதாகவும், அது 21 ஆம் நூற்றாண்டை வடிவமைக்கும் என்றும் அவர்கள் கூறினர்.[4] 9/11 தாக்குதல் நடந்த பத்து நாள்களில் அதிபர் ஜார்ஜ் புஷ், 'பயங்கரவாதத்தின் மீதான நம்முடைய போரானது

4. Bernard Lewis, 'The Roots of Muslim Rage', *The Atlantic*, 1990.

அல்கொய்தாவுடன் தொடங்குகிறது. ஆனால் அது அங்கேயே முடிந்துவிடாது... தற்போது ஒவ்வொரு நாடும் ஒவ்வொரு பகுதியிலும் முடிவெடுக்க வேண்டியுள்ளது. ஒன்று எங்களுடன் நீங்கள் இருங்கள், அல்லது பயங்கரவாதிகளுடன் இருங்கள்' என்ற தன்னுடைய பிரபலமான அறிவிப்பில் இதனை வெளிப்படுத்தினார். அமெரிக்க அரசின் வெளியுறவுத் துறை அமைச்சர் அஷ்ராஃப்ட்-இன், 'செப்டம்பர் 11, நாகரிகத்திற்கும் காட்டுமிராண்டித்தனத்திற்கும் இடையே ஒரு தெளிவான எல்லைக் கோட்டை வரைந்தது'[5] என்ற சொற்களில் 9/11 தாக்குதல் உலகத்தை இரண்டாகப் பிளந்தது போல் தெரிந்தது.

நாகரிக மேற்கு மற்றும் காட்டுமிராண்டி கிழக்கு என்ற இந்தக் காலனித்துவ கருத்தாக்கங்கள் நாம் 'பயங்கரவாதம்', 'பயங்கரவாதிகள்' என்ற சொற்களைப் பயன்படுத்தும் ஒவ்வொரு முறையும் உயிர்ப்பிக்கின்றன. அத்தகைய சொற்கள் வன்முறைக்கான காரணங்களைப் பற்றிய நம்முடைய புரிதலைக் குறைமதிப்பிடச் செய்கின்றன. ஏனென்றால் அத்தகைய சொற்கள் அவற்றை அரசியலற்றதாக்குகின்றன. 'பயங்கரவாதி' இஸ்லாமியவாதி, ஜிகாதி, எதிரிப் போர்வீரன், தற்கொலை குண்டுதாரி, அடிப்படைவாதி அல்லது தீவிரவாதி என எவ்வாறு அழைக்கப்பட்டாலும் அவர்களின் வன்முறைக்கான காரணம் இஸ்லாமியக் கலாச்சாரம், சித்தாந்தம் அல்லது மதம், அதாவது ஓர் இனரீதியான சாராம்சம் என்று சொல்லப்படுகிறது. இந்த விளக்கங்கள் பயங்கரவாதம் என்பது இஸ்லாமியர்களுடன் இயல்பாகவே பிணைந்துள்ள ஓர் அச்சுறுத்தலாகப் புரிந்துகொள்ளப்படுகிறது என்பதைக் குறிக்கிறது. இந்தத் தர்க்கம் பயங்கரவாதத்திற்கான காரணம் தீர்க்கப்பட வேண்டிய அரசியல் பிரச்சினை அல்ல. அது ஒழிப்பின் மூலம் மட்டுமே தீர்க்கப்பட முடியும் இஸ்லாமியத்தன்மை எனப் பொருள் தருவதால் இது இறுதியில் இனப்படுகொலைக்கு வழிவகுக்கிறது.

இருப்பினும், இஸ்லாமியத் தன்மையை வன்முறைக்கான காரணமாக எடுத்துக்கொள்வதைத் தாண்டி, 9/11 நிகழ்வைப் புரிந்துகொள்ள வேறொரு வழி இருக்கிறது. 9/11 தாக்குதலுக்குப் பொறுப்பானவர்கள் ஒசாமா பின்லேடனும் அல்-கொய்தாவும் எனப் பொதுவாக நம்பப்படுகிறது. உண்மையில் அவர்கள் 1970 மற்றும் 1980களில் அமெரிக்க ஐக்கிய அரசு மற்றும் CIA

---

5. Richard Jackson, *Writing the War on Terrorism* (Manchester University Press, 2005), p. 62.

பயன்படுத்திய, நிதியளித்த, ஆயுதம் மற்றும் பயிற்சி அளித்த உள்நாட்டுக் கிளர்ச்சியாளர்களின் கொரில்லா குழுக்களிலிருந்து பிறந்தவர்கள். 1979இல் சோவியத் யூனியன் ஆப்கானிஸ்தானை ஆக்கிரமித்த பிறகு கம்யூனிஸ்ட் ஆதிக்கத்தைக் கட்டுப்படுத்தும் ஒரு முயற்சியாக அமெரிக்க ஐக்கிய அரசு இதைச் செய்தது. ஆனால் சோவியத்கள் வெளியேறிய பிறகு, அமெரிக்க ஐக்கிய அரசு அந்தப் பகுதியில் ஆர்வத்தை இழந்தது. அது அங்கு ஒரு அதிகார வெற்றிடத்தை உருவாக்கியதில் உள்நாட்டுப் போர் வெடித்தது, CIA பயிற்சி பெற்ற கெரில்லாப் பிரிவுகளை அதில் சிக்க வைத்தது. 1990இல் அந்தப் பகுதிகளிலிருந்து தோற்றுவிக்கப்பட்ட குழுக்கள் அமெரிக்க ஐக்கிய அரசின் ஏகாதிபத்திய வெளியுறவுக் கொள்கைக்குப் பதிலளிக்க CIA கற்பித்த வழிமுறைகளைப் பயன்படுத்தத் தொடங்கின.

எடுத்துக்காட்டாக, 1993இல், பாலஸ்தீனியர்களுக்கு எதிரான இஸ்ரேலிய அரசின் வன்முறைக்கு அமெரிக்க ஐக்கிய அரசு ஆதரவளித்ததற்கு பதிலடியாக, 'CIA கையேடுகளில் கற்பிக்கப்பட்ட[6] சூத்திரங்களைக் கொண்டு உலக வர்த்தக மையத்தைத் தகர்க்க ஒரு முயற்சி நடந்தது. அமெரிக்க உளவுத்துறை நிபுணர்கள் இதுபோன்ற ஓர் எதிர்வினையை எதிர்பார்த்திருந்தனர் என்றும், அதனால் அவர்கள் ஆச்சரியப்படவில்லை என்றும் பதிவுகள் காட்டுகின்றன. உண்மையில், 1998இல் அமெரிக்க ஐக்கிய அரசின் மற்றொரு வெளியுறவுக் கொள்கைக்கு எதிர்வினையாக நைரோபி, கென்யா மற்றும் டான்சானியாவில் உள்ள தார் எஸ் ஸலாம் ஆகிய பகுதிகளின் அமெரிக்க ஐக்கிய அரசின் தூதரகங்களில் குண்டு வீசப்பட்டபோது, ஒசாமா பின்லேடன் உள்ளிட்டவர்கள் சந்தேகிக்கப்பட்டனர். அமெரிக்க ஐக்கிய அரசின் வெளியுறவுத்துறை அமைச்சர் மேலும் பெரிய குண்டு வெடிப்பும் மற்ற வகையிலான தாக்குதல்களும்கூட நடக்கும் என்ற ஒவ்வொரு சாத்தியக் கூறுகளையும் முன்னரே கணித்தார்.[7]

இவற்றை வைத்துப் பார்க்கும்போது, 9/11 என்பது 'எல்லாவற்றையும் மாற்றிய நாள்' அல்ல, அது அசாதாரணமான வன்முறையுடைய மக்களால் ஏற்பட்ட ஒன்றாகும். இது அமெரிக்க வெளியுறவுக் கொள்கைக்கான வன்முறையான

---

6. Noam Chomsky, *Hegemony or Survival: America's Quest for Global Dominance* (London: Penguin, 2004).
7. https://web.archive.org/web/20000530211831/http://www.state.gov/www/regions/africa/board_introduction.html (accessed October 2020).

எதிர்வினைகளின் அரசியல் வடிவத்தின் ஒரு பகுதியே ஆகும். உண்மையில், 9/11 தாக்குதலுக்கு மூளையாகச் செயல்பட்டதாகக் கூறப்படும் பின்லேடன், சோமாலியாவில் அமெரிக்காவின் வன்முறை, பாலஸ்தீனியர்களுக்கு எதிராக இஸ்ரேலிய அரசுடன் இணைந்தது மற்றும் காஷ்மீருக்கு எதிராக இந்திய அரசுடன் இணைந்ததைக் குறிப்பிட்டு தங்களின் தூண்டுதல் 'மிக எளியது, ஏனென்றால் நீங்கள் எங்களைத் தாக்கினீர்கள், தொடர்ந்து தாக்கி வருகிறீர்கள்' என்று எழுதினார்.[8] 'உங்களுடைய படைகள் எங்களது நாடுகளை ஆக்கிரமித்தன. அந்தப் பகுதிகள் முழுவதும் உங்களுடைய இராணுவத் தளங்களை விரிவாக்கினீர்கள், எங்களுடைய நிலங்களை நாசமாக்கினீர்கள், எங்கள் புனிதத் தலங்களை முற்றுகையிட்டீர்கள்' என்று அவர் விளக்கினார். இதை வைத்து, 9/11 தாக்குதலை இருபதாம் நூற்றாண்டு முழுவதும் பல அரசு சார்பற்ற குழுக்கள் ஏகாதிபத்திய அதிகாரங்களுக்கு எதிராகப் பயன்படுத்திய ஒரு வகையான அரசியல் வன்முறையின் ஒரு வெளிப்பாடாகத் தெளிவாகப் புரிந்துகொள்ள முடியும்.[9] உண்மையில், கடந்த இருபது ஆண்டுகளாக மேற்கில் நடந்த 'இஸ்லாமிய பயங்கரவாதத் தாக்குதல்கள்' மேற்கத்திய வெளியுறவுக் கொள்கையால் தூண்டப்பட்டதாக அங்கு வன்முறையில் ஈடுபட்டவர்களால் தொடர்ச்சியாக விளக்கப்படுகிறது. அதுவே அத்தகைய வன்முறைக்கு முதன்மைக் காரணம் என்று மேற்கத்திய புலனாய்வு அமைப்புகளும் இராணுவத் தலைவர்களும் கூட ஒப்புக்கொள்கிறார்கள்.[10]

எனவே 'பயங்கரவாதத்தின்' மொழி, கலாச்சாரம் அல்லது மத விளக்கங்களின் மீது கவனம் செலுத்துவதின் மூலம் வன்முறைக்கான மூலக் காரணங்களை மறைக்கிறது. வன்முறையைப் பற்றிய ஒரு நேர்மையான கவலை, இதற்கு மாறாக உலகம் முழுவதும் மக்களை அச்சுறுத்தும் ஏகாதிபத்திய வெளியுறவுக் கொள்கையை முடிவுக்குக் கொண்டுவர வழிவகுக்கக் கூடியதாக இருக்கும். அந்த வெளியுறவுக்

8. https://theguardian.com/world/2002/nov/24/theobserver (accessed August 2020)

9. https://opendemocracy.net/en/violence-comes-home-interview-with-arun-kundnani/ (accessed March 2021).

10. Arun Kundnani, *The Muslims Are Coming! Islamophobia, Extremism and the Domestic War on Terror* (Oxford: Blackwells, 2014).

கொள்கைகள்தான் ‘பயங்கரவாதம்’ எதிர்வினையாற்றும் ஆரம்ப வன்முறையாகும். அறிஞர் அருண் குன்ட்னானியின் சொற்களில், ‘பயங்கரவாதத்தின் மீதான போரில்’ வன்முறை என்பது இரண்டு பக்கமும் சார்புடையது: *ISIS* தன்னார்வலர்களாக மாறிய தனிநபர்கள் வன்முறையைப் பயன்படுத்தத் தயாராக இருக்கிறார்கள்; அதே போலத்தான் நம்முடைய சொந்த அரசாங்கங்களும் இருக்கின்றன. நாம் நம்முடைய வன்முறை பகுத்தறிவுடையதாகவும் எதிர்வினையாகவும் இயல்பானதாகவும் இருப்பதாக நினைக்கிறோம், அதே சமயம் அவர்களுடைய வன்முறை மூடநம்பிக்கையுடையதாகவும் முரட்டுத்தனமானதாகவும் இயல்பற்றதாகவும் இருப்பதாக நினைக்கிறோம். ஆனால் நாமும்கூட பத்திரிகையாளர்கள் மீதும் குழந்தைகள் மீதும் மருத்துவமனைகள் மீதும் குண்டு வீசுகிறோம்.’[11]

மேலும், எந்த வகையான வன்முறை அச்சுறுத்தாது என்று கேட்பது மதிப்புடையதாகும். எடுத்துக்காட்டாக, மேற்கத்திய குடியேற்றத் தடுப்புக் காவல் மையங்களிலும் சிறைகளிலும் காவல்துறை அதிகாரிகள் மற்றும் பாதுகாவலர்களின் கைகளில் பெண்கள் அனுபவிக்கும் பாலினம் சார்ந்த வன்முறைகள் நேரடியாகப் பாதிக்கப்பட்டவர்களைப் பாதிப்புக்குள்ளாக்குவது மட்டுமல்லாமல், மற்ற பெண்களுக்கும் இதன் விளைவாகப் பயத்தில் வாழ வேண்டிய ஒரு செய்தியை அனுப்புகிறது. இதேபோல் இனவெறியுடைய காவல் வன்முறையும் இனமாக்கப்பட்ட மக்களிடையே பயத்தைப் பரப்புகிறது. அச்சுறுத்துவது என்பது அரசுகள் எப்படிச் செயல்படுகின்றன, அவற்றின் அதிகாரத்தை எப்படித் தக்க வைக்கின்றன என்பதன் ஒரு பகுதி என்பதை நாம் புரிந்துகொள்வது பயங்கரவாதத்தின் மொழி வன்முறையின் மூலத்தை மறைப்பதில் எப்படிச் சித்தாந்த ரீதியாகச் செயல்படுகிறது என்பதை நாம் அடையாளம் காண உதவுகிறது.

உண்மையில், 9/11 தாக்குதல் மனித வரலாற்றிலேயே ஒரு அசாதாரண நிகழ்வாகச் சித்திரிக்கப்பட்டாலும், இருபதாம் நூற்றாண்டின் பிற்பகுதியில் நடந்த வன்முறைகளுடன் மட்டும் ஒப்பிட்டால் கூட அது அசாதாரணமானதாக இல்லை. 1970கள் மற்றும் 1980களில் ஐக்கிய அமெரிக்க அரசின் கைகளில் நிகராகுவா, கியூபா, பனாமா, மத்திய கிழக்கு, வடக்கு

11. https://opendemocracy.net/en/violence-comes-home-interview-with-arun-kundnani/ (accessed March 2021).

மற்றும் மத்திய ஆப்பிரிக்கா, அங்கோலா, தென் ஆப்பிரிக்கா, இந்தோனேசியா, இலங்கை, வியட்நாம், ஆப்கானிஸ்தான் மற்றும் போஸ்னியாவைச் சேர்ந்த மக்கள் ஆயிரக்கணக்கில் அழிவையும் மரணத்தையும் அனுபவித்தனர்.[12] மேலும், 2001 முதல் ஆப்கானிஸ்தான், ஈராக், சோமாலியா, பாகிஸ்தான், கென்யா, சிரியா, ஏமன் மற்றும் பல்வேறு இடங்களில் இது கிட்டத்தட்ட தொடர்ச்சியாக நிகழ்த்தப்பட்டுள்ளது. தத்துவவாதி ஜார்ஜ் யான்ஸி குறிப்பிடுவதைப் போல, கறுப்பு அமெரிக்கர்களைப் பொருத்தவரையில், '9/11 தாக்குதல் என்பது அமெரிக்க மண்ணில் நடந்த முதல் பயங்கரவாதத் தாக்குதல் அல்ல. கறுப்பு மக்கள் இந்த நாட்டின் வரலாறு முழுவதும் நடந்த வெள்ளை பயங்கரவாதத்தைப் பார்த்திருக்கிறார்கள்'.[13] மேலும் நிச்சயமாக, அமெரிக்க ஐக்கிய அரசின் அடித்தளமே பூர்வீக மக்கள் திரளின் இனப்படுகொலையைச் சார்ந்திருந்தது.

'இஸ்லாமிய பயங்கரவாதத் தாக்குதல்கள்' தனித்துவமான வன்முறைத் தன்மையுடையது அல்ல. அவை அவ்வாறு சித்திரிக்கப்பட்டுள்ளன, ஏனென்றால் குடிமக்கள் மீதான தாக்குதல்கள் என்பது காலனிகளைத் தவிர வேறெங்கும் நடக்கக் கூடியது என்பதும் அது இனமாக்கப்பட்ட மக்களுக்கும் நடக்கக் கூடியது என்பதும் வெள்ளை காலனித்துவ கற்பனைக்குச் சிந்திக்க முடியாததாக இருக்கிறது. 'காலனிகளில்' திரள் படுகொலைகள் என்பது உலகளாவிய பொருளாதார அமைப்பு மேற்கத்திய நாடுகளின் நன்மைகளுக்காக வேலை செய்யும் விதத்தில் ஒரு வழக்கமான பகுதியாகும். இங்கு எப்பொழுதுமே காலனிகளுக்கு ஒரு விதி, பெருநகரங்களுக்கு ஒரு விதி என்று இருக்கிறது.

பயங்கரவாதத்தைப் பற்றிய குறைவான விளக்கங்கள் மேற்கத்திய நாடுகளுக்கு வெளியே நடக்கும் 'பயங்கரவாதத் தாக்குதல்களுக்குப் பின்னாலிருக்கும் நோக்கங்களைத் தெளிவற்றதாக்கவும் செய்கிறது. சில நேரங்களில் 'மதவெறி' அல்லது 'இஸ்லாமிய வெறி' போன்ற சொற்கள் எழுப்பப்படுகிறது, ஆனால் உண்மையான சூழல்களும் வரலாறுகளும் மறைக்கப்படுகின்றன. மாறாக, அத்தகைய வன்முறைகள் மேற்கு அல்லாத பகுதிகளுக்கும் அவற்றின்

---

12. Chomsky, *Hegemony or Survival*.
13. https://truthout.org/articles/george-yancy-to-be-black-in-the-us-is-to-have-a-knee-against-your-neck-each-day/ (accessed August 2020).

மக்களுக்கும் இயல்பானதாகவும் அடிப்படையானதாகவும் சித்திரிக்கப்படுகின்றது.[14] இது நிலையான மேற்கத்திய தலையீட்டை நியாயப்படுத்தும் ஒரு 'இஸ்லாமிய உலகத்தின்' பிம்பத்தை நிலைநிறுத்த உதவுகிறது.

உலக வன்முறையை ஒழிப்பதைப் பற்றி நாம் தீவிரமாக இருந்தால், எதை வன்முறை என்று அழைக்கிறோம், எப்போது அதைப் பற்றிக் கவலைப்படுகிறோம் என்பதில் நாம் இரட்டை நிலைப்பாட்டைக்கொண்டிருக்க முடியாது. அதைத் தொடர்ந்து நாம் 'பயங்கரவாதத்தின்' மொழியை உண்மையான ஒன்றைக் குறிப்பிடுவதைப் போலப் பயன்படுத்துவதைத் தவிர்க்க வேண்டும். அது செய்வதெல்லாம் ஓர் உள்ளார்ந்த அரசியல் விவாதத்தைத் தெளிவற்றதாக்குவதேயாகும். எனவே நான் 'பயங்கரவாதம்' மற்றும் 'பயங்கரவாதிகள்' ஆகிய சொற்களை, அவை ஒரு கதை, உண்மையல்ல என்பதைத் தொடர்ந்து நமக்கு நினைவுபடுத்த இந்த நூல் முழுவதும் அவற்றை மேற்கோள் குறிக்குள்ளே குறிப்பிடுகிறேன்.

வளத் திருட்டு

பயங்கரவாதத்தின் மீதான போர், வன்முறையை முடிவுக்குக் கொண்டுவருவதில் தோல்வியடைந்தது மட்டுமல்ல, மாறாக அது வன்முறையைத் தீவிரமாக அதிகரித்திருக்கிறது. மனித உயிரை மதிப்புடையதாகக் கருதும் எவருக்கும் இது துன்பமளிக்கக் கூடியதாக இருக்கும்போது, பல வணிக அமைப்புகளுக்கு இத்தகைய வன்முறைகள் மிகவும் பயனுள்ளதாக இருக்கிறது. உண்மையில், பயங்கரவாதத்தின் மீதான போரானது கொலை, உடைமை பறிப்பு மற்றும் சுரண்டலின் வழியாக இலாபத்திற்கான எண்ணற்ற புதிய வழிகளை உருவாக்கியுள்ளது. அதற்கு ஒரு வெளிப்படையான உதாரணம், அமெரிக்கா எண்ணெய்க்காக ஈராக் மீது படையெடுத்தது என்பது ஒரு வெளிப்படையான இரகசியமாகும். 2003ஆம் ஆண்டுக்கு முன்னர், மேற்கத்திய நிறுவனங்களுக்கு ஈராக்கின் எண்ணெய் வணிகம் மூடப்பட்டது. 1998ஆம் ஆண்டு செவ்ரான்(Chevron) நிறுவனத்தின் தலைமை செயல் அதிகாரியால் வெளியிடப்பட்ட ஓர் அறிக்கையில்,

---

14. https://aljazeera.com/opinions/2021/8/18/monsters-inc-the-taliban-as-empires-bogeyman (accessed August 2021)

‘ஈராக் மிகப் பெரிய எண்ணெய் மற்றும் எரிவாயு இருப்புகளைக் கொண்டுள்ளது. அந்த இருப்புக்களை செவ்ரான்(*Chevron*) நிறுவனம் பயன்படுத்த வேண்டும் என்று நான் விரும்புகிறேன்’ என அவர் சொன்னார்.[15] ஒரு பத்தே ஆண்டுகளுக்குப் பிறகு, செவ்ரான், *BP*, ஷெல் மற்றும் எக்சான் மோபில் ஆகிய நிறுவனங்களால் ஈராக்கின் எண்ணெய் வயல்கள் பெருமளவு தனியுடைமையாக்கப்பட்டன. அது உலகின் மிகவும் தன்னிறைவு பெற்ற நாடுகளில் ஒன்றாக அவர்களை மாற்றியிருக்கக் கூடிய இயற்கை வளங்களையுடைய ஈராக்கிய மக்களைக் கொள்ளையடிக்கிறது. குடியரசுக் கட்சியின் செனட்டர் சக் ஹேகல் குறிப்பிடும்போது, ‘அவர்கள் அமெரிக்காவின் தேசிய நலன்களைப் பற்றிப் பேசுகிறார்கள். அவர்கள் வேறு எதைப் பற்றிப் பேசுகிறார்கள் என்று நீங்கள் நினைக்கிறீர்கள்? நாங்கள் அத்திப் பழத்திற்காக அங்கே இல்லை!’[16] என்று சொன்னார்.

உண்மையில், பயங்கரவாதத்திற்கு எதிரான போரில் ஈராக்கின் தொடர்பு எப்போதும் பலவீனமாகவே இருந்தது. ஈராக் மீதான படையெடுப்பிற்கான காரணங்கள் அதிபர் சதாம் உசேன் பேரழிவு ஆயுதங்களைப் பயன்படுத்துவதைத் தடுத்து நிறுத்துவதிலிருந்து ஈரானிய புரட்சியின் பரவலுக்கு எதிரான ஓர் அரணாக ஈராக் கருதப்பட்டபோது அதை ஒரு பொருட்டாகக் கூட கருதாத ஷியாக்கள் மற்றும் குர்துகளின் மனித உரிமைகள் குறித்த கவலைக்கு மாறிவிட்டன. ஆனால் இந்தக் குழப்பம்தான் முக்கியமான ஒன்று. ‘பயங்கரவாதம்’ கலாச்சார அல்லது நாகரிக வன்முறையின் ஒரு இனரீதியான வடிவமாகக் கட்டமைக்கப்பட்டதால், அமெரிக்கா அதை ஈராக்கைப் படையெடுக்கப்பட வேண்டிய ஓர் இடமாகக் கட்டமைக்க எளிதாகப் பயன்படுத்த முடிந்தது. அமெரிக்காவிற்குப் பின்லேடன் மற்றும் உசேன் ஆகிய இருவருமே கசப்பான எதிரிகளாக இருந்தபோதிலும், *2003* வரை அமெரிக்கர்களில் கிட்டத்தட்ட *50%* பேர் *9/11* தாக்குதலுக்கு உசேன்தான் தனிப்பட்ட வகையில் பொறுப்பானவர் என்று கருதினர்.[17] இது அமெரிக்க ஐக்கிய அரசு, ஐக்கிய பேரரசுடன் இணைந்து ஈராக்கிற்குள் அவர்களின் சட்டவிரோத ஆக்கிரமிப்பை

---

15. https://edition.cnn.com/2013/03/19/opinion/iraq-war-oil-juhasz/index.html (accessed November 2020).

16. https://fpif.org/the_costs_of_war_for_oil/ (accessed August 2020)

17. Chomsky, *Hegemony or Survival*, p. 18.

உருவாக்குவதை எளிதாக்கியது. ஈராக்கின் எண்ணெய் வயல்களை மேற்கத்திய சந்தைகளுக்குத் திறந்து விடுவதற்கு வழிவகுத்தது. இஸ்லாமிய வெறுப்பு இந்த ஏகாதிபத்திய திட்டத்தை எப்படியோ ஒரு வீரமிக்க திட்டமாக மாற்றிக் காட்டுகிறது. ஆனால் ஈராக் மீது படையெடுக்கப்பட்ட பிறகு, அதன் முக்கியமான அரசு நிறுவனங்கள் ஒழித்துக்கட்டப்பட்டன, எண்ணெய் தனியார்மயமாக்கப்பட்டது. அங்கு மீண்டும் பழைய காலனியாதிக்க உறவுமுறை திரும்பியது. அந்தப் பகுதியின் அத்தகைய சீர்குலைப்பு எப்படி மேலும் வன்முறையை உருவாக்கியிருக்கிறது என்பதை இன்றைய *IS* இன் எழுச்சி நமக்குக் காட்டுகிறது. முரணாக, யாருடைய தலையீடு *IS* இன் எழுச்சிக்கான சூழ்நிலையை உருவாக்கியதோ அந்த மேற்கத்திய சக்திகளாலேயே அது வெறுமனே ஒரு கலாச்சார அல்லது மதப் பண்புக்கூறாகச் சொல்லப்படுகிறது.

சஹாரா சாஹேல் பகுதியில் ஏகாதிபத்திய திருட்டை நியாயப்படுத்த இஸ்லாமிய வெறுப்பின் பயன்பாடு இன்னும் கூட அப்பட்டமானதாக இருக்கிறது. எண்ணெய்த் தேடலில் அமெரிக்க இராணுவப் படை அங்கும் விரிவடைந்தது. ஆனால் அதை அமெரிக்கா 'பயங்கரவாத அச்சுறுத்தலுக்குப் பதிலளிப்பதற்கு என்று சொல்லிக்கொண்டது இன்னும் வெளிப்படையாகச் சித்திரிக்கப்பட்டது. 2003இல் அமெரிக்கா அரசு அல்ஜீரிய இரகசிய இராணுவ அமைப்புடன் கூட்டாக இணைந்து 32 ஐரோப்பிய சுற்றுலாப் பயணிகளைக் கடத்தியது. பிறகு அந்தக் கடத்தலை, அந்தப் பகுதியை 'வடிக்கட்டப்பட வேண்டிய' 'பயங்கரவாதத்தால் சூழப்பட்ட பகுதியாக' முத்திரையிடுவதற்குப் பயன்படுத்தியது.[18] விரைவில் சகாரா பாலைவனம் முழுவதும் அல்-கொய்தாவின் தளங்கள் பரவப் போவதாகக் குற்றஞ்சாட்டியது. அது அமெரிக்க இராணுவம் செனகல், நைஜீரியா மொரோக்கோ, டுனிசியா மற்றும் பல பகுதிகளுக்குள் நுழைவதை எளிதாக்கியது. இது அவர்களுக்கு, 'ஆப்பிரிக்காவின் இரண்டு முக்கிய எண்ணெய் மற்றும் எரிவாயு உற்பத்தி செய்யும் நாடுகளான அல்ஜீரியாவையும் நைஜீரியாவையும், மேலும் அவற்றைச் சுற்றியுள்ள ஏழு சஹாரா-சாஹேலிய நாடுகளையும் அமெரிக்கக் கட்டமைப்பைக்

18. Jeremy Keenan, 'Africa unsecured?', *Critical Studies on Terrorism*, Vol. 3, 2010, pp. 29–30.

கொண்ட ஓர் இராணுவப் பாதுகாப்பு ஏற்பாட்டிற்குள் ஒன்றாக இணைக்க' உதவியது.[19]

எனவே, 'பயங்கரவாத அச்சுறுத்தலுக்கு' எதிரான சர்வதேசப் பாதுகாப்பு என்ற பெயரில் அமெரிக்க ஐக்கிய அரசு உலகம் முழுவதும் காலனித்துவக் கொள்ளைக்கும் இராணுவ ஆதிக்கத்திற்குமான தொடர்புகளை நிறுவியது. 9/11 தாக்குதல் நடந்த 20 ஆண்டுகளுக்குப் பிறகு அமெரிக்கா 80 நாடுகளில் ஒவ்வொரு ஆண்டும் 50 பில்லியன் டாலருக்கும் மேல் செலவாகும் 750 இராணுவத் தளங்களைக் கொண்டிருந்தது.[20] சில இடங்களில் இந்தப் படைகள் அதிகம் மறைத்து வைக்கப்படுகிறது. எடுத்துக்காட்டாகக் கென்யாவில், 'ரேபிட் ரெஸ்பான்ஸ் டீம்' என்பது அல்-ஷபாபை எதிர்க்கும் உள்நாட்டுப் பாதுகாப்புப் படையாகக் கருதப்படுகிறது. ஆனால் அவர்கள் CIA ஆல் உருவாக்கப்பட்டு பயிற்சி அளிக்கப்பட்டவர்கள். பிரிட்டனின் MI6 உளவு அமைப்பு அவர்களுக்குத் திடீர்த் தாக்குதல் செய்யவும் கைது செய்யவும் கொலை செய்யவும் பயன்படுத்தும் உளவுத் தகவல்களை வழங்குகிறது[21].

இதில் மேற்கத்திய அரசுகளும் பெருநிறுவனங்களும் மட்டுமே பயனாளிகள் அல்ல. பல 'இஸ்லாமிய நாடுகளும்' உள்நாட்டு புரட்சிகளை அடக்குவதை நியாயப்படுத்த 'பயங்கரவாத அச்சுறுத்தலை முறியடித்தல்' எனப் பயங்கரவாதத்தின் மீதான போரின் மொழியை இசைந்து தேர்ந்தெடுத்துக்கொண்டன. சில நாடுகள் பயங்கரவாதத்தின் மீதான போரின் கதையை மேற்கத்திய அரசாங்கங்களுடன் பாதுகாப்புத் தொழில்நுட்பத்தையும் ஆயுதங்களையும் வர்த்தகம் செய்வதற்கான இலாபகரமான கூட்டணிகளை உருவாக்குவதற்குப் பயன்படுத்தியுள்ளன. கூடுதலாக, வளைகுடா நாடுகளுக்கும் இஸ்ரேலுக்கும் இடையே பல அமைதி ஒப்பந்தங்கள் செய்யப்படுவதால், ஆக்கிரமிப்பிற்கு எதிரான பாலஸ்தீனிய எதிர்ப்பைச் சட்டவிரோதமானதாக்க வேண்டி 'பாதுகாப்பு' மற்றும் 'பயங்கரவாதத்தின்' மொழி தொடர்ந்து பயன்படுத்தப்படுகிறது. அதாவது, பாலஸ்தீனியர்கள் பாதுகாப்பு அச்சுறுத்தல்களாகவும் பயங்கரவாதிகளாகவும் காட்டப்படுகிறார்கள். ஆனால் இஸ்ரேலிய அரசின்

19. Ibid., p. 31.

20. https://overseasbases.net/fact-sheet.html (accessed July 2021).

21. https://dailymaverick.co.za/article/2020-08-28-revealed-the-cia-and-mi6s-secret-war-in-kenya/ (accessed November 2020).

காலனித்துவக் குடியேற்றத் திட்டம் ஒருபோதும் அத்தகைய சொற்களில் பேசப்படவில்லை.[22] தெளிவாக, 'பயங்கரவாதியின்' உருவத்தை இஸ்லாமிய வெறுப்புத் தன்மையுடன் கட்டமைப்பது, ஏகாதிபத்தியத்தை நியாயப்படுத்துவதற்கும் அதற்குப் பதிலடி கொடுப்பதை முற்றிலும் அரசியல் அல்லாத இஸ்லாமிய 'காட்டுமிராண்டித்தனம்' என்று முத்திரை குத்துவதன் மூலம் அதை மறைப்பதற்கும் அவசியமாக இருக்கிறது.

போர் வணிகம்

ஈராக் மற்றும் சஹாரா-சாஹேலைப் போலல்லாமல், ஆப்கானிஸ்தான் மீதான படையெடுப்பு, 9/11 தாக்குதலுக்குப் பிறகு தாலிபான் அரசு பின்லேடனை ஒப்படைக்க மறுத்ததற்கு நேரடியான பதிலடியாக அறிவிக்கப்பட்டது. அதில் அமெரிக்கா இங்கிலாந்தின் ஆதரவுடன் அதன் படையெடுப்பை 2001இல் வெடிகுண்டுத் தாக்குதலுடன் தொடங்கியது. அந்த நிலையில் எந்த முரணுமின்றி அது 'நிரந்தரச் சுதந்திர நடவடிக்கை' (Operation Enduring Freedom) என்று பெயரிடப்பட்டது. ஆறு வாரங்களுக்குள் தாலிபான் படைகள் காபூலை விட்டு வெளியேற்றப்பட்டாலும், ஐக்கிய பேரரசும் அமெரிக்க ஐக்கிய அரசும் 2021 ஆகஸ்டில்தான் ஆப்கானிஸ்தானில் அதிகாரப்பூர்வமாகச் செயல்பாடுகளை நிறுத்திக்கொண்டன. மேலும் நான் இதை எழுதிக்கொண்டிருக்கும் நேரத்தில், அமெரிக்க தரைப்படை வீரர்கள் திரும்பப் பெறப்பட்டதைத் தொடர்ந்து தாலிபான் காபூலில் அரசுக் கட்டுப்பாட்டை மீண்டும் கைப்பற்றியுள்ளனர். இது இருபது ஆண்டு கால மேற்கத்திய தலையீட்டின் நோக்கத்தைக் கேள்விக்குள்ளாக்குகிறது.

மேற்கத்திய நிறுவனங்கள் ஈராக்கில் செய்ததைப் போல ஆப்கானிஸ்தானிலிருந்து மூலப் பொருட்களை நேரடியாக இறைத்துக்கொள்வதில் ஈடுபடவில்லை என்றாலும் அதற்குப் போதிய உள்கட்டமைப்பு இல்லாததே முக்கியக் காரணமாகும். உண்மையில், 2021இல், ஆப்கானிஸ்தானின் செம்பு, லித்தியம்

---

22. For more on the occupation of Palestine see, Rashid Kahildi, *The Hundred Years' War on Palestine: A History of Settler Colonialism and Resistance, 1917–2017* (New York: Metropolitan Books, 2020); and https://decolonizepalestine.com/reading-list/ (accessed June 2021).

மற்றும் பிற அரிய தனிமங்கள் போன்ற இயற்கைக் கனிம வளங்கள் பெரும்பாலும் நிலத்தடியிலேயே கிடக்கின்றன என்று பல மேற்கத்திய விமர்சகர்கள் வருத்தம் தெரிவித்தனர்.[23] ஆனாலும் ஆப்கானிஸ்தானில் போர் இன்ன பிற வழிகளில் இலாபத்தின் ஒரு முக்கிய ஆதாரமாகவே இருந்தது. 2017இல் 9800 அமெரிக்க தரைப்படை வீரர்கள் மட்டுமே களத்தில் இருந்தார்கள் என்று மதிப்பீடுகள் சொன்னாலும் 26,000 தனியார் இராணுவ ஒப்பந்ததாரர்கள் அங்கே இருந்தார்கள். தனியார் இராணுவ ஒப்பந்ததாரர்கள் என்பவர்கள் இலாபத்திற்காக ஆயுதப் போர் சேவைகள் செய்யும் நிறுவனங்களின் படை வீரர்கள் ஆவர். இந்த பில்லியன் டாலர் தொழில், மேற்கத்திய நாடுகள் தோல்வியை ஒப்புக்கொள்வதை விட வெளிநாட்டு ஒப்பந்தங்கள் மூலம் தேவைக்கு மேல் நீண்ட காலம் நீடிக்கிற போர்களிலிருந்து பயனடைகிறது. அத்தகைய சேவைகள் மூலம் G4S, ஏஜிஸ் டிபென்ஸ் சர்வீசஸ், கன்ட்ரோல் ரிஸ்க்ஸ் மற்றும் ஆலிவ் குழுமம் போன்ற ஐக்கிய பேரரசு சார்ந்த நிறுவனங்கள் நூற்றுக்கணக்கான மில்லியன்களைச் சம்பாதிக்கின்றன.[24] ஈராக்கில், தனியார் இராணுவ ஒப்பந்ததாரர்கள் எண்ணெய் பிரித்தெடுக்கும் ஆற்றல் நிறுவனங்களின் செயல்பாடுகளை நேரடியாகப் பாதுகாக்க பணியமர்த்தப்படுகிறார்கள். வேறு சொற்களில், அவற்றின் கொள்ளையைப் பாதுகாக்கப் பணியமர்த்தப்படுகிறார்கள். இது பிரிட்டிஷ் கிழக்கிந்திய நிறுவனம் பதினெட்டு மற்றும் பத்தொன்பதாம் நூற்றாண்டு முழுவதும் தெற்கு ஆசியாவிலிருந்து வளங்களைச் சுரண்டுவதற்குத் தனியார் படைகளை உருவாக்கிய விதத்தை நினைவுபடுத்துகிறது. உலக வங்கியின் முன்னாள் ஆலோசகர் சொன்னதைப் போல, பயங்கரவாதத்தின் மீதான போர் என்பது 'வெறுமனே முதலாளித்துவச் சந்தையைப் பாதுகாப்பதற்கான ஒரு நீட்டிப்பே ஆகும்'.[25]

ஆயுதங்கள் தயாரிக்கும் நிறுவனங்களும் பயங்கரவாதத்தின் மீதான போரில் சிறப்பாகச் செயல்பட்டன. இந்தத் துறை ஐக்கிய பேரரசு உள்ளிட்ட அரசுகளால் ஆதரவு அளிக்கப்பட்டு வருகிறது.

---

23. https://edition.cnn.com/2021/08/18/business/afghanistan-lithium-rare-earths-mining/index.html (accessed August 2021).
24. Wendy Fitzgibbon & John Lea, *Privatising Justice*, (London: Pluto, 2020), p. 66.
25. Keenan, *Africa Unsecured*, p. 28.

அவை 2008 முதல் 52 பில்லியன் பவுண்ட்கள் மதிப்புள்ள ஆயுத விற்பனைக்கும் ஒப்பந்தங்களுக்கும் ஒப்புதல் அளித்துள்ளன. இதில் 4.4 பில்லியன் பவுண்ட்கள் 'ஒரே கவலையுள்ள நாடுகள்' என்ற ஐக்கிய பேரரசின் சொந்தப் பட்டியலிலுள்ள நாடுகளுக்குச் சென்றுள்ளது.[26] விற்கப்பட்ட ஆயுதங்களில் 60% மத்திய கிழக்கு நாடுகளுக்குச் சென்றன. அங்கு பல ஆயுதங்களும் பிரிட்டன் சித்தாந்த ரீதியாக எதிர்ப்பதாகச் சொல்பவர்களின் கைகளுக்கே சென்றடைந்தன. ஓர் ஆயுதம் விற்கப்பட்ட பிறகு அதை யார் பயன்படுத்துவது அல்லது எப்படிப் பயன்படுத்தப்படுகிறது என்பதை ஒழுங்கமைப்பதற்கு எந்த வழியும் இல்லை.[27] உலக வன்முறையை முடிவுக்குக் கொண்டு வருவதுதான் பாதுகாப்பின் நோக்கமாக இருந்தால் அங்கே ஆயுத நிறுவனங்களுக்கும் ஒப்பந்தங்களுக்கும் இடமிருக்க முடியாது. இருப்பினும், அரசுகள் குறிப்பாக ட்ரோன் போர்முறையின் வருகை காரணமாக, பில்லியன் டாலர்கள் மதிப்புள்ள தனியார் விற்பனைகளுக்கு ஆதரவளித்தன. ட்ரோன்கள் என்பவை தொலைநிலைக் கட்டுப்பாட்டுத் தொழில்நுட்பமாகும். அவற்றைத் தரையில் ஆட்கள் இல்லாமலேயே இயக்க முடியும். ஆப்கானிஸ்தானிலும் ஈராக்கிலும் நேரடிப் படைவீரர்கள் மூலம் நடந்த போர்கள் மக்கள் மனதில் மிகுந்த தாக்கத்தை ஏற்படுத்தியதால், ட்ரோன்கள் பயங்கரவாதத்தின் மீதான போரில், போரின் பெரும்பாலான அபாயங்களையும் வன்முறைகளையும் மறைத்துவிடுவதால், அது மிகவும் வசதியாக இருப்பதாகக் கருதப்படுகிறது. மேலும், அவை போரின் மிக அறம் சார்ந்த ஆயுதங்கள் என்றும் ஏனென்றால் அவை எதிரி நாட்டுப் படை வீரர்களை மட்டும் குறிவைத்துத் தாக்கும் துல்லியமான தொழில்நுட்பத்தைப் பயன்படுத்துகின்றன என்றும் நமக்குச் சொல்லப்பட்டிருக்கிறது. ஆனால் புலனாய்வு இதழியல் பணியகத்தின் புள்ளி விவரத்தின்படி, ஆப்கானிஸ்தான், பாகிஸ்தான், சோமாலியா மற்றும் ஏமன் ஆகிய நாடுகளில் ட்ரோன் தாக்குதல்கள் இந்த அத்தியாயத்தின் தொடக்கத்தில் மேற்கோள் காட்டப்பட்ட ஹாஸ்வாஸின் இணையர் உட்பட 8500 முதல் 12000 வரையிலான குடிமக்களைக் கொன்றுள்ளது.[28] இந்த மதிப்பீடுகள் கூடப் பழமைவாதமானவைதான்.

26. https://caat.org.uk/data/exports-uk/ (accessed July 2021).

27. https://caat.org.uk/news/islam-and-the-uk-arms-trade/ (accessed July 2021).

28. https://thebureauinvestigates.com/projects/drone-war (accessed January 2021).

எல்லாவற்றிற்கும் மேலாக, பயங்கரவாதிகளாக இனமாக்கப்பட்ட மக்களிடையே போர் வீரனுக்கும் குடிமகனுக்கும் இடையேயான வேறுபாடு மங்கலாகின்றன: ஒரு திருமணம் பயிற்சி முகாமாக மாறுகிறது, மண்வெட்டியை பிடித்திருக்கும் ஒரு விவசாயி குழல் துப்பாக்கியுடன் பயங்கரவாதியாக மாறுகிறார்.

பாஹீம் குரேஷி, 2009இல், பாரக் ஒபாமாவின் முதல் ட்ரோன் தாக்குதலில் உயிர் பிழைத்தவர். ஆப்கானிஸ்தானின் எல்லையை ஒட்டிய வடக்கு பாகிஸ்தானிலுள்ள மலைகள் நிறைந்த பகுதியான வாசிர்ஸ்தானிலுள்ள அவரது வீட்டை ஏவுகணை தாக்கியது. அது அவருடன் இருந்த மற்ற அனைவரையும் கொன்றது, அவரது உறவினர்கள் 14 பேரைத் தந்தையற்றவர் களாக்கியது, அவர் பள்ளிப்படிப்பை விட்டு வெளியேற வேண்டிய நிலைக்கும் தள்ளியது. அவர் ஒரு கண்ணையும் ஒரு காதையும் இழந்து தீக்காயங்களுடனும் வயிற்றில் வெடிகுண்டின் தெறித் துணுக்குகளுடனும் 40 நாட்கள் மருத்துவமனையில் கழித்தார். 'வாசிர்ஸ்தானில் என்னைப் போலவே பல மக்கள் குறிவைக்கப்பட்டுக் கொல்லப் பட்டிருக்கிறார்கள் என்பது எனக்குத் தெரியும்... இதற்கு இன்னும் எந்தப் பதிலும் இல்லை... நாங்கள் கொல்லப்பட்டதற்கான அங்கீகாரம் கூட இல்லை. அவர்கள் எந்தக் காரணமுமின்றி எங்களை அழிக்கிறார்கள், கொலை செய்கிறார்கள், குறிவைக்கிறார்கள். அவர்கள் எங்கள் வாழ்க்கையைத் தலைகீழாகத் திருப்பிப் போட்டுவிட்டார்கள்.'[29] ட்ரோன் தாக்குதலால் நடந்த குடிமக்களின் இறப்புகளுக்கு எந்தவொரு முறையான விசாரணை நடைமுறைகளும் இல்லை. அதன்பிறகு உதவிகளோ, இழப்பீடோ வழங்கப்படவில்லை.

மாறாக, பிரிட்டிஷ்-சார்ந்த BAE சிஸ்டம்ஸ் போன்ற தனியார் பாதுகாப்பு நிறுவனங்களும் சிறிய தொழில்நுட்ப மற்றும் உளவு நிறுவனங்களும் கூட ட்ரோனைப் பயன்படுத்திக் கொலை செய்வதற்குத் தேவையான தொழில்நுட்பத்தையும் திறமையையும் விற்பதன் மூலம் பெரிய இலாபம் சம்பாதிக்கிறார்கள். இது ஆயுதம் தாங்கிய ட்ரோன்கள், ஆயுதமில்லா ட்ரோன்கள் மற்றும் மணிக்கணக்கான காணொளித் தகவல்களைச் சேகரிக்கும் கண்காணிப்பு விமானங்கள் ஆகியவற்றின் விற்பனையையும்

---

29. https://theguardian.com/world/2016/jan/23/drone-strike-victim-barack-obama (accessed January 2021).

சேர்த்துக் காட்சிகளைப் பார்த்து இலக்குகளை நிறுவும் பகுப்பாய்வாளர்களை வழங்குவதையும் உள்ளடக்கியது.[30] இராணுவ வீரர்கள்தான் செயல்பாடுகளை நடத்தினாலும் இப்போது இருப்பதைப் போலத் தனியார் ஒப்பந்ததாரர்கள் இல்லாமல் ட்ரோன் போரை நடத்த முடியாது. எனவே நிறுவனங்கள் ட்ரோன் போரிலிருந்து நேரடியாக இலாபம் அடைவது, இனமாக்கப்பட்ட மக்களைக் கொலை செய்வதிலிருந்தும் ஊனமாக்குவதிலிருந்தும் மதிப்புகளை உருவாக்கும் ஒரு வணிகமாக மாற்றுகிறது. மேலும், அமெரிக்க ஐக்கிய அரசு ஐக்கிய பேரரசை விட அதிகமான ட்ரோன் தாக்குதல்களுடன் தொடர்புடையதாக இருந்தாலும் ஐக்கிய பேரரசு அதனுடைய சொந்த ட்ரோன் திட்டத்தைக் கொண்டுள்ளது. அது அமெரிக்க தாக்குதல்களுக்காகப் பெருமளவு உளவுத் தகவல்களை வழங்குகிறது.

போர்க் கைதிகள்

ட்ரோன் போர் முறை என்பது தொழில்நுட்பத்தில் மட்டுமே புதியது, கொள்கையில் அல்ல. பயங்கரவாதத்தின் மீதான போரின் ஆரம்ப காலங்களில், வான்வழித் தாக்குதல்கள் மூலம் படுகொலை செய்வதற்குப் பதிலாக, CIA வின் சிறப்புச் செயலாக்கத் திட்டம், உலகம் முழுவதிலுமிருந்து பயங்கரவாதிகளாகச் சந்தேகிக்கப்படுபவர்களைக் கடத்தி அவர்களை இரகசிய

இராணுவச் சிறைகளுக்குக் கொண்டு வரும். அங்கேதான் அவர்களை வெளியுலகத்திற்குத் தெரியாமல் சித்திரவதை செய்ய முடியும். பர்மிங்காமில் பிறந்த மொயஸ்ஸம் பெக்கின் இந்த அனுபவம் அனைவரும் அறிந்தது. 2001இல் ஆப்கானிஸ்தானின் மீதான படையெடுப்பிற்குச் சிறிது காலத்திற்குப் பிறகு, அவர் பாகிஸ்தானில் ஒரு பள்ளியைக் கட்டிக்கொண்டிருந்தபோது, பாகிஸ்தான் உளவுத்துறையால் கைது செய்யப்பட்டார். அவர்கள் மொயஸ்ஸம்மை அமெரிக்காவின் கட்டுப்பாட்டிற்கு மாற்றினார்கள். அவர் குவாண்டானமோ விரிகுடா தடுப்பு முகாமிற்கு முன், முதலில் இஸ்லாமாபாத், பிறகு காந்தகார்

---

30. https://theguardian.com/us-news/2015/jul/30/revealed-private-firms-at-heart-of-us-drone-warfare (accessed January 2021).

மற்றும் பாக்ரம் தடுப்பு முகாம்களில் வைக்கப்பட்டுச் சித்திரவதை செய்யப்பட்டார்.

இந்த இடங்களைத் 'தடுப்பு முகாம்கள்' என்று அழைப்பது அவற்றை இலகுவானதாகக் காட்டுகிறது. கைது செய்யப்பட்டவர்களுக்கு, அவர்களைக் கைது செய்தவர்கள் வழங்க விரும்பும் உரிமைகள் மட்டுமே வழங்கப்படுகின்றன. 'புஷ் நீதிக்குப் புறம்பான தடுப்புக் காவலின் அதிபர், ஒபாமா நீதிக்குப் புறம்பான கொலைகளின் அதிபர் என்று நான் அடிக்கடி சொல்வதுண்டு. தடுப்புக் காவலில் வைப்பதற்குப் பதிலாக, மக்களைக் கொன்றுவிட்டால், கைதிகள் தங்களுக்கு என்னவெல்லாம் நடத்தப்பட்டது என்பதைப் பற்றி சாட்சியங்கள் அளிக்க இயலாது என்பதால் தாங்கள் மனித உரிமைகளை மீறியவர்கள் என்று அழைக்கப்படுவதைத் தடுக்க முடியும் என்று அவர்கள் உணர்ந்தார்கள்... அதனால்தான் ட்ரோன் திட்டம் மிகவும் பரவலாகிவிட்டது.' என்று மொயஸ்ஸம், என்னிடம் சொன்னார்.

காந்தகாரிலுள்ள அமெரிக்க ஐக்கிய அரசின் தடுப்புக் காவலில் மொயஸ்ஸமும் மற்றவர்களும் தோலுரிக்கப்பட்டு, அடிக்கப்பட்டு, துன்புறுத்தப்பட்டு கொட்டகைகளில் வைக்கப்பட்டிருந்தார்கள். அங்கே 'துப்பாக்கிக் குண்டுகளின் துளைகளின் வழியாக நாங்கள் வெளியே பார்க்கக் கூடியதைத் தவிர, இயற்கை ஒளியில் நீங்கள் எதையும் பார்க்க முடியாது.[31]' மேலும், பாக்ரம் சிறையில் திலாவர் என்ற ஆப்கானிஸ்தானைச் சேர்ந்த ஒரு 22 வயது டேக்ஸி ஓட்டுநரும் விவசாயியும் சாகும்வரை சித்திரவதை செய்யப்பட்டார், ஏனென்றால் அமெரிக்க இராணுவ வீரர்கள் அவரை அடிக்கும்போது அவர் 'அல்லாஹ்' என்று கத்தியது அவர்களுக்கு வேடிக்கையாகப்பட்டது. அங்கே, ஒரு தனிமைச் சிறையில் மொயஸ்ஸம் ஒரு மாத காலத்திற்குத் தூக்கமின்றி துன்புறுத்தப்பட்டார். இடையிடையில் CIA தலைமையிலான விசாரணைகளும் அவரது குடும்பத்திற்கு அச்சுறுத்தல்களும் இருந்தன.

குவாண்டானமோ விரிகுடா தடுப்பு முகாம்தான் அமெரிக்காவின் மிக மோசமான இராணுவச் சிறையாகும். அங்கே இருபது வருடங்களாக உலக மக்களுக்கு முன்னால் அப்பட்டமான மனித உரிமை மீறல்கள் நடந்தபோதிலும், அது மூடப்படும்

---

31. https://nsarchive2.gwu.edu/torturingdemocracy/interviews/moazzam_begg.html (accessed January 2021).

என்று வாக்குறுதி அளிக்கப்பட்டபோதிலும் அது ஒருபோதும் மூடப்பட்டதே இல்லை. மொயஸ்ஸம் 2005இல் குற்றச்சாட்டு அல்லது தண்டனையின்றி விடுதலை செய்யப்படுவதற்கு முன்னால் அங்கே மூன்று ஆண்டுகள் வைக்கப்பட்டிருந்தார். அவர் 14 மற்ற பிரிட்டிஷ் கைதிகளுடன் சேர்ந்து அமெரிக்காவின் பிடியில் அவர்கள் அனுபவித்த சித்திரவதைக்கு உடந்தையாக இருந்ததற்காக பிரிட்டிஷ் அரசுக்கு எதிராக வழக்கு தொடர்ந்தார். அந்த வழக்கில் நிதி இழப்பீட்டைப் பெற்றார். ஆனால் அவர்கள் உளவியல் ரீதியாகவும் உணர்ச்சி ரீதியாகவும் உடல் ரீதியாகவும் ஆன்மீக ரீதியாகவும் அனுபவித்த வன்முறைகளுக்கு நீங்கள் எப்படி விலையை நிர்ணயிப்பீர்கள்?

மொயஸ்ஸம் என்னிடம் சொல்வார்,

'2008 அல்லது 2009இல் கடைசி நபர் குவாண்டானமோவிற்குக் கொண்டு செல்லப்பட்டார். ஆனால் பயங்கரவாதத்தின் மீதான போரின் அந்தப் பகுதி இன்னும் மிகவும் உயிர்ப்புடனே இருக்கிறது. குவாண்டானமோ விரிகுடாவில் இன்னமும் 40 கைதிகள் எந்த நீதியும் கிடைக்காமல் போராடிக்கொண்டிருக்கிறார்கள். அவர்களில் சிலர் அங்கு மிக முதலில் கைது செய்யப்பட்டவர்கள், அவர்கள் இருபது வருடங்களாகச் சிறைப்படுத்தப்பட்டிருக்கிறார்கள். அவர்கள் மீது இதுவரையிலும் எந்த ஒரு குற்றச் செயலுக்கும் குற்றம் சாட்டப்படவில்லை. 2014இல் ஐக்கிய அமெரிக்க மேலவை நாங்கள் அனுபவித்த CIA சித்திரவதைத் திட்டம் பற்றிய அறிக்கையை வெளியிட்டது. அந்த அறிக்கை மிகவும் பெரியதாக இருந்தது, அவர்கள் அதைப் பற்றி ஹாலிவுட் திரைப்படங்களைத் தயாரித்தனர். ஆனால் ஒரு நபர் கூடத் தண்டிக்கப்படவில்லை, சித்திரவதையில் பிழைத்த ஒருவரிடம் கூட சாட்சியம் கேட்கப்படவில்லை.'

முதலாளித்துவம் மரணத்தைக் கேட்கிறது

ரூத் வில்சன் கில்மோர் இனவெறியை 'அரசு அனுமதித்த... குழு-சார் முன்கூட்டிய இறப்பிற்கான பாதிப்பின் சுரண்டல்' என்று வரையறுக்கிறார்.[32] பயங்கரவாதத்தின் மீதான போரின்

---

32. Ruth Wilson Gilmore, *Golden Gulag: Prisons, Surplus, Crisis, and Opposition in Globalizing California* (California: University of California Press, 2007), p. 28.

படையெடுப்புகள், ஆக்கிரமிப்புகள், ட்ரோன் தாக்குதல்கள், சித்திரவதை, கொள்ளையடித்தல் மற்றும் பொருளாதாரப் பேரழிவு ஆகியவையும் அதன் விளைவுகளான பசி, வீடற்ற நிலை மற்றும் இடம்பெயர்வு ஆகியவையும் இஸ்லாமியர்களுக்கு உலகம் முழுவதும் அப்பட்டமான குழு-சார் முன்கூட்டிய இறப்பிற்கான பாதிப்பை உருவாக்கியுள்ளது. ஆப்கானிஸ்தானில் 2001க்கு முன் பல ஆண்டுகளாக இருக்கும் முரண்பாடுகளும் உள்நாட்டுப் போரும் நாட்டை ஏற்கெனவே பாதுகாப்பற்றதாக மாற்றிவிட்டது, ஆனால் அமெரிக்க ஐக்கிய நாடுகள் மற்றும் ஐக்கிய பேரரசின் படையெடுப்பு வறுமை, ஊட்டச்சத்துக் குறைபாடு, மோசமான சுகாதார நிலைமைகள், சுகாதார வசதிகளின்மை மற்றும் சுற்றுச்சூழல் சீரழிவு உள்ளடக்கிய முன்கூட்டிய இறப்புடன் தொடர்புடைய கிட்டத்தட்ட அனைத்துக் காரணிகளையும் அதிகரிக்கச் செய்தது.[33] அதில் இலட்சக்கணக்கான பேர் கொல்லப்பட்டிருக்கிறார்கள்.

முன்கூட்டிய இறப்பிற்கு வழிவகுக்கும் அதிகப் பேரழிவு தருகிற பாதைகளில் ஒன்று படையெடுப்பு, அதனுடன் இணைந்த காலநிலைப் பேரழிவுகளும் IS இன் எழுச்சியும் உள்நாட்டு மோதல்கள் காரணமாக ஏற்படும் இடம்பெயர்வு மூலமாக வந்தது. அதன் விளைவுதான் இன்றைய 'அகதி நெருக்கடி' என்று சொல்லப்படுகிறது. நான் எழுதிக்கொண்டிருக்கும் நேரத்தில், ஈராக்கின் போருக்கு முந்தைய மக்கள்தொகையில் *37% பேரும், ஆப்கானிஸ்தானின் 25% பேரும், சோமாலியா மக்கள்தொகையில் 46% பேரும், பிலிப்பைன்ஸில் 1.7 மில்லியன் மக்களும், பாகிஸ்தானில் 3.5 மில்லியன் மக்களும், அத்துடன் பல மக்களும் உள்ளடங்கிய 37 மில்லியன் மக்களும் இடம்பெயர்ந்திருக்கிறார்கள்.[34]* இவற்றை மனிதாபிமான நெருக்கடிகளாக பொது நடைமுறையில் விவாதிப்பதும் அவ்வப்போது அரசியல்வாதிகளாலும் பத்திரிகையாளர்களாலும் 'சோகங்களாக' விவரிக்கப்படுவதும் இவை ஏகாதிபத்தியத்தின் முதலாளித்துவத் திட்டங்களாலும் கொலை மற்றும் கொள்ளையிலிருந்து இலாபம் சம்பாதிக்கும் ஆசைகளாலும் நேரடியாக ஏற்பட்ட நெருக்கடிகள் என்று

---

33. https://watson.brown.edu/costsofwar/costs/human/civilians/afghan#:~:text=Prior%20wars%20and%20civil%20conflict,reduced%20access%20to%20health%20care (accessed January 2021).

34. David Vine et al., *Creating Refugees: Displacement Caused by the United States' Post 9/11 Wars* (Rhode Island: Brown University, 2020), p. 17.

அங்கீகரிக்கத் தவறுகிறது. எனவே அந்நிய ஆக்கிரமிப்பையும் போர் தொழில்நுட்பத்தையும் நியாயப்படுத்துவதற்காகப் பாதுகாப்பின் மொழி பயன்படுத்தப்பட்டாலும், பயங்கரவாதத்தின் மீதான போரால் உலகம் முழுவதும் உள்ள மில்லியன் கணக்கான இடம்பெயர்ந்த மக்களில் யார் மிகவும் பாதுகாப்பானவர்களாக ஆக்கப்பட்டார்கள் என்று நாம் கேட்க வேண்டும்?

2001இலிருந்து, 'பயங்கரவாதம்' மற்றும் 'இஸ்லாமிய பயங்கரவாதிகளை'ப் தோற்கடிப்பது என்ற மொழி, மேற்கத்திய நாடுகள் இனவெறி வன்முறையின் வரலாறுகளையும் ஏகாதிபத்திய இலாப ஈட்டலின் சூழல்களையும் மறைக்கவும், அரசியலற்றதாக்குவதற்கும் உதவியுள்ளது. இத்தகைய சூழல்களுக்கே பெரும்பாலும் அரசு சாரா அமைப்புகளின் தாக்குதல்கள் பதிலளிக்கின்றன. இஸ்லாமிய வெறுப்பு என்பது இதைச் செயல்படுத்தும் இனவெறி மட்டுமல்ல, இஸ்லாமிய வெறுப்பு அதன் விளைவாகவும் இருக்கிறது. இன ரீதியான பொருளாதாரக் கொள்கையாலும் போர்த் தொழில் துறையாலும் உலகம் முழுவதும் இஸ்லாமியர்கள் கொல்லப்படுகிறார்கள். கொடிய மற்றும் முடங்கிய நிலைமைகளால் கடுமையாகப் பாதிக்கப்பட்டிருக்கிறார்கள். காலனியாதிக்க, முதலாளித்துவ மற்றும் வெள்ளை மேலாதிக்க அமைப்பை எதிர்ப்பதில் ஒரு பகுதி அவற்றை வன்முறையின் மூலக் காரணமாக அடையாளம் காண்பதையும் உள்ளடக்கியது.

பயங்கரவாதத்தின் மீதான போரின் மூலம் சர்வதேசப் பாதுகாப்பை அடையும் முயற்சி நம்முடைய உலகைப் பாதுகாப்பானதாக மாற்றவில்லை, இது உலகளாவிய பெரும்பான்மையினருக்குப் பயங்கரவாதம், வன்முறை மற்றும் அவமதிப்பு ஆகியவற்றின் அனுபவங்களை அதிகரித்துள்ளது. பயங்கரவாதத்தின் மீதான போரில் மேற்கத்திய பெருநிறுவனங்களின் இலாபமும் மேலாதிக்கமும் அவர்களின் புது முயற்சிகளுக்கு வசதியளிக்கும் அரசுகளும் மட்டுமே பாதுகாக்கப்பட்டுள்ளன. பாதுகாப்பான உலகத்தைக் கட்டமைப்பதைப் பற்றிய ஓர் உரையாடலைத் தொடங்குவதற்குக் கூட, பாதுகாப்பு பற்றிய இந்தக் கருத்தை முற்றிலுமாக நிராகரிக்க வேண்டும். மேலும், இஸ்லாமிய வெறுப்பு கொண்ட பயங்கரவாதத்தின் மீதான போரையும் முடிவுக்குக் கொண்டு வர வேண்டும்.

அத்தியாயம் 3

தேசம் பாதுகாப்பாக இருக்கும்போது யார் பாதுகாப்பாக இருக்கிறார்கள்?

> அவளின் தந்தையை அவர்கள் அழைத்துச் சென்றபோது, என் மகள் ருக்கையாவுக்கு இரண்டு வயது. அவை அனைத்தையும் அவள் பார்த்தாள். அப்போது, அவளுக்கு அதிக சொற்கள் தெரியாது, 'டிடி' போன்ற சில மழலைச் சொற்கள் மட்டுமே தெரியும். 'டிடி' என்றால் காயப்படுவதைக் குறிக்கிறது. அவளின் அபியை (தந்தையை) கைவிலங்கு போட்டு வைத்திருந்ததைப் போல அவர்கள் சைகை செய்ய, அவளின் கைகளை ஒன்றாகப் பிணைத்துக் கொண்டு, அபி 'டிடி'! அபி 'டிடி'! (அவர்கள் அபியைக் காயப்படுத்துகிறார்கள், அவர்கள் அபியைக் காயப்படுத்துகிறார்கள்) என்று அவள் சொல்லிக்கொண்டே இருந்தாள்.[1]
>
> – செலஸ்டே

மேற்கண்ட சாட்சியம் 17 வயதில் இங்கிலாந்திற்கு வந்த ஒரு செனகல்-பிரெஞ்சு பெண் செலஸ்டேவிடமிருந்து வந்தது. அவரின் இணையர் அல்ஜீரியாவில் பிறந்தவர், படிப்பதற்காக இங்கிலாந்துக்கு வந்தவர். அவர்கள் இங்கே குடியேறினார்கள், தங்கள் மகள் ருக்கையாவை அவர்கள் பெற்றெடுத்தார்கள். 2001இல், பயங்கரவாதம் தொடர்பான குற்றச்சாட்டுகளுக்காக ருக்கையாவின் அபி கைது செய்யப்பட்டார். ஆனால், அவருக்கு எதிராக எந்த ஆதாரமும் கொடுக்கப்படவில்லை அல்லது அவர் எந்த விசாரணைக்கும் உட்படுத்தப்படவில்லை. இருப்பினும், ஐந்து ஆண்டுகளுக்கு உயர்-பாதுகாப்புத் தனிமைச் சிறையில் அவர் வைக்கப்பட்டிருந்தார். இது அவரைச் சக்கர

1. Not their real names, testimony is from, https://hhugs.org.uk/2019/05/celeste-story-part-1/ (accessed November 2020).

நாற்காலியிலும் தற்கொலை எண்ணங்களுடனும் இருக்குமாறு செய்தது. பிறகு அவர் மீண்டும் கைது செய்யப்பட்டுச் சிறையில் அடைக்கப்படும் வரை வீட்டுக் காவலில் வைக்கப்பட்டார். நாடு கடத்தப்படுவதாக மிரட்டப்பட்டார், 2013இல் அவர் மீதான குற்றச்சாட்டுகள் தள்ளுபடி செய்யப்படும் வரை மீண்டும் வீட்டுக் காவலில் வைக்கப்பட்டார். அதற்குள் அவர் குடும்பத்தின் வாழ்க்கை முற்றிலுமாக மாறிவிட்டது.

'தேசியப் பாதுகாப்பு' என்ற சொல் ஜேம்ஸ் பான்ட்-ஐ ஒத்த உளவாளிகளையும் தேசத்தைக் காப்பாற்றும், வெடிகுண்டைச் செயலிழக்கச் செய்யும் ஹீரோக்களையும் சதிகள் முறியடிக்கப்பட வேண்டிய வில்லன்களையும் தோற்றுவித்தது. ஆனால் ருக்கையாவின் குடும்பத்தின் கதை தேசியப் பாதுகாப்பு அமைப்பு என்பது கூர்மையான முனைகள் கொண்ட சிக்கலான வலை என்ற யதார்த்தத்தை வெளிப்படுத்துகிறது. ஐக்கியப் பேரரசில் 2000ஆம் ஆண்டு முதல் ஆண்டுதோறும் தேசியப் பாதுகாப்பு மற்றும் பயங்கரவாத எதிர்ப்பு தொடர்பான சட்டங்கள் நிறைவேற்றப்படுகின்றன. அவை நம்மைப் பாதுகாப்பாக வைத்துக்கொள்வதற்கு அவசியமானது என்பதைப் போல அறிமுகப்படுத்தப்படுகின்றன. தாளில், அவை நேர்த்தியான காலவரிசைப் பட்டியலைப் போல இருக்கும், ஆனால் உண்மையில் அவை மக்களுடன் உறவாடும் விதங்களிலும் உளவியல், பொருளாதார மற்றும் உடல் ரீதியான வன்முறையின் சூழ்ச்சிகளில் மக்களை சிக்க வைக்கும் விதங்களிலும் சிறிதளவு கூட நேர்த்தியானதாகவும் முறையானதாகவும் இல்லை. அப்படியானால், அவர்கள் யாருடைய இழப்பில், யாரைப் பாதுகாப்பாக வைத்திருக்கிறார்கள்?

கடந்த அத்தியாயத்தில், இனரீதியான 'பயங்கரவாத அச்சுறுத்தலுக்கு' எதிரான பாதுகாப்பு நடவடிக்கைகள் எவ்வாறு உலகளாவிய ஒடுக்குமுறையையும் சுரண்டலையும் செயல்படுத்துகின்றன என்பதை ஆராய்ந்தோம். இப்போது, அதன் பெயரில் மேற்கத்திய நாடுகளுக்குள் இழைக்கப்படும் வன்முறைகளுக்கு நான் செல்கிறேன். நான் பிரிட்டனின் மீது சிறப்புக் கவனம் செலுத்தினாலும், இங்கே விவரிக்கப்பட்டுள்ள கொள்கை உருவாக்கமும் கட்டாயப்படுத்தல் முறைகளும் பாதுகாப்பு என்ற பெயரில் பல நாடுகளில் நடைபெறுகின்றன, அதிலிருந்து நாம் பெறக்கூடிய முடிவுகள் ஒரே மாதிரியானவையாகும்.

நான் மேற்சொன்ன செலஸ்டேவின் கதையை HHUGS (Helping Households Under Great Stress) அமைப்பிற்கு அவர் கொடுத்த தகவலிலிருந்து எடுத்துச் சொல்கிறேன். HHUGS என்பது பயங்கரவாத எதிர்ப்புக் கொள்கைகளால் பாதிக்கப்பட்ட குடும்பங்களுக்கு ஆதரவளிக்கும் ஒரே தொண்டு நிறுவனமாகும். அவர்கள் உதவி செய்யும் பெரும்பாலான குடும்பங்கள் எப்படி இதே மாதிரியான அனுபவங்களை எதிர்கொள்கிறார்கள் என்று என்னிடம் சொல்கிறார்கள். பெரும்பாலும் 'இது அதிகாலை வேளையில் காவல்துறையினர் நடத்தும் அதிர்ச்சியூட்டும் சோதனைக்குப் பிறகு, குடும்பத்தின் ஒரு ஆண் உறுப்பினர் கைது செய்யப்படுவதிலிருந்து தொடங்குகிறது.' அவர்கள் எப்படி டஜன் கணக்கான ஆயுதம் தாங்கிய அதிகாரிகள் வீடுகளுக்குள் புகுந்து, ஒவ்வொரு மூலையையும் சோதனை செய்து, தோண்டி எடுத்து, லேப்டாப்கள், ஃபோன்கள் முதல் புத்தகங்கள், குர்-ஆன்கள், கண்ணாடிகள், மருத்துவக் குறிப்புகள், மருந்துகள் வரை எல்லாவற்றையும் எடுத்துச் செல்கின்றனர் என்பதை விவரிக்கிறார்கள். ருக்கையாவின் அணையாடைகளைக் கூடச் சோதனை செய்தார்கள் என்று அவர்களை செலஸ்டே விவரித்தார். 'இஸ்லாமியத் தன்மையுடன்' இணைந்துள்ள சந்தேகம் எங்களுடைய மிகச் சாதாரண உடைமைகள் வரை நீண்டிருக்கிறது.

சோதனைக்குப் பிறகு, குடும்பங்களின் நிதிச் சொத்துகள் சில சமயங்களில் முடக்கப்படுகின்றன, இது பலரைக் கைதுடன் சேர்த்து வருமானம் இல்லாத, சேமிப்புகளை அணுக முடியாத, அரசு நிதியுதவியும் பெற முடியாத நிலையில் விட்டுச் சென்றது என்று HHUGS தொடர்கிறது. சில HHUGS சேவையை பெறுபவர்களுக்கு, சோதனைகளுக்குப் பிறகு, மாற்றுத்திறனாளி உதவித்தொகைகள் கூட நிறுத்தப் பட்டிருந்திருக்கின்றன[2]. விளைவாக, அவர்கள் பெரும்பாலும் 'வீடுகளைச் சூடாக்குவதற்கும் சாப்பிடுவதற்கும் இடையே ஏதோ ஒன்றை மட்டுமே செய்யக்கூடிய நிலைமைக்குத் தள்ளப்பட்டார்கள், எங்களுடைய ஆதரவு இல்லாமல் அவர்கள் வீடற்றவர்களாகியிருப்பார்கள் என சிலர் எங்களிடம் சொன்னார்கள்.' இந்த அரசின் பொருளாதார அச்சுறுத்தல் மக்களை உணர்ச்சிப்பூர்வமாகப் பாதிக்கிறது. அவர்கள் பெரும்பாலும் சமுதாயத்திலிருந்து ஒதுக்கப்படுவதாலும்

---

2. https://hhugs.org.uk/2018/05/walids-story/ (accessed November 2020).

குடும்ப உறுப்பினர்கள் கூட சேர்ந்திருக்க மறுப்பதாலும் மேலும் பாதிக்கப்படுகிறார்கள். இராணுவமயப்படுத்தப்பட்ட காவல்துறையின் சத்தமான அதிகாலைச் சோதனைகள் அவர்கள் சோதனையிடும் குடும்பங்களை மட்டும் அச்சுறுத்துவதற்காக இருப்பதில்லை, வெளிப்படையாகவே அவர்கள் பரவலான அச்சத்தை விதைக்கிறார்கள்.

ருக்கையாவின் வீட்டில் நடந்த சோதனையின்போது, செலஸ்டேவின் இணையர் பயங்கரவாதம் தொடர்பான குற்றச்சாட்டுகளுக்காகக் கைது செய்யப்பட்டார். இந்த வகையான கைது நேரடியானதாகத் தோன்றலாம், ஆனால் பயங்கரவாதக் குற்றச்சாட்டுகளின் உண்மைநிலை வியக்கத்தக்க வகையில் குழப்பமானதாகும். ஐக்கியப் பேரரசின் பயங்கரவாத எதிர்ப்புச் சட்டங்களும் பயங்கரவாதத்தின் மீதான போரைப் போலவே அதே மாதிரியான இனரீதியான அனுமானங்களின் அடிப்படையில் உள்ளன. தி கிரவுன் பிராசிக்யூஷன் சர்வீஸ், 'பயங்கரவாதக் குற்றங்கள் என்பவை 'வழக்கமான குற்றவியல் நோக்கங்களைப் போலல்லாமல் வேறு நோக்கங்களைக் கொண்டவை. என்றாலும் மற்ற வகையான குற்றங்களிலிருந்து வேறுபட்டவை'³ என்று சொல்கிறது. அதைத் தொடர்ந்து, பயங்கரவாதக் குற்றங்களுக்குக் குற்றவியல் நீதி அமைப்புகள் வழக்கமாகச் சேர்க்கும் தண்டனைகளுக்கு அப்பாற்பட்ட சிறப்பு வடிவிலான காவல் முறைகளும் தண்டனைகளும் தேவைப்படுவதாகப் பார்க்கப்படுகிறது. எடுத்துக்காட்டாக, பயங்கரவாதத் தடுப்புச் சட்டங்கள் உங்களை எந்தக் குற்றச்சாட்டும் இல்லாமல் 14 நாள்கள் வரை தடுப்புக் காவலில் வைக்கவும்⁴ உங்களுடைய வங்கிக் கணக்கை முடக்கவும்⁵ நீங்கள் யாரைப் பார்க்கலாம், எங்கு செல்லலாம் என்பதை முடிவு செய்யவும், மேலும் பலவற்றைக் கட்டுப்படுத்தவும் காவல்துறைக்கு அனுமதி அளிக்கிறது. இது வெற்றிகரமாக 'ஒரு இணையான குற்றவியல் நீதி அமைப்பை' உருவாக்குகிறது.

---

3. https://cps.gov.uk/crime-info/terrorism (accessed December 2020).

4. https://gov.uk/arrested-your-rights/how-long-you-can-be-held-in-custody (accessed December 2020).

5. https://gov.uk/government/publications/quarterly-report-to-parliament-1-october-2020-to-31-december-2020-tafa-2010/quarterly-report-to-parliament-1-october-2020-to-31-december-2020-tafa-2010 (accessed March 2021).

அது முதன்மையாக இஸ்லாமியர்களைப் பாதிக்கிறது.[6] ஆனால், இதுபோன்ற அதிகாரங்கள் பொதுவாகவே காவல்துறைக்குள் ஊடுருவும் வாய்ப்புகளை அதிகரித்துள்ளதையும் நாம் உணர வேண்டும்.

அத்தகைய விதிகளும் ஒழுங்குமுறைகளும் பயங்கரவாதத் தடுப்புச் சட்டம் 2000 உருவாக்கப்பட்ட சட்டங்களிலிருந்து வருகின்றன. அந்தச் சட்டத்தின்படி பயங்கரவாதம் இவ்வாறு சட்டப்படி வரையறுக்கப்பட்டுள்ளது: 'அரசாங்கங்களின் மீது தாக்கத்தை ஏற்படுத்துவதற்கோ', 'பொது மக்களை அச்சுறுத்துவதற்கோ' அல்லது 'அரசியல், மத, இன [2008இல் சேர்க்கப்பட்டது] அல்லது சித்தாந்த ரீதியான நோக்கத்தை முன்னெடுப்பதற்கோ' திட்டமிட்டு செய்யப்படும் செயல் அல்லது அச்சுறுத்தல் பயங்கரவாதம் ஆகும்'. இந்த வரையறையில் 'செயல்' என்பது 'ஒரு நபருக்கு எதிரான தீவிரமான வன்முறையை நிகழ்த்துவது', 'சொத்துக்களுக்குத் தீவிரமான சேதம் விளைவிப்பது', 'ஒருவருடைய உயிருக்கு அல்லது ஒரு மக்கள் குழுவின் உடல்நலத்திற்கு அல்லது பாதுகாப்பிற்குத் தீவிரமான ஆபத்தை விளைவிப்பது' என்று வரையறுக்கப்படுகிறது.[7] இதில், 'ஈடுபட்ட' 'தயாராகிற', 'ஊக்குவிக்கிற அல்லது ஆதரிக்கிற' அல்லது 'மற்றபடி பயங்கரவாதத்துடன் தொடர்புடைய' அமைப்புகளாக வகைப்படுத்தப்படும் தடைசெய்யப்பட்ட அமைப்புகளின் நலனுக்காகச் செய்யப்பட்ட செயல்களும் அடங்கும்.[8] அத்தகைய அமைப்புகளுக்கான ஆதரவு என்பது 'கருத்து அல்லது நம்பிக்கையாக' இருக்கலாம், அவர்களுடன் தொடர்புடைய ஆடையை அணிவதாக இருக்கலாம் அல்லது நிதியளிப்பதாகவும் இருக்கலாம்.[9]

பயங்கரவாதத்தின் இந்த வரையறை மிகவும் பரந்ததாகவும் தெளிவற்றதாகவும் இருக்கிறது. 2012இல் உச்ச நீதிமன்றம் கூட இது திருப்திகரமானதாக இல்லை என்றே கருத்துத்

---

6. Arun Kundnani et al., *Leaving the War on Terror* (Amsterdam: Transnational Institute, 2019), p. 30.

7. https://legislation.gov.uk/ukpga/2000/11/section/1#commentary -C16756551 (accessed March 2021) .

8. https://legislation.gov.uk/ukpga/2000/11/section/ 3#commentary-C16756551 (accessed March 2021).

9. Ibid

தெரிவித்திருக்கிறது.[10] நம்மில் பெரும்பாலானவர்கள் பயங்கரவாதம் என்று கருதாத, வெறுமனே தீங்கு விளைவிக்கக்கூடிய செயலாக மட்டும் கருதும் செயல்களையும் கூட இது குற்றமாக்குகிறது. எடுத்துக்காட்டாக, ஒரு அடக்குமுறை அரசை எதிர்ப்பவர்கள், அதாவது ஐக்கியப் பேரரசின் கூட்டணி அமைப்புகள் கூடத் தடைசெய்யப்பட்ட அமைப்பாக, அதாவது பயங்கரவாதிகளாக வகைப்படுத்தப்படலாம். மேலும் இந்த வரையறையால், ஒரு பயங்கரவாதியாகக் கருதப்படுவதற்கு நீங்கள் அந்த அமைப்பின் உறுப்பினராகக் கூட இருக்க வேண்டியது இல்லை. வெறுமனே அதைப் பற்றித் தெரிந்துகொள்வது, நன்கொடை அளிப்பது அல்லது அவர்களுக்கு ஆதரவாகப் பேசுவது எல்லாம் ஒரு பயங்கரவாதக் குற்றமாக எடுத்துக்கொள்ளப்படலாம். இது முதன்மையாக அரசியல் துன்புறுத்தலிலிருந்து தப்பியோடியவர்களைப் பாதிக்கிறது, ஏனென்றால் ஐக்கியப் பேரரசின் அரசாங்கம் அவர்களை ஆபத்தானவர்களாகச் சித்திரிக்கிறது, அவர்கள் தப்பியோடும் நிலைமைகளை அல்ல.[11]

எடுத்துக்காட்டாக, மனித உரிமைகள் வழக்கறிஞர் கரேத் பெய்ர்ஸ், இந்தப் பரந்த வகைப்பாடு எப்படி 1990 மற்றும் 2000 களின் ஆரம்பத்தில் அரசாங்கப் படுகொலைகளுக்கு எதிராகத் தற்காப்பு முயற்சிகளில் ஈடுபட்ட அல்ஜீரியன் அகதிகளைப் பாதித்தது என்பதைப் பற்றிப் பேசியிருக்கிறார். அல்ஜீரியாவிலிருந்து தப்பியோடிய பலர், அவர்களின் எதிர்ப்பு நடவடிக்கைகளுக்காக, பிரிட்டனில் பயங்கரவாதத் தடுப்புச் சட்டத்தின் கீழ் குற்றம் சாட்டப்பட்டனர். அவர்கள் ‘தடைசெய்யப்பட்ட அமைப்புகளின்’ உறுப்பினர்களாக வகைப்படுத்தப்பட்டார்கள்.[12] இது அல்ஜீரிய அரச வன்முறைக்கு எதிரான அவர்களின் தற்காப்பு நடவடிக்கைகளைக் குற்றமாக்கியதுடன் அரசியல் அடைக்கலம் வேண்டுபவர்களை இரட்டிப்பாகத் தண்டித்தது. செலஸ்டேவின் இணையர் அல்ஜீரியாவைச் சேர்ந்தவர் என்பதால், அவரும் இதே மாதிரியான குற்றச் சாட்டுகளைச் சந்தித்திருக்கலாம். அவர் மீதான குற்றச்சாட்டுகள் அவருக்கே தெரியாதவையாக இருந்தாலும், நாம் அதைப்

10. Alan Greene, ‘The Quest for a Satisfactory Definition of Terrorism: R v Gul’, *The Modern law Review*, Vol. 77:5, 2014, pp. 780–93.

11. Liz Fekete, ‘The Terrorism Act 2000: An Interview with Gareth Peirce’, Race & Class, Vol. 43:2, 2001, 95–103, p. 98.

12. Ibid., p. 101.

பார்ப்போம். எப்படியிருந்தாலும், ஏகாதிபத்திய வெளியுறவுக் கொள்கையுடைய ஓர் அரசு எந்தெந்த சர்வதேசப் போராட்டங்கள் சட்டப்பூர்வமானவை என்பதையும், அது 'பயங்கரவாதத்தை எதிர்ப்பதற்குள்' வர வேண்டுமா இல்லையா என்பதையும் தீர்மானிக்க முடியுமா என்று கேட்பது மிக முக்கியமாகும்.

பயங்கரவாதச் சட்டங்களுக்குக் கீழ் தண்டிக்கப்பட நீங்கள் வன்முறையாகச் செயல்படத் தேவையில்லை என்ற கருத்து பெரும்பாலான மக்களை அதிர்ச்சிக்குள்ளாக்குகிறது. பிரிட்டனில் 2017இல், ஐக்கியப் பேரரசின் தடுப்புக் காவல் முகாமிலிருந்து மக்களை நைஜீரியா, கானா மற்றும் சியரா லியோனுக்கு வெளியேற்றும் அல்லது நாடு கடத்தும் விமானத்தைப் பயன்படுத்துவதைத் தடுக்க ஸ்டேன்ஸ்டட் 15 குழு ஒருவருக்கொருவர் இணைத்துக்கொண்டு விமானத்தை நிறுத்த முயற்சித்தபோது, அவர்களின் குற்றச்சாட்டு சிறிய பொது ஒழுங்குக் குற்றத்திலிருந்து பயங்கரவாதத் தடுப்புச் சட்டத்தின் கீழ், பயங்கரவாதத்துடன் தொடர்புடைய ஒரு குற்றச்சாட்டாக மாறியது. அதன் பொருள், ஸ்டேன்ஸ்டட் 15 குழுவின் செயல்பாடுகளை ஊக்குவிப்பது கூடச் குற்றச் செயலாக அமையும் என்பதாகும்.[13] அவர்கள் மேல்முறையீட்டில் வெற்றி பெற்றிருந்தாலும் கூட, 'பயங்கரவாதத்தைப்' பற்றிய அரசின் வரையறையை அரசியல் துன்புறுத்தலிலிருந்து தப்பியோடும் மக்களையும் அவர்களுக்கு ஆதரவாகச் செயல்படுபவர்களையும் குற்றவாளியாக்கப் பயன்படுத்த முடியும், எனவே மற்ற எத்தனை செயல்களையும், சொற்களையும் சிந்தனைகளையும் கூடக் குற்றவாளியாக்கப் பயன்படுத்த முடியும் என்ற கருத்து நிலைபெறுகிறது. இந்த அடக்குமுறை நிலை பெரும்பாலான சமூகத்தால் பரவலாக ஏற்றுக்கொள்ளப்படுகிறது. ஏனென்றால் மக்கள் இது இஸ்லாமிய பயங்கரவாதிகளின் அச்சுறுத்தலுக்கு எதிராகத் தங்களைப் பாதுகாப்பாக வைத்திருப்பதாக நினைக்கிறார்கள். ஆனால், தேசியப் பாதுகாப்பு நடவடிக்கைகள் அரசு தன்னுடைய விருப்பப்படி அடக்குமுறையை மேலும் பரந்த அளவில் செயல்படுத்த அரசின் அதிகாரங்களை விரிவுபடுத்துகின்றன. எனவே, இந்த எந்திரம் இஸ்லாமிய வெறுப்பின் பின்னணியில் உருவாக்கப்பட்டிருந்தாலும் கூட அதற்கு ஒப்புதல் அளிப்பவர்களையும் அது அச்சுறுத்துகிறது.

---

13. https://hja.net/news-and-insights/press-releases/criminal-defence/court-of-appeal-quashes-terror-charges-of-stansted-15/ (accessed February 2021).

குற்றச் சிந்தனைகள்

ஐக்கியப் பேரரசில் பயங்கரவாதம் தொடர்பான குற்றங்களுக்காகச் சிறையில் இருக்கும் மக்களில் 75% பேர் 'இஸ்லாமிய-தீவிரவாதப் பார்வையைக் கொண்டிருப்பவர்களாக' வகைப்படுத்தப்பட்டிருக்கிறார்கள்.[14] இந்த வழக்குகளில், அவர்கள் வன்முறையாகச் செயல்படவில்லை, ஆனால் அவர்கள் இனமாக்கப்பட்டிருக்கும் விதத்தால், அவர்களின் கருத்துகள் ஆபத்தானவையாகக் கருதப்படுகின்றன. அவர்களின் சிறைப்படுத்துதல் 2006 பயங்கரவாதத் தடுப்புச் சட்டம் பிரிவு 5ஆல் சாத்தியமாக்கப்படுகிறது, அது பயங்கரவாதச் செயல்களுக்கான 'தயாரிப்பில் ஈடுபடுவதைக்' குற்றமாக்குகிறது.[15] பயங்கரவாதத்திற்கான தயாரிப்பு என்பது வெடிபொருள்களைச் சேகரிப்பதுடன் தொடர்புடையதைப் போலத் தெரியலாம், ஆனால் அத்தகைய வழக்குகளை எதிர்கொள்ளும் பெய்ர்ஸின் அனுபவத்தில், 'தயாரிப்புக்கான' ஆதாரம் வழக்கமாகக் குற்றம் சாட்டப்பட்டவர்களின் கணினி அல்லது குறிப்பேடுகளில் தேடியதற்குப் பிறகே கண்டுபிடிக்கப்படுகிறது. அதில் அவர்கள் எழுதிய கவிதைகள்[16], படித்த ஆவணங்கள்[17] அல்லது இணையத்தில் தேடியவைகளும்[18] அடங்கும். அத்தகைய இலக்கியங்களை வைத்திருப்பது அல்லது ஆய்வு செய்வது 'பயங்கரவாதத்தைத் தூண்டுவதற்கும் ஊக்கப்படுத்துவதற்கும் அல்லது மேம்படுத்துவதற்கும்' விருப்பம் காட்டுவதாகச் சொல்லப்படுகிறது.[19] இந்த அசாதாரணமான வாதம், ஒரு யோசனையில் ஈடுபடுவது அதைச் செயல்படுத்த உங்களைக் கட்டாயப்படுத்துகிறது என்று கருதுகிறது. இந்த அடிப்படையில், பள்ளிக் கூடங்கள் நாசிசம், அடிமைப்படுத்தல் அல்லது எந்த

---

14. https://gov.uk/government/statistics/operation-of-police-powers-under-the-terrorism-act-2000-quarterly-update-to-december-2020/operation-of-police-powers-under-the-terrorism-act-2000-and-subsequent-legislation-arrests-outcomes-and-stop-and-search-great-britain-year-ending (accessed 22 March 2021).
15. https://bbc.co.uk/news/uk-50823532 (accessed March 2021).
16. For example see the 'Lyrical Terrorist', https://theguardian.com/uk/2008/jun/17/uksecurity.ukcrime (accessed March 2021).
17. See the case of Rizwaan Sabir, discussed below.
18. Gareth Peirce, 'Was it like this for the Irish?', *London Review of Books*, Vol. 30:7, 2008.
19. Ibid.

வரலாற்று வன்முறையைப் பற்றியும் ஒருபோதும் கற்பிக்கக் கூடாது.

எந்தக் கருத்துகளைப் பற்றிப் படிப்பது அல்லது எழுதுவது ஏற்றுக்கொள்ளக்கூடியது என்று அரசைத் தீர்மானிக்கச் செய்வது அதனுடைய வன்முறையை வெளிப்படுத்தும் கருத்துகளைத் தடைசெய்ய அதற்கு ஒரு எல்லையில்லா அதிகாரத்தை வழங்குகிறது. இது நம்மைப் பாதுகாப்பாக ஆக்கவில்லை. எல்லாவற்றிக்கும் மேல், உதவிகளை நிறுத்தத் திட்டமிடும், மக்களை வீடற்றவர்களாக விட்டுவிடும் கேபினெட் அமைச்சர்கள் ஒரு குறிப்பிட்ட பிரிவு மக்களின் பாதுகாப்பிற்கும் உடல்நலத்திற்கும் தீவிரமாக ஆபத்தை விளைவிக்கும் செயல்களுக்காகத் தயார் செய்பவர்களாகக் கருதப்படுவதில்லை அல்லது புலம்பெயர்ந்தவர்களுக்கும் அகதிகளுக்கும் கடுமையான ஆபத்தை ஏற்படுத்தும் எல்லைக் கட்டுப்பாடுகளை உருவாக்கும் உள்நாட்டு அலுவலக ஊழியர்களும் அவ்வாறு கருதப்படுவதில்லை. மாறாக, கடந்த பத்தாண்டுகளில் பயங்கரவாதம் தொடர்பாகத் தண்டனை பெற்றவர்களில் பெரும்பாலானவர்கள் ‘தயாரிப்பு நடவடிக்கைக்காக’க் குற்றம் சாட்டப்பட்ட இஸ்லாமியர்கள் ஆகும். அது வழக்கறிஞர் டேவிட் கோட்லெய்பின் சொற்களில் அவர்கள் ‘அலட்சியத்தால் பயங்கரவாதிகள்’ என்று பொருள்படுகிறது. அதாவது, அவர்கள் எதையோ படித்தார்கள் அல்லது தரவிறக்கம் செய்தார்கள். இஸ்லாமியர்களின் மீதான இந்த அடக்குமுறைக்கு ஒப்புதல் அளிப்பது அரசின் அதிகாரத்தின் பிடி மோசமாக நடத்துவதற்கு இன்னும் பாதுகாப்பானதாக மாறுவதற்கு அனுமதிக்கிறது. அதே நேரத்தில் இது உள்நாட்டிலும் வெளிநாட்டிலும் விளிம்புநிலை மக்களை அச்சுறுத்துவது மறைக்கப்பட்டுள்ளது.

வாழ்நாள் முழுவதும் சந்தேகத்திற்குள்ளாகுதல்

பயங்கரவாதத்திற்கு எதிராகச் சிறைப்படுத்தப்படுவது என்பது ஒரு முறை நடக்கும் நிகழ்வல்ல, அதன் பின்விளைவுகள் வாழ்நாள் முழுவதும் நீடிக்கக் கூடியவை. ரிஸ்வான் சபிர் என்னிடம் சொல்வதைப் போல, ஒருமுறை நீங்கள் சந்தேகத்திற்குரிய பயங்கரவாதத்திற்கான நபராக வகைப்படுத்தப்பட்டுவிட்டால், அதிலிருந்து வெளியே வருவது மிகவும் கடினமானதாக

மாறிவிடும். பயங்கரவாதக் குற்றச்சாட்டுகளை எதிர்கொள்ளும் மக்கள் அத்தகைய குற்றச்சாட்டு வழக்குகள் பெரும்பாலும் அவர்களுக்கு நடப்பதைப் போலத் தள்ளுபடி செய்யப்பட்டாலும் கூட, தங்கள் வாழ்நாள் முழுவதும் பயங்கரவாத எதிர்ப்புக் காவலால் தொடர்ந்து தொந்தரவுக்கு உள்ளாக்கப்படும் விதத்துடன் தொடர்புபடுத்தி அவர் இதைக் குறிப்பிடுகிறார்.

2008இல் ரிஸ்வான் அவருடைய முதுகலைப் பட்டத்திற்காக நாட்டிங்காம் பல்கலைக்கழகத்தில் படித்துக்கொண்டிருந்தார். அப்போது பயங்கரவாதத்தைப் பற்றிய தன்னுடைய ஆய்விற்காக அமெரிக்க ஐக்கிய அரசின் நீதித்துறையின் இணையதளத்திலிருந்து அல்-கொய்தாவின் பயிற்சிக் கையேட்டைத் தரவிறக்கம் செய்தார். அந்த ஆவணம் பல்கலைக்கழகக் கணினியில் கண்டறியப்பட்ட பிறகு, அவர் பயங்கரவாத அதிகாரத்தின் கீழ் கைது செய்யப்பட்டு, எந்தக் குற்றச்சாட்டும் இல்லாமல் காவல்துறையின் கட்டுப்பாட்டில் மோசமான சூழ்நிலையில் ஒரு வார காலத்திற்கு தடுப்புக் காவலில் வைக்கப்பட்டார்.[20] பத்தாண்டுகளுக்குப் பிறகு, தற்போது ஒரு சமூக ஆர்வலர் மற்றும் கல்வியாளராக ரிஸ்வான் அதை இவ்வாறு வெளிப்படுத்துகிறார்:

> நீங்கள் கைது செய்யப்பட்டு காவலில் எடுக்கப்பட்ட நொடி முதல் காவல்துறை உங்களுடைய இனரீதியான இஸ்லாமிய அடையாளத்தால் உங்களை ஆபத்தானவர்களாகப் பார்க்கவும் கட்டமைக்கவும் தொடங்கிவிடும். இந்தச் சந்தேகம் நீங்கள் எந்தக் குற்றச்சாட்டும் இல்லாமல் காவல்துறையின் கட்டுப்பாட்டிலிருந்து விடுவிக்கப்பட்ட உடனே மறைந்துவிடாது. பின்வரும் காலம் முழுவதும் உங்களை அது பின்தொடரும். எனக்கு இது, தொடர்ந்து சாலை ஓரங்களில் நிறுத்திச் சோதனையிடப்படுதல், ஐக்கிய பேரரசுக்குள் பயணம் செய்யும்போதும் திரும்பும்போதும் விமான நிலையங்களிலும் துறைமுகங்களிலும் நிறுத்தப்படுதல், காவல்துறையினரால் பதிவு செய்யப்படும் தொடர் உளவுப் பதிவுகள் ஆகிய வழிகளில் வந்தது. இவை அனைத்தும் உங்கள் மனதில் ஓர் அதிர்ச்சி உணர்வை உருவாக்குகின்றன. அன்றாட வாழ்க்கையில் பல வழிகளில் உங்களைப் பின்தொடர்கின்றன.

---

20. https://legislation.gov.uk/ukpga/2000/11/section/41 (accessed March 2021).

இந்தத் தொடர் தலையீடுகளும் கண்காணிப்பும் தேசியப் பாதுகாப்பு வலையினுடைய பயங்கரவாத வடிவங்களாகும். 2005 பயங்கரவாத எதிர்ப்புச் சட்டத்தின் ஒரு பகுதி 2021இல் ஒரு கட்டுப்பாட்டு ஆணையில் பயங்கரவாதத் தடுப்பு மற்றும் விசாரணை நடவடிக்கைகளாக (TPIMs) உருமாறியது. அந்தக் கட்டுப்பாட்டு ஆணையின் காரணமாக ரிஸ்வானைப் போலவே செல்ஸ்டேவின் இணையரும் சிறையிலிருந்து விடுவிக்கப்பட்ட பிறகும் பயங்கரவாதக் காவலைத் தொடர்ந்து அனுபவித்தார். கட்டுப்பாட்டு ஆணைகளும் TPIM களும் வன்முறையைத் 'தடுத்தல்' என்ற பெயரில் ஒருவரின் வாழ்க்கையில் கடுமையான கட்டுப்பாடுகளை விதிக்கின்றன.[21] செல்ஸ்டேவின் இணையர் கண்காணிப்பு வளையத்திற்குள் வைக்கப்பட்டார். அவர் வீட்டை விட்டு வெளியேற அனுமதிக்கப்படவில்லை, வெளியிருந்து யாரும் உள்ளே வரவும் அனுமதிக்கப்படவில்லை. இது வீட்டைச் சிறையாக மாற்றியது, கொதிகலன் பழுது போன்ற அன்றாட வேலைகளைக் கூடப் பாதுகாப்புப் பிரச்சினைகளாக மாற்றியது. ஏனென்றால் வீட்டிற்கு வந்த ஒவ்வொருவரும் தங்களுடைய கடவுச் சீட்டை உள்துறை அலுவலகத்திடம் சமர்ப்பிக்க வேண்டியிருந்தது. கூடுதலாக, செலஸ்டேவின் இணையர் ஒரு நாளைக்கு ஐந்து முறை கண்காணிக்கும் நிறுவனத்திடம் பதிவு செய்ய வேண்டியிருந்தது. அப்போதும் கூட உள்துறை அலுவலகத்திலிருந்து யாராவது ஒருவர் ஒவ்வொரு 2 அல்லது 3 நாள்களுக்கு ஒருமுறை - காலை 1 அல்லது 2 மணிக்குக் கூட சோதனை செய்வதற்கு வருவார்கள்.[22] இத்தகைய திட்டமிட்ட இடையூறுகள் குடும்பத்தினர் வீட்டில் நிம்மதியாக வாழ முடியாத நிலைக்குத் தள்ளியது. அவர்கள் வீட்டை விட்டு வெளியேறவும் அனுமதிக்கப்படவில்லை. மேலும், வலுக்கட்டாயமாக வீட்டுச் சிறையில் வைக்கப்பட்டிருந்தபோதும் பல ஆண்டுகளுக்குப் பிறகு அவர் திரும்பவும் கைது செய்யப்பட்டார், நாடு கடத்தப்படுவதாக மிரட்டப்பட்டார்.

அத்தகைய தொடர் கண்காணிப்புகளும் காவல் அச்சுறுத்தல்களும் ஆழமான உளவியல் தாக்கத்தைக் கொண்டுள்ளன. இது

---

21. David Anderson, Control Orders in 2011: Final Report of the Independent Re-viewer on the Prevention of Terrorism Act 2005 (London: The Stationery Office, 2012).

22. https://hhugs.org.uk/2019/05/celeste-story-part-2/ (accessed November 2020).

செலஸ்டேவின் குடும்பத்தை நிலைகுலையச் செய்தது. ஒருபோதும் எந்தக் குற்றமும் நிரூபிக்கப்படாத நிலையில், செலஸ்டேவின் கணவர் பெல்மார்ஷ் சிறையில் ஒரு நாளைக்கு 23 மணிநேரம் ஒரு அறையில் அடைக்கப்பட்டிருந்தார். இதன் விளைவாக, அவர் உண்ணாமலும் பேசாமலும் இருந்தார். பல தற்கொலை முயற்சிகளை மேற்கொண்டார். சக்கர நாற்காலியின் உதவியுடன் சிறையிலிருந்து அவர் வெளியே வந்தார். அதே சமயத்தில், செலஸ்டே மன அதிர்ச்சித் தாக்குதல்களால் அடிக்கடி மருத்துவமனையில் அனுமதிக்கப்பட்டார். அவர்களின் மகள் ருக்கையா எப்போதும் பயத்தில் அழுதுகொண்டிருந்தாள். ‘அவளை நான் ஒரு நிமிடம் தனியாக விட்டுச் சென்றாலும் உடனே கத்தத் தொடங்கிவிடுவாள்’.[23]

ரிஸ்வானைப் பொருத்தவரை, அவர் கைது செய்யப்பட்டு 13 ஆண்டுகள் கடந்துவிட்டாலும், அவர் தொடர்ந்து ‘கடுமையான அச்சவுணர்வை’ அனுபவித்து வருகிறார்... ‘நான் எங்கு சென்றாலும் ‘கடுமையான பதற்றம்’ என்னைப் பின்தொடர்கிறது. ‘சில சமயங்களில் அது அதிகமாகி, கடுமையான மனநல மற்றும் மனநோய்ப் பிரச்சினைகளுடன் மிக மோசமான நிலைக்குச் சென்றேன். தேசியச் சுகாதாரச் சேவையின் (NHS) உதவியைப் பெறுவது எனக்கு மிகவும் சிரமமாக இருந்தது. ஏனென்றால் பொதுத்துறையானது காவல்துறைக்கு உளவுத் தகவல்களை அனுப்ப வேண்டிய சட்டப்பூர்வக் கடமையின் கீழ் இருக்கிறது என்பது எனக்குத் தெரியும்’.

நிச்சயமாக, தேசியப் பாதுகாப்பு அமைப்பு நேரடியாக மக்களைக் குறிவைப்பது மட்டுமல்லாமல், தீவிரவாத எதிர்ப்பு மற்றும் தடுப்புக் காவலின் பரவல் காரணமாக அவர்கள் இதிலிருந்து குணமடையும் வாய்ப்புகளையும் குறைக்கிறது. இது பின்வரும் அத்தியாயங்களில் ஆராயப்பட்டுள்ளது. இந்தப் பாதுகாப்பு வலையின் சில பகுதிகள், ரிஸ்வான் தனது மன அழுத்தத்திற்குக் காரணம் பயங்கரவாத எதிர்ப்புக் காவல்தான் என்று NHS சிகிச்சையாளரிடம் சொன்னால், அவரை மீண்டும் பயங்கரவாத எதிர்ப்பு எந்திரத்திடம் சந்தேகத்திற்குரிய நபராகப் பரிந்துரைக்க வாய்ப்புள்ளது. அதேபோல், பயங்கரவாதச் சட்டங்களின் கீழ் குற்றம் சாற்றப்பட்ட பெற்றோர்களின் குழந்தைகள் ‘தீவிரமயமாக்கப்படக் கூடிய ஆபத்தில் இருப்பதால்’ சமூக சேவை

23. https://hhugs.org.uk/2019/05/celeste-story-part-1/ (accessed November 2020).

அமைப்புகளால் அடிக்கடி கண்காணிக்கப்படுகின்றனர். இது அவர்களைக் காவல்துறையின் சோதனைகளாலும் அரசு ஏற்படுத்திய வறுமையாலும் ஏற்பட்ட மன அழுத்தத்திற்காகக் குற்றவாளிகளாக்குகிறது. இது அதிர்ச்சிக்குப் பிறகான மன அழுத்த பாதிப்பை (*Post traumatic stress disorder*) உருவாக்குகிறது.

இந்த அரச துன்புறுத்தல்களின் சுழற்சிகள் பெரும்பாலான பொதுமக்களால் பெரிதும் புறக்கணிக்கப்படுகிறது. ஏனென்றால் காட்டுமிராண்டி, மதவெறியர், இஸ்லாமிய மற்றவர் அத்தகைய காவலுக்குத் தகுதியுடையவர்கள் என்று பரவலாக நம்பப்படுகிறது. அல்லது அதனால் முதன்மையாகப் பாதிக்கப்பட்டவர்கள் உறுதியான பொருளாதார மற்றும் குடியேற்ற நிலை இல்லாத இஸ்லாமியர்கள் என்பதால் யாரும் அவர்களைப் பற்றிக் கவலைப்படுவதில்லை. விளிம்புநிலை மக்களுக்கு எதிராக மிகப்பெரிய அளவிலான முடிவில்லா வன்முறையை நிகழ்த்துவது தான் பாதுகாப்பாக வாழ்வதற்கு ஒரே வழி என்று நாம் நினைத்தால், அதில் ஏதோவொன்று மிகவும் தவறாக இருக்கிறது.

அச்சுறுத்தலால் சிறைப்படுத்தப்படுதல்

அரசின் வன்முறை அமைப்பு வெளிப்படையாகத் தோல்வியடையும் போதும் கூட அது கட்டுப்படுத்தப்படுவதற்குப் பதிலாக விரிவுபடுத்தப்பட்டுக்கொண்டே இருக்கிறது. எடுத்துக்காட்டாக, 2020இல் பயங்கரவாதத் தயாரிப்பு நடவடிக்கைகளுக்காகத் தண்டிக்கப்பட்ட மக்களுக்கான சிறைத் தண்டனையை அதிகப்படுத்தவும் முன்கூட்டியே விடுவிக்கப்படுவதை நிறுத்தவும் பயங்கரவாத எதிர்ப்பு மற்றும் தண்டனை மசோதா தாக்கல் செய்யப்பட்டது. 2019இல் இலண்டனில் ஒரு புனர்வாழ்வு தொடர்பான நிகழ்வில் ஒரு முன்னாள் கைதியான உஸ்மான் கான்-ஆல் ஜேக் மெரிட் மற்றும் சஸ்கியா ஜோன்ஸ் ஆகியோர் கொல்லப்பட்டதுதான் இந்த மசோதாவிற்கான முகாந்திரம் ஆகும். இந்தக் கொலைகள் வன்முறையைக் கையாள்வதில் காவல்துறை அமைப்பின் பயனற்ற தன்மையை நிரூபிப்பதற்குப் பதிலாக, சுயநலமான முறையில் காவல்துறை அமைப்பைப் பெரிதாக்குவதற்குப் பயன்படுத்தப்பட்டன. எல்லாவற்றிற்கும் மேல், உஸ்மான்

ஏற்கெனவே சிறை, பயங்கரவாதக் காவல், கண்காணிப்பு மற்றும் தீவிரவாத எதிர்ப்புத் திட்டம் ஆகியவற்றை அனுபவித்திருந்தார்.

மசோதாவிற்குச் சில தவறாக வழிநடத்தப்பட்ட எதிர்ப்புகள் பயங்கரவாதக் குற்றவாளிகளை நீண்ட நாள்கள் சிறையில் வைத்திருப்பது அவர்களை மேலும் தீவிரமயமாக்கும், ஏனென்றால் 'சிறைகள் தீவிரமயமாக்கலின் இடங்கள்' என்று பரிந்துரைத்தன. உண்மையில் இந்த வாதம் இஸ்லாமியக் கைதிகளை மேலும் குற்றவாளிகளாக்குகிறது. வன்முறை என்பது இஸ்லாமியர்களின் தொற்றுநோய் என்ற சிந்தனையின் அடிப்படையில் அவர்களைத் 'தீவிரவாதப் பிரிவுகள்' எனப் பிரிக்கும் நடவடிக்கைகளுக்கு இட்டுச் செல்கிறது. ஏற்கெனவே ஐக்கியப் பேரரசின் சிறை மக்கள்தொகையில் இஸ்லாமியர்கள் 15%க்கும் மேலாக இருக்கிறார்கள்.[24] 40% ஆசியர்களும் 32% கறுப்பர்களும் இருக்கிறார்கள்.[25] ஆனால் அதில் 1% பேர் மட்டுமே பயங்கரவாதக் குற்றச்சாட்டுகளுக்காக அங்கே இருக்கிறார்கள். மற்றவர்கள் கறுப்பு மற்றும் பழுப்பு நிற உழைக்கும் வர்க்கத்தின் மீதான வரலாற்று ரீதியான அதிகப்படியான காவலின் காரணமாக அங்கே இருக்கிறார்கள். அது அரசைக் குற்றங்களை உருவாக்கும் சமூகப் பொருளாதார நிலைமைகளை அடையாளப்படுத்துவதைத் தவிர்க்க அனுமதிக்கிறது. ஆயினும், அனைத்துச் சிறைப்படுத்தப்பட்ட இஸ்லாமியர்களும் பயங்கரவாத உருவகத்தால் அதிகமாக குற்றஞ்சாட்டப்பட்டவர்களாவர். அதன் விளைவாக அவர்கள் அதிகமான தீங்கை அனுபவிக்கிறார்கள்.

எடுத்துக்காட்டாக, சிறைக் காவலர்கள் பெரும்பாலும் இஸ்லாமியச் சிறைவாசிகளைக் கட்டுப்படுத்திப் பிரித்து வைக்கிறார்கள்[26]. இஸ்லாமும் தொடர்ந்து அவர்களுக்கு எதிராக ஆயுதமாக்கப்படுகிறது. சமூக நீதி அமைப்பான மஸ்லாஹா,

---

24. David Lammy, The Lammy Review, (UK: UK Government, 2017).

25. HM Chief Inspector of Prisons, 'Muslim prisoners' experiences: A thematic review (UK: HMP, 2010), p. 4.

26. Ibid; and see Darrick Jolliffe and Zubaida Haque, *Have prisons become a dangerous place? Disproportionality, safety and mental health in British prisons* (London: Runnymede, 2017); and https://theguardian.com/society/2017/oct/19/black-and-muslim-prisoners-suffer-worse-treatment-study-finds (accessed January 2021).

சிறையில் விதிமுறைகளை மீறியதால் பல இஸ்லாமியர்களுக்குத் தண்டனையாக ஜூம்மா (வெள்ளிக்கிழமை தொழுகைகள்) செல்வதற்குத் தொடர்ந்து தடை விதிக்கப்படுவதைக் கண்டறிந்துள்ளது[27]. இந்தச் சந்தேகச் சூழ்நிலையில் இஸ்லாமியர்கள் கூடுதல் மன அழுத்தத்தை எதிர்கொள்ளும்போதும் கூடச் சிறை நலச் சேவைகளை நம்ப முடியாத நிலைமையில் இருக்கிறார்கள். அதன் விளைவாக, பலர் இஸ்லாத்திலும் இஸ்லாமிய சகாக்களுக்கிடையிலும் ஆறுதலாக உணருகிறார்கள். ஆனால் நிர்வாகம் அத்தகைய பிணைப்பையே 'தீவிரமயமாக்கலாக'ப் பார்க்கிறது. ஒரு முன்னாள் இஸ்லாமிய சிறைவாசி 'திருச்சபையில் ஒரு நாளைக்கு ஐந்து முறை தொழுகை செய்வது என்பது சாதாரணமாக இருக்கிறது, அது ஒவ்வொரு நாளும் நடக்கிறது... ஆனால் அது சிறைச் சூழலில் நடக்கும்போது, ஒரு அறையில் நிறைய இஸ்லாமிய இளைஞர்கள் இருக்கும்போது அது சிறை ஊழியரை பீதிகொள்ளச் செய்கிறது - அவர்கள் என்ன செய்கிறார்கள்? என்ன நடக்கிறது?'[28] இஸ்லாமிய வெறுப்பு இஸ்லாமியர்களைச் சிறைப்படுத்துவதை நியாயப் படுத்துவது மட்டுமல்லாமல் சிறையில் இருப்பவர்களை மேலும் குற்றவாளிகளாக்குகிறது, சிறைக்குப் பிறகு அவர்களுக்கு இருக்கும் வாய்ப்புகளைப் பற்றிக் குறைவாகவே மதிப்பிடுகிறது. உஸ்மான் கான் காட்டியதைப் போல அது வன்முறைக்கான சாத்தியங்களைக் குறைக்கவில்லை.

சிலர் பரிந்துரைப்பதைப் போல, அதிகமான *BAME* (கறுப்பு, ஆசிய மற்றும் சிறுபான்மை இனத்தைச் சேர்ந்தவர்கள்) காவலர்களும் சிறை ஊழியர்களும் வேண்டும் என்பது தீர்வல்ல.[29] வரலாறு எதையாவது நமக்கு சொல்லித் தருமென்றால், அது காவல்துறை அமைப்பில் எத்தனை மறுபரிசீலனைகளும் சீர்திருத்தங்களும் புதிய முகங்களும் வந்தாலும் எப்பொழுதும் இன்னும் அதிகம் வேண்டும் என்ற ஒரு தேவை இருந்துகொண்டேதான் இருக்கும் என்பதாகும். ஏனென்றால் அவர்கள் அடிப்படைப் பிரச்சினையைச் சரி செய்யவில்லை: அமைப்பு சீர்குலைந்துவிடவில்லை, அது அந்த வழியில்

27. Raheel Mohammed & Lauren Nickolls, *Time to end the silence: The experience of Muslims in the prison system* (London: Maslaha, 2020).

28. Ibid., p. 16.

29. See for example, https://theguardian.com/society/2017/oct/19/black-and-muslim-prisoners-suffer-worse-treatment-study-finds (accessed January 2021).

செயல்படவே உருவாக்கப்பட்டுள்ளது.[30] ஆஞ்சலா டேவிஸின் சொற்களில், 'சிறைகள் சமூகப் பிரச்சினைகளை மறைப்பதில்லை, அவை மனிதர்களை மறைத்துவிடுகின்றன. வீடின்மை, வேலைவாய்ப்பின்மை, போதைப் பழக்கம், மனநலக் குறைவு, கல்வியறிவின்மை ஆகியவை அவைகளுடன் போராடும் மனிதர்கள் கூண்டுக்குள் தள்ளப்படும்போது பொது மக்கள் பார்வையிலிருந்து மறைந்துபோகும் பிரச்சினைகளில் ஒரு சில மட்டுமே ஆகும்.'[31] இனவெறியாலும் இஸ்லாமிய வெறுப்பாலும் கட்டமைக்கப்பட்ட மற்றும் நியாயப்படுத்தப்பட்ட அமைப்பைச் சீர்திருத்துவதற்கு மாறாக, நாம் முற்றிலும் வேறுபட்ட நிலைமைகளைக் கோர வேண்டும். காவலும் சிறையும் நம்மை பாதுகாப்பானவர்களாக ஆக்குவதில்லை.

இரகசிய ஆதாரங்களும் குடியுரிமை நீக்கங்களும்

செலஸ்டேவின் இணையர் ஆண்டுக் கணக்கான சிறை வாசத்திற்குப் பிறகும் கூட நாடு கடத்தப்படுவதாக மிரட்டப் படுவது குடியேற்றச் சட்டமும் தேசியப் பாதுகாப்புக் காவலும் ஒன்றோடொன்று இணைந்திருப்பதைக் காட்டுகிறது. பெரும்பாலான பயங்கரவாதம் தொடர்பான குற்றச்சாட்டுகளில் 'ஆதாரங்கள்' அடிப்படையற்றவையாக இருக்கும்போது, செலஸ்டேவின் இணையருடையதைப் போன்ற வழக்குகளில் ஆதாரங்கள் இரகசியமாக வைக்கப்படுகின்றன. 1997ஆம் ஆண்டில் நிறுவப்பட்ட சிறப்புக் குடியேற்ற முறையீட்டு ஆணையத்தில் (SIAC) ஆதாரங்களை இரகசியமாக வைப்பது தொடங்கியது. SIAC தேசியப் பாதுகாப்பு என்ற அடிப்படையில் வெளிநாட்டைச் சேர்ந்த மக்களை நாடு கடத்துதலையும் பிரிட்டிஷ் நாட்டைச் சேர்ந்த மக்களின் குடியுரிமையை நீக்குதலையும் கையாளுகிறது. இந்த வழக்குகளில், அரசின் ஆதாரங்கள் 'தேசியப் பாதுகாப்பு நலன்களை'ப் பாதிக்கக் கூடும் என்பதால் அவை உங்களுடனோ அல்லது உங்கள் வழக்கறிஞருடனோ பகிரப்படுவதில்லை. கூடுதலாக, விசாரணை

---

30. Mariame Kaba, *We Do This 'til We Free Us: Abolitionist Organizing and Transforming Justice* (Chicago: Haymarket Books, 2021), p. 5.

31. http://historyisaweapon.com/defcon1/davisprison.html (accessed January 2021).

நடக்கும்போது நீங்கள் இருவருமே நீதிமன்ற அறைக்குள் நுழைய முடியாது. அதற்குப் பதிலாக, நீதிமன்றத்தால் பரிசோதிக்கப்பட்ட ஒரு 'சிறப்பு வழக்கறிஞர்' உங்கள் பிரதிநிதியாக இருப்பார். ஆனால் அவர் ஆதாரங்களைப் பார்த்த பிறகு உங்களிடம் பேச முடியாது, எனவே அவை எழுப்பும் கருத்துகளின் மீது நீங்கள் மேற்கொண்டு அறிவுறுத்தல்களைப் பெற முடியாது.[32]

பஹத் அன்சாரி ஒரு வழக்கறிஞர். அவர் SIAC நடவடிக்கைகளை எதிர்கொண்ட பல மக்களுக்காக வாதாடியுள்ளார். அரசு உங்கள் குடியுரிமையைப் பறித்து ஓர் அந்நிய நாட்டில் எந்த நாட்டினமும் இல்லாதவராக விட்டுவிடப் போகிற அளவுக்கு நீங்கள் தேசியப் பாதுகாப்புக்கு ஓர் அச்சுறுத்தலாக இருப்பதாக உங்களுக்குச் சொல்வதே உங்களைக் காலியாக்கப் போதுமானது என்று அவர் என்னிடம் சொல்வார். எதுவாகினும், உங்களுக்கு எதிரான ஆதாரங்களுக்கு மறுப்பு தெரிவிப்பதற்கு அவை உங்களுக்குக் காட்டப்படாமலும் தெரிவிக்கப்படாமலும் இருப்பது முற்றிலும் உதவியற்ற தன்மையின் உணர்வுகளை உருவாக்குகிறது... சிலர் இந்தச் செயல்முறையைப் 'பேய்களுடன் சண்டையிடுவது' என்று ஒப்பிடுகிறார்கள்.

இத்தகைய நடவடிக்கைகள் எவ்வளவு அநீதியாக இருந்தாலும், 2013 முதல், அவை குடும்பம் மற்றும் வேலைவாய்ப்புத் தீர்ப்பாயங்கள் உட்பட உரிமையியல் வழக்குகளுக்கும் நீட்டிக்கப்பட்டுள்ளன, அதன் பொருள் இரகசிய ஆதாரங்களின் அடிப்படையில் மக்கள் அவர்களின் வேலைகளை அல்லது குழந்தைகளைக் கூட இழக்கக் கூடும்.[33] இது 'விதிவிலக்குடைய' பாதுகாப்பு வழக்குகள் என்ற பெயரில் அரசின் அதிகாரங்களை விரிவுபடுத்துவது எப்படி அத்தகைய துன்புறுத்தல்கள் இயல்பானவை என்று கருதப்படுவதற்கான சாத்தியக்கூறுகளை உருவாக்குகின்றன என்பதைக் காட்டுகிறது. உண்மையில், 'நான் இதைச் 'சட்டங்களின் குவாண்டானமோவாக்கல்' என்று

---

32. https://kingsleynapley.co.uk/insights/blogs/public-law-blog/judicial-review-and-the-creep-of-closed-material-procedures-r-on-the-application-of-haralambous-v-crown-court-at-st-albans-and-another (accessed March 2021).

33. Jessie Blackbourn, 'Closed material procedures in the radicalisation cases,' *Child and Family Law Quarterly*, Vol. 32:4, 2020; and John Sullivan, 'Closed Material Procedures and the Right to a Fair Trial', *Maryland Journal of International Law*, Vol. 29:1, 2014.

அழைக்கிறேன். குவாண்டானமோ தீர்ப்பாயத்தில் தொடங்கிய ஆனால் தற்போது பரவலாக மாறியுள்ள இந்த இரகசிய ஆதார நடைமுறையைத் தற்போது திறந்த, வெளிப்படையான நீதிமன்ற அமைப்புகளை வைத்திருப்பதாகப் பறைசாற்றிக்கொள்ளும் நாடுகளும் இயல்பானதாக்கிவிட்டன' என்று மொயஸ்ஸம்பெக் என்னிடம் சொன்னார். வெறுமனே ஒரு 'இஸ்லாமியப் பிரச்சினை' என்பதைத் தாண்டி, ஒரு நியாயமான விசாரணைக்கான உரிமை என்பது அனைவருக்கும் படிப்படியாக நிபந்தனைக்குள்ளாகிறது; எனவே குடியுரிமையின் உறுதிப்பாடும் நிபந்தனைக்குள்ளாகிறது.

2002-2016க்கு இடையில் 70க்கும் அதிகமானவர்களும் 2017இல் மட்டும் 104 பேரும் SIAC யால் குடியுரிமை நீக்கப்பட்டிருக்கிறார்கள். 2014 முதல் ஒரு நபரின் குடியுரிமையை நீக்குவதற்கு அவர் வேறு எங்காவது குடியுரிமை பெற முடியுமென்று உள்துறை அமைச்சர் திருப்தியடைந்தாலே போதுமானது என்று இந்தச் செயல்முறை எளிதாக மாறியது.[34] நாம் எப்போதும் வேறு பகுதியைச் சேர்ந்தவர்களாகவே கருதப்படுவதால் இது இனமாக்கப்பட்ட மக்களின் பாதிப்பை மேலும் அதிகரிக்கச் செய்தது.

2018இல் இஸ்லாமிய வெறுப்புக் காய்ச்சல் ஊடகத்தைப் பற்றிக்கொண்டபோது நம்மில் பலர் ஷமிம்மா பேகமின் வழக்கின் விவரங்களைப் பற்றி அறிந்திருப்போம். 20 வயதுடையவரை நாடற்றவராக்குவது 'செய்ய வேண்டிய சரியான செயல்' என்று கருதப்படும் அளவுக்கு பிரிட்டிஷ் பத்திரிகைகளால் ஷமிம்மா இழிவுபடுத்தப்பட்டார். ஷமிம்மாவின் பெற்றோர்கள் வங்காளதேசத்தில் பிறந்தவர்கள், எனவே அவர் வங்காளதேசக் குடியுரிமைக்கு விண்ணப்பிக்க முடியுமென்று உள்துறை அமைச்சர் திருப்தியடைந்தார். ஆனால் வங்காளதேசம் அவருக்கு எந்த ஆதாரவும் அளிக்காமல் நிராகரித்தது, அதாவது அவரின் பிரிட்டிஷ் குடியுரிமை நீக்கப்பட்டது அவரை மூன்று குழந்தைகள் இறந்த நிலையில் நாடாற்றவராக ஒரு அகதி முகாமில் விட்டுவிட்டது. 2021இல் ஐக்கியப் பேரரசின் உச்ச நீதிமன்றம் 'பாதுகாப்புப் காரணங்களுக்காக' வழக்கை மேல்முறையீடு செய்வதற்குக் கூட அவர் இங்கிலாந்துக்குத்

34. https://independent.co.uk/news/uk/home-news/isis-brides-reema-iqbal-zara-syria-uk-citizenship-shamima-begum-home-office-sajid--javid-a8816221.html (accessed November 2020).

திரும்ப வர அனுமதியில்லை என்று தீர்ப்பளித்தது.[35] அங்கே, ஷமிம்மா பிரதிநிதித்துவப்படுத்தும் வன்முறை என்பது அவர் அரசின் கைகளில் அனுபவித்ததை விட மட்டுமல்லாமல், 15 வயது குழந்தையாக இருந்தபோது IS இன் இளைஞர்களால் ஏமாற்றப்பட்டு பாலியல் வல்லுறவுக்குப் பலியாகியபோது எதிர்கொண்ட வன்முறையை விடவும் மோசமானதாகச் சித்திரிக்கப்பட்டது.

2020இன் அறிக்கைகள், பல பிரிட்டிஷ் பெண்களும் இன்னும் பல குழந்தைகளும் ஷமிம்மாவைப் போன்ற நிலையில் இருப்பதாகக் கண்டறிந்துள்ளது. அவர்கள் திட்டமிட்டுக் குடியுரிமை பறிக்கப்பட்டு, சிரியா பகுதிகளில் உள்ள முகாம்களில் நாடற்றவர்களாக விடப்படுகிறார்கள்.[36] இந்த முகாம்களில் ஒரு மாதத்திற்கு 25 பேர் நீரிழப்பு, ஊட்டச்சத்து குறைபாடு மற்றும் உடல் தாழ்வெப்பநிலை காரணமாக இறந்துபோகிறார்கள். காவலர்கள் கைதிகளைச் சுட்டு பாலியல் துன்புறுத்தல் செய்கிறார்கள். பிரிட்டிஷ் அரசு குடியுரிமையை நீக்குவதன் மூலம் நேரடியாக இந்த வன்முறையைச் செயல்படுத்துகிறது. ஆனால், 'தேசியப் பாதுகாப்புக் காரணங்கள்' என்கிற பெயரில் இஸ்லாமிய வெறுப்பைத் தூண்டுவதால் பெரும்பாலான மக்கள் அரசை அனைத்துப் பொறுப்புகளிலிருந்தும் விடுவித்துவிடுகிறார்கள். இந்தப் பெண்கள் நீதி கேட்டு எங்கே முறையிட முடியும்? இவர்களை இந்த அளவுக்குத் துன்பத்திற்கு உள்ளாக்குவதன் மூலம் யார் பாதுகாப்பாக ஆக்கப்பட்டார்கள்?

'உள்நாட்டில்' மற்றவர்களைக் காவலுக்குட்படுத்துதல்

இந்த அத்தியாயத்தில் குறிப்பிடப்பட்டுள்ள நடவடிக்கைகள் ஒரு அரசானது சர்வாதிகார அல்லது பாசிச அரசாக மாறுவதன் வெளிப்பாடு என நினைக்க வைக்கிறது. பிரிட்டனின் ஜனநாயக மற்றும் குற்றவியல் நீதிமன்ற அமைப்பின் 'ஆரோக்கியமான' 'வழக்கமான' செயல்முறையின் உருமாற்றத்தைக் குறிப்பிடுவதைவிட,

---

35. https://aljazeera.com/opinions/2021/3/19/shamima-begum-british-citizenship (accessed March 2021).
36. https://rightsandsecurity.org/impact/entry/europes-guantanamo-report (accessed March 2021).

தேசியப் பாதுகாப்புக் காவலையே பிரிட்டிஷ் ஜனநாயகம் நிறுவப்பட்டிருக்கும் காலனிய வரலாற்றின் வெளிப்பாடாகப் புரிந்துகொள்வது சரியாக இருக்கும். அந்த வரலாற்றில் அடிமைத்தனம், ஆக்கிரமிப்பு, கொள்ளை மற்றும் இனப் படுகொலை ஆகியவற்றை நியாயப்படுத்த இனமாக்கப்பட்ட மற்றவர்கள் இயல்பாகவே ஒழுக்கமற்றவர்களாகவும் குற்றமுடையவர்களாகவும் வரையறுக்கப்பட்டார்கள்.

எனவே, ருக்கையாவின் வீட்டில் சோதனை நடத்திய பயங்கரவாத எதிர்ப்புக் காவல்துறையினர் வீதியில் ரோந்துப் பணியில் இருக்கும் காவல்துறையினருக்கு மிகவும் வேறுபட்ட ஒரு காவல்துறையின் தோற்றத்தைத் தந்தாலும், அது பயங்கரவாத எதிர்ப்புக் காவல் நடைமுறைகள் வழக்கமான காவல்துறையின் நடைமுறைகளை முடக்குகிறது என்பதனால் அல்ல. மாறாக, பிரிட்டிஷ் அரசு காவல்துறையைச் செயல்படுத்தியது முதலே அங்கு இரண்டு அடுக்கு காவல்துறை இருந்து வருகிறது. ஒன்று, 'உள்நாட்டில்' 1800 களின் பிற்பகுதியிலிருந்து சுரண்டலுக்குள்ளாகும் வேலை நிலைமைகளுக்கு எதிராக ஒன்றுபடத் தொடங்கிய உழைக்கும் வர்க்கத்திற்கு எதிராக முதலாளித்துவ நோக்கங்களைப் பாதுகாக்க உருவாக்கப்பட்டது. இரண்டாவது வடிவம் காலனி நாடுகளில் பிரிட்டிஷ் ஆட்சிக்கு எதிரான பரவலான எதிர்ப்பை அடக்குவதற்காக உருவாக்கப்பட்டது. இது கிளர்ச்சிகளை அடக்குவதற்கான காவல்முறை ஆகும். எனவே, பயங்கரவாத எதிர்ப்புச் சட்டங்கள் 'சாதாரண'க் குற்றவியல் நீதிமன்ற அமைப்பிலிருந்து தண்டனைகளுக்கான ஓர் 'இணையான அமைப்பை' உருவாக்கினாலும், அது பிரிட்டன் எப்பொழுதுமே இனமாக்கப்பட்ட மற்றவர்களை ஒழுங்கமைக்க இரண்டாவது அமைப்பையே பயன்படுத்துகிறது என்பதை உணர்த்துகிறது.

உண்மையில், தெற்காசியா, கென்யா, மலாயா (சிங்கப்பூர்), மேற்கு ஆப்பிரிக்கா, அயர்லாந்து, தென்னாப்பிரிக்கா மற்றும் பல இடங்களில் பிரிட்டன் காலனிகளைத் தக்க வைத்துக்கொள்ள பயன்படுத்திய உத்திகள் இன்றைய பயங்கரவாத எதிர்ப்புக் காவல் முறையை மிகவும் ஒத்திருக்கின்றன. இது காலனித்துவத்திற்கு எதிரான எதிர்ப்புகளை நசுக்குவதற்கும் மற்றவர்களை இதிலிருந்து விலகியிருக்கும்படி அச்சமூட்டுவதற்கும் இராணுவ மயப்படுத்தப்பட்ட காவல்துறை குழுக்கள், ஆயுதம் ஏந்திய சோதனைகள், எதிர்ப்பவர்களுக்குள் ஊடுருவுதல், போலியான

கைதுகள், முற்றுகைகள், வீடுகளை அழித்தல், சிறை முகாம்கள் மற்றும் கொலை செய்தல் ஆகியவற்றைப் பயன்படுத்துவதை உள்ளடக்கியது.[37] அடக்குமுறையை நோக்கமாகக் கொண்ட காவல் முறையை நியாயப்படுத்துவதை எதிர்த்தவர்கள் பயங்கரவாதிகள், கிளர்ச்சியாளர்கள், கலவரக்காரர்கள் என்று முத்திரை குத்தப்பட்டார்கள்.

இருபதாம் நூற்றாண்டின் இரண்டாம் பாதியில், இந்த உத்திகள் அடக்குமுறையின் சக்தி வாய்ந்த வடிவங்களாக அங்கீகரிக்கப் பட்டன, அமெரிக்க ஐக்கிய அரசின் 'எதிர் உளவுத்துறைத் திட்டத்தால்' (COINTELPRO) ஏற்றுக்கொள்ளப்பட்டன. அவர்கள் இந்த உத்திகளை போர் எதிர்ப்புக் குழுக்கள், இடதுசாரி அமைப்புகள் மற்றும் மோசமானவர்களாக அறியப்பட்ட ப்ளாக் பேந்தர்ஸ் போன்ற கறுப்பர் விடுதலைக் குழுக்களை அழிக்கவும் சிதைக்கவும் பயன்படுத்தினர். அவர்கள் உளவு பார்க்கப்பட்டார்கள், தவறான தகவல் பிரச்சாரங்களுக்கு உட்படுத்தப்பட்டார்கள், கூட்டுக் கைதுகளுக்கும் படுகொலைகளுக்கும் ஆளானார்கள். பிரிட்டனில், COINTELPRO உத்திகள் 'அரசுக்குப் பிரச்சினைகள்' என்று கருதப்படும் மக்களை உளவு பார்க்க இரகசியக் காவலையும், போலியான நீண்ட கால உறவுகளையும், இறந்த குழந்தைகளிலிருந்து திருடப்பட்ட அடையாளங்களையும் பயன்படுத்தின.[38]

ஆனால் பிரிட்டனில், குறிப்பாக 1980களில், கறுப்பு மற்றும் பழுப்பு நிறச் சமூகங்களும் அவர்களின் இனவெறி எதிர்ப்பு இயக்கங்களும் பெரிதாக வளர்ந்தபோது, வெளியே தெரியக்கூடிய கிளர்ச்சி எதிர்ப்பு உத்திகள் அதிகமாகப் பயன்படுத்தப்பட்டன. உதாரணமாக, 1981இல் பிரிக்ஸ்டன், டாக்ஸ்டெத், லீட்ஸ் மற்றும் மற்ற பகுதிகளில் இனவெறிக்கான எதிர்ப்பு எழுச்சி பெற்றபோது, பெருநகரக் காவல்துறை, முன்பு பிரிட்டிஷ் பாலஸ்தீனிய காவல்துறைக்காக வேலை செய்த மற்றும் வடக்கு அயர்லாந்தில் பிரிட்டனால் பயன்படுத்தப்பட்ட வன்முறையான இராணுவமயப்படுத்தப்பட்ட காவல் படையான ராயல்

---

37. Laleh Khalili, *Time in the Shadows: Confinement in Counterinsurgencies* (California: Stanford University Press, 2012), p. 9.

38. https://theguardian.com/uk-news/2014/jul/24/special-demonstration-squad-undercover-unit-analysis (accessed March 2021); and see, https://www.spycops.co.uk/ (accessed March 2021).

அல்ஸ்டர் காவல் படைப்பிரிவுக்கு (*Royal Ulster Constabulary*) தலைமை வகித்த ஒருவரை ஆணையராக நியமித்தது. அவருடைய சொற்களில், காலனியக் காவல்முறை அவருக்கு கற்றுக்கொடுத்தது, காவல் என்பது ‘குற்றங்களைத் தடுப்பதைப்’ பற்றியதை விடச் ‘சமூகக் கட்டுப்பாட்டைப்’ பற்றியதே அதிகம் என்பதாகும்.[39] எனவே, பிரிட்டன் அதன் காலனிகளின் மீதான பிடியை உறுதிப்படுத்த முன்பு பயன்படுத்திய அதே வழிமுறைகள் மறுசீரமைக்கப்பட்டு முன்னாள் காலனியாக்கப்பட்ட மக்களை அவர்களுக்குரிய இடத்தில் வைப்பதற்குப் பிரிட்டனுக்குள்ளேயே பயன்படுத்தப்பட்டன.

பிரிட்டனின் பாரபட்சமற்ற சட்ட அமைப்பைப் பலவீனப்படுத்தாமல், தேசியப் பாதுகாப்பு மற்றும் பயங்கரவாத எதிர்ப்புக் காவல் முறைகள் இந்தக் காலனிய வரலாற்றிலிருந்து வளர்கின்றன. எனவே, பயங்கரவாத எதிர்ப்புச் சட்டங்கள் அனைத்தையும் இரத்து செய்வது மட்டும் போதுமானதல்ல. இஸ்லாமிய வெறுப்பின் அடித்தளங்களை எதிர்ப்பது என்பது முதலில் சட்டம் மற்றும் காவல் பற்றிய தாராளவாதத்தின் உள்ளார்ந்த இனவாதச் சிந்தனைகளை வேரோடு பிடுங்கக் கோருகிறது. உலகப் பொதுவான அறிவொளி பெற்ற சிந்தனை என்பதற்கெல்லாம் வெகு தொலைவில், அந்தச் சிந்தனைகள் ஒழுக்கமற்றவர்களாகவும் வன்முறையாளர்களாகவும் எப்போதும் ஏற்கெனவே குற்றமுடையவர்களாகவும் கருதப்பட்ட இனரீதியான மற்றவர்களைச் சார்ந்தே இருக்கின்றன.

சமூகக் கட்டுப்பாடும் தடுப்பு நடவடிக்கைகளும்

பெரும்பாலான இஸ்லாமியர்கள் தங்கள் வீடுகள் சோதனையிடப்படுவதையோ குடியுரிமை பறிக்கப்படுவதையோ அல்லது சிறைக்குச் செல்வதையோ நேரடியாக அனுபவித்திருக்கா விட்டாலும், தேசியப் பாதுகாப்பு வலை ‘நம்மைக் கண்காணிப்புக்குள் வைக்க’ இன்னும் நம் வாழ்க்கையில் உள்ளும் புறமும் ஊடுருவிக்கொண்டிருக்கிறது. பயங்கரவாதத் தடுப்புச் சட்டம் 2000இன் அட்டவணை 7 ஐ எடுத்துக்கொள்ளுங்கள். இது

39. James Trafford, *The Empire at Home: Internal Colonies and the End of Britain* (London: Pluto, 2020), p. 67.

ஐக்கியப் பேரரசு வழியாகவோ உள்ளேயோ பயணம் செய்யும் எவரையும் அவர்கள் பயங்கரவாதச் செயல்களைத் தயாரிப்பதில், ஆதரிப்பதில் அல்லது செயல்படுத்துவதில் ஈடுபட்டுள்ளார்களா என்பதை உறுதிப்படுத்த அவர்களை நிறுத்த, சோதனையிட, கேள்வி கேட்க மற்றும் 6 மணி நேரம் வரை கைது செய்ய காவல்துறைக்கு அதிகாரத்தைக் கொடுக்கிறது.

2009-19க்கு இடையில் அட்டவணை 7ஐப் பயன்படுத்தி 419,000 மக்கள் தடுத்து நிறுத்தப்பட்டிருக்கிறார்கள். இதுபோன்று நிறுத்திச் சோதனை செய்வதற்குச் 'சந்தேகத்திற்கான நியாயமான காரணங்கள்' தேவையில்லை என்பதால்[40], அவை இனரீதியான பாகுபாட்டிற்கு வழிவகுக்கின்றன. இது ஒவ்வொரு இஸ்லாமிய நகைச்சுவையாளரும் அதைப் பற்றி ஒரு குறுநாடகம் வைத்திருக்கும் அளவுக்குப் பிரபலமானவையாகும். இதை எதிர்ப்பார்த்துப் பெரும்பாலான இஸ்லாமியர்கள் விமான நிலையத்திற்குச் சீக்கிரமாகப் புறப்பட்டுச் செல்கிறார்கள். இந்தப் பாகுபாடு எந்த அளவுக்குப் பலனற்றது என்பதைப் பொருத்திப் பார்க்கலாம். பயங்கரவாதம் என்பதற்கு ஒரு பரந்த வரையறை இருந்தபோதிலும் இந்த நிறுத்தல்களில் வெறும் 0.007% மட்டுமே பயங்கரவாதம் தொடர்பான தண்டனைகளுக்கு இட்டுச் சென்றிருக்கின்றன.[41] ஆனால் அத்தகைய சிறிய எண்ணிக்கை கூடச் சட்டத்தின் நோக்கம் பயங்கரவாதிகளைத் தண்டிப்பது என்ற அரசின் வாதத்தை ஏற்றுக்கொள்கிறது. ஆனால் அட்டவணை 7 என்பது மக்களைப் பெருமளவில் கண்காணிப்பதற்கும் தகவல் சேகரிப்பதற்கும் ஒழுக்கக் கட்டுப்பாடுகளைச் செயல்படுத்துவதற்குமான ஒரு கருவி ஆகும்.

ஒருவேளை நீங்கள் நிறுத்தப்பட்டால், நீங்கள் அமைதியாக இருப்பது அட்டவணை 7இன் கீழ் சட்ட விரோதமாகும். நீங்கள் கண்டிப்பாகக் கேள்விகளுக்குப் பதிலளிக்க வேண்டும், உடைமைகளைச் சோதனையிடுவதற்குச் சமர்ப்பிக்க வேண்டும், டிஎன்ஏ மற்றும் கை ரேகையை வழங்க வேண்டும், மின்னணுச் சாதனங்களின் கடவுச் சொல்லைக் கொடுக்க வேண்டும்.

---

40. Home Office, Review of the Operation of Schedule 7: A Public Consultation, (London: UK Home Office: 2012).

41. https://cage.ngo/schedule-7-harassment-at-borders-report-executive-summary (accessed March 2021).

இந்தப் பீதிகொள்ளச் செய்கிற அதிகாரங்கள் வழக்கமான சர்வதேசத் தனியுரிமைச் சட்டங்களை அலட்சியப்படுத்துவது வழக்கறிஞர்கள், பத்திரிகையாளர்கள் மற்றும் சமூக ஆர்வலர்களின் செயல்பாடுகளை அச்சுறுத்துகின்றன. எடுத்துக்காட்டாக, 2018இல் மனித உரிமைகள் அமைப்பான கேஜ்-இன் (CAGE) சர்வதேச இயக்குநர் முகமது ரப்பானி, சித்திரவதையால் பாதிக்கப்பட்டவர்களைப் பற்றிய 30,000 முக்கியமான சட்ட ரீதியான தகவல்களின் ஆவணங்களை வைத்திருந்ததால் அவருடைய சாதனங்களின் கடவுச் சொல்லைக் கொடுக்க மறுத்தார். அதனால் அவர் கைது செய்யப்பட்டுக் காவல்துறையினரைப் பணி செய்யவிடாமல் தடுத்ததாகக் குற்றம் சாட்டப்பட்டார்.[42]

ஆனால், நம்மில் அலைபேசிகளில் அத்தகைய முக்கியமான தகவல்கள் இல்லாதவர்களுக்கும் கூட, அட்டவணை 7 சுய கண்காணிப்பைக் கட்டாயப்படுத்துகிறது. எடுத்துக்காட்டாக, அட்டவணை 7-இன் கீழ், புகைப்படங்கள் எடுப்பதற்காக அவர்களின் ஹிஜாப்களைக் கழற்ற மறுத்தால் கைது செய்யப்படுவதாக அச்சுறுத்தப்பட்ட இஸ்லாமியப் பெண்களின் கதைகளைக் கேட்ட பிறகு நான் பயத்தால் நிரம்பியிருந்தேன். இதுபோன்ற எதுவும் எனக்கு நடப்பதைத் தவிர்க்க விமான நிலையத்திற்குள் நுழைவதற்கு முன் என்னுடைய அனைத்துச் சமூக ஊடகச் செயலிகளையும் நீக்குகிறேன், எழுத்துப்பூர்வமான உரையாடல்களை அழிக்கிறேன், 'சர்ச்சைக்குரிய' அரசியல் பிரச்சினைகள் தொடர்புடைய எந்த நூலையும் எடுத்துச் செல்லாமல் பார்த்துக்கொள்கிறேன். இது நான் 'மறைப்பதற்கு ஏதோவொன்றை வைத்திருக்கிறேன்' என்பதற்காகவோ குழு உரையாடலில் ஒரு பயங்கரவாதச் சதித் திட்டத்திற்கு இடையில் இருப்பதற்காகவோ இல்லை, மாறாக இது அட்டவணை 7இன் கட்டாயத்தின் திட்டமிட்ட விளைவாகும். இஸ்லாமிய வெறுப்பின் அடிப்படையில் இயற்றப்பட்ட சட்டங்கள் இஸ்லாமியர்களை மிகவும் பரவலாக அரசியல் விமர்சனங்களில் பங்கேற்பதிலிருந்து திட்டமிட்டே தடுக்கின்றன. அவர்களுடைய எந்திரம் எதிர்க்க முடியாத அளவுக்கு மிகப் பெரியது என்ற உணர்வை ஏற்படுத்தி நம்மை அமைதிப்படுத்த முயற்சி செய்கிறார்கள். அதன் விளைவாக, நம்மில் பெரும்பாலானோர் அதை இயல்பாகக் கருதி, நம்முடைய வாழ்க்கையை அதற்கேற்ப

---

42. https://bbc.co.uk/news/uk-41394156 (accessed March 2021).

பழக்கப்படுத்திக்கொள்கிறோம். ஆனால் அது அரசியலுடைய மனிதர்களாகச் சுதந்திரமாக வாழ்வதற்கான நம்முடைய உரிமையைத் தியாகம் செய்வதாகப் பொருளாகும்.

இது சமூகக் கட்டுப்பாட்டின் ஒரு வடிவமாகும். இது அட்டவணை 7 உடன் முடியவில்லை. உண்மையில், இரகசியக் காவலும் உளவு நடவடிக்கைகளும்தான் அரசியல் விமர்சனங்களிலிருந்து அல்லது அரசை எதிர்ப்பதிலிருந்து மக்களைத் தடுக்கும் ஒரு சக்திவாய்ந்த கருவியாகும். மக்கள் MI5 உளவு அமைப்பு தங்களை மசூதிகளிலும், இளைஞர்கள் கூடுமிடங்களிலும் மற்றும் பல்வேறு இடங்களிலும் சக இஸ்லாமியர்களை உளவு பார்க்கச் சொன்னதாகவும் அல்லது அவற்றிற்கு உள்ளே செல்ல இஸ்லாமிற்கு மதம் மாறச் சொன்னதாகவும் சாட்சி சொல்வதைப் பற்றி நம்மில் நிறைய பேர் கேள்விப்பட்டிருப்போம்.[43] பல நேரங்களில் இந்தக் கோரிக்கைகள் எல்லாம் கைது, குடியுரிமை நீக்கம் அல்லது நாடு கடத்தல் போன்ற அச்சுறுத்தல்களால் மக்களால் ஏற்றுக்கொள்ளப்படுகின்றன. அரசு நம்முடைய சமூகத்தை இரகசியமாகக் கண்காணிக்க முயல்கிறது என்று தெரிந்துகொள்வது கூட, குறிப்பாக இந்தக் கண்ணி வைக்கும் உத்திகளைப் பயன்படுத்துவதைப் பற்றி நாம் கேள்விப்படும்போது, அது சுய-கண்காணிப்புடனும் எப்பொழுதும் எச்சரிக்கையுடனும் இருக்கும்படி நம்மைக் கட்டாயப்படுத்துகிறது.

அதாவது, கண்ணி வைக்கும் உத்திகள் என்பது மக்களைத் தயாரிப்பு நடவடிக்கையில் ஈடுபடவோ கைது செய்வதற்கேற்ப ஏதோவொன்றைச் சொல்லவோ ஊக்குவிக்க இரகசியக் காவலைப் பயன்படுத்துவதாகும். மான்செஸ்டரில் ஒரு இஸ்லாமிய அழைப்பு புத்தகக் கடையை நடத்தி வந்த முனிர் ஃபரூகி வழக்கில், புதிய இஸ்லாமியர்கள் போல நடித்து அவரை அணுகித் தூண்டுகிற வகையிலான கேள்விகளைக் கேட்ட இரண்டு இரகசிய அதிகாரிகளுக்கு அவர் அளித்த பதில்களின் அடிப்படையில் பயங்கரவாதத்திற்கான 'தயாரிப்பு நடவடிக்கையின்' கீழ் அவர் குற்றவாளி எனத் தீர்ப்பளிக்கப்பட்டார்.[44] பயங்கரவாத எதிர்ப்புத் தலைமை இந்த வழக்கில் 'இது தண்டனை வழங்க மிகவும் சவாலான வழக்கு... ஏனென்றால் நாம் எந்தவொரு திட்ட வரைவையோ, தாக்குதலுக்கான திட்டத்தையோ, இறுதித்

---

43. Peirce, 'Was it like this for the Irish?', p. 8.
44. https://cage.ngo/munir-farooqi-2 (accessed March 2021).

திட்டத்தையோ கைப்பற்றவில்லை...'[45] என்று ஒப்புக்கொண்டது. தெளிவாக, உளவு அமைப்புகளால் பயன்படுத்தப்பட்ட உத்திகள் அரசு அதன் கொள்கைகளை நியாயப்படுத்துவதற்காக அது எதிர்ப்பதாகச் சொல்லிக்கொள்ளும் 'பயங்கரவாதிகளை' அதுவே உருவாக்குகிறது என்பதை எடுத்துக்காட்டுகிறது.

இருப்பினும், அட்டவணை 7இன் கீழ் நிறுத்தப்படும்போது உங்களிடம் கண்டறியப்பட்ட ஏதோவொன்று அல்லது ஒரு இரகசிய அதிகாரியிடம் சொல்லப்பட்ட ஏதோவொன்று பயங்கரவாதத்திற்கான 'தயாரிப்பு நடவடிக்கை' என உங்கள் மீது குற்றஞ்சாட்ட அல்லது உங்கள் குடியுரிமையை இரத்து செய்ய 'இரகசிய ஆதாரம்' எனப் பயன்படுத்தப்படக் கூடும் என்பதை அறிவது மிகவும் அச்சுறுத்தலாக இருக்கிறது. இது இஸ்லாமியர்களை இஸ்லாமிய வெறுப்பைத் தங்கள் வாழ்வின் ஒரு பகுதியாக ஏற்றுக்கொள்ளச் செய்கிறது. அரசின் இனவாதக் காவல் நடைமுறைக்கு முன் அவர்கள் எப்படி இருக்க வேண்டும் என்று தங்களுடைய செயல்களையும், சொற்களையும் எண்ணங்களையும் மறுஆய்வு செய்யக் கட்டாயப்படுத்துகிறது. அதன் விளைவாக, அரசு நம் அனைவருடைய வீடுகளையும் சோதனையிடத் தேவையில்லை அல்லது நம் ஒவ்வொருவரையும் நிறுத்திச் சோதனையிடத் தேவையில்லை, மாறாக, 'சந்தேகத்திற்குரியதாகத்' தெரியக் கூடும் அனைத்தையும் தவிர்க்கும் பொறுப்பையும் நம்முடைய சொற்களையும் செயல்களையும் இணைய நடத்தைகளையும் கண்காணிக்கும் பொறுப்பையும் நாமே ஏற்றுக்கொள்கிறோம். இது இஸ்லாமியர்களைத் திட்டமிட்டு அரசியலற்றவர்களாக்குகிறது, கட்டுப்படுத்தி வைக்கிறது. ஹஜீரா பேகம் என்ற அபாலிசனிஸ்ட் ஃபியூச்சர்ஸ் (*Abolitionist Futures*) அமைப்பைச் சேர்ந்த ஒரு சமூக ஆர்வலர் இந்த உணர்வை 'அடைபட்டு இருத்தல்' என விவரிக்கிறார். இது இனவெறி, பாசிசம், முதலாளித்துவம் போன்ற பரந்த சமூகப் பிரச்சினைகளுக்கு எதிராக ஒன்றிணைய முயற்சி செய்வதைக் கூட மிகவும் கடினமாக்குகிறது என்று அவர் என்னிடம் சொல்வார்.

---

45. https://bbc.co.uk/news/uk-england-manchester-14851811 (accessed March 2021).

நீதியின்றி அமைதியில்லை

வன்முறையை எதிர்ப்பதற்கான சமூகங்களைக் கட்டமைப்பதற்கு, நமக்கு முதலில் நீதி தேவை. அதற்கு மிகக் குறைந்தபட்சமாக, சிந்தனைகளையும் பேச்சுக்களையும் செயல்களையும் அடையாளங்களையும் குற்றமாக்கும் மற்றும் தண்டிக்கும் அனைத்து வகையான தேசியப் பாதுகாப்பு மற்றும் பயங்கரவாத எதிர்ப்புச் சட்டங்களையும் அனைத்துக் காவல் அமைப்புகளையும் இரத்து செய்ய வேண்டும். வன்முறையைச் சமாளிப்பதற்கு நமக்குக் காவலும் பாதுகாப்பு நடவடிக்கைகளும் தேவையென்று நாம் கருதுகிறோம். ஆனால் அத்தகைய நடவடிக்கைகள் மக்களை வன்முறையின் சுழற்சியில் சிக்க வைப்பதன் வழியாகத் தாக்குதல்கள், பட்டினியிட்டுக் கொல்லுதல், சுரண்டல்கள், சிறைப்படுத்துதல், நாடு கடத்துதல் மற்றும் தனியார் நலன்களின் இலாபத்திற்காக உயிர்களை அழித்தல் ஆகியவற்றைச் செய்யும் நம்முடைய சமூகத்தில் வன்முறையின் முதன்மை ஆதாரமாக விளங்கும் அரசை எதிர்ப்பதில்லை.

இன்னமும்கூட அத்தகைய அரசும் கட்டமைக்கப்பட்ட வன்முறையும் 'இஸ்லாமிய பயங்கரவாதி' மீதான இஸ்லாமிய வெறுப்பு கவனத்தால் மறைக்கப்படுகிறது. எனவே இஸ்லாமிய வெறுப்பு, பாதுகாப்பு நடவடிக்கைகள் கையாளுவதாகச் சொல்லும் அனைத்துப் பிரச்சினைகளையும் வன்முறையை அதிகரிக்கச் செய்யும் இனவெறியையும், ஏகாதிபத்திய மற்றும் முதலாளித்துவ நிலைமைகளையும் முடிவுக்குக் கொண்டுவருவதன் மூலம் அதை விடச் சிறப்பாக எதிர்கொள்ள முடியும் என்கிற உண்மையை இருட்டடிப்பு செய்கிறது. இது வெறுமனே சட்டங்களை இரத்து செய்யும் மற்றும் ஒழிக்கும் பணி மட்டுமல்ல, இது மிகவும் விளிம்புநிலை மக்களைத் தண்டிப்பதை விடுத்து, அவர்களை மையப்படுத்தும் தீங்குகளை எதிர்கொள்ளும் வழிகளுடன் கூடிய, நீதியைப் பற்றிச் சிந்திப்பதற்கான முற்றிலும் மாறுபட்ட ஒரு கட்டமைப்பை எதிர்நோக்கும் நல்வாழ்விற்கான சுற்றுச் சூழல்களை உருவாக்க ஆக்கப்பூர்வமாகவும் ஒன்றிணைந்தும் புதிய வழிகளைப் பற்றிச் சிந்திப்பதாகும்.

இஸ்லாமிய வெறுப்பு மாற்று வழிகளைப் பற்றிச் சிந்திக்கும் நம்முடைய திறனைக் கட்டுப்படுத்துகிறது ஏனென்றால்

சட்டத்தின் ஆட்சியையும் பேச்சுரிமையையும் நேசிப்பதாகக் கூறும் பெரும்பாலான சுதந்திர, ஜனநாயகச் சமூகங்கள் இஸ்லாமியர்களை பிற்படுத்தப்பட்டவர்களாகவும் காட்டுமிராண்டிகளாகவும் பயங்கரவாதிகளாகவும் கற்பனை செய்வதிலிருந்து விலகியிருப்பதற்கு மாறாக அரசின் அடக்குமுறைக்கும் பயங்கரவாதத்திற்கும் ஒப்புதல் அளிக்கிறார்கள். இது இனவெறி மட்டுமல்ல, இது பயனற்றதுமாகும். ஏஞ்சலா டேவிஸிற்கு ஜேம்ஸ் பால்ட்வின் சொன்ன சொற்களில், 'அவர்கள் உங்களை காலையில் கைது செய்தால், அதே இரவில் எங்களுக்காக வருவார்கள்.' இன்று இஸ்லாமியர்கள் பொருட்படுத்தப்படாமல் குறிவைக்கப்பட்டு தேசியப் பாதுகாப்புக் காவல் வலையில் சிக்க வைக்கப்பட்டிருக்கலாம், ஆனால் அந்த வலைப்பின்னல் சமூகத்தின் ஒவ்வொரு இழை வழியாக அமைதியாக ஊடுருவிக் கொண்டிருக்கிறது, அரசின் நோக்கங்களுக்கு எதிர்காலத்தில் இருக்கக் கூடும் அனைத்து எதிர்ப்புகளையும் சுற்றி வளைக்கிறது. 'இஸ்லாமிய அச்சுறுத்தலின்' மீது கவனம் செலுத்துவது என்பது ஒரு திட்டமிட்ட திசை திருப்புதலாகும்.

அத்தியாயம் 4

இனரீதியான கணிப்புகளைப் பொதுக் கடமையாக மாற்றுதல்: தடுப்புத் திட்டம்

பயங்கரவாத எதிர்ப்புக் காவல்துறையினரால் விசாரிக்கப்படும் போது ஆதமிற்கு எட்டு வயது.[1] அவன் காவல் நிலையத்தில் வைத்திருக்கப்படவோ அல்லது எல்லையில் நிறுத்தப்படவோ இல்லை. ஆதம் ஆரம்பநிலை பள்ளிக்கூடத்தில் விசாரிக்கப்பட்டான். அவனுடைய ஆசிரியர் மதிய உணவிற்குப் பிறகு, அவனை ஒரு வகுப்பறைக்குக் கூட்டிச் சென்றார். அங்கே இதுவரை அவன் சந்தித்திராத மூன்று பெரியவர்கள் அவனுக்காகக் காத்துக்கொண்டிருந்தார்கள். அதில் இருவர் பயங்கரவாத எதிர்ப்பு அதிகாரிகள், ஒருவர் சமூக ஆர்வலர். அவர்களுடன் ஆசிரியர் அவனைத் தனியே விட்டுச் சென்றார். அவர்கள் பள்ளிக்கூடம் பிடித்திருக்கிறதா, வீட்டில் என்ன விளையாட்டு விளையாடினாய் என்று கேட்டார்கள். அவன் அவற்றை அவனுடைய தந்தையுடன் விளையாடினானா? அவர்கள் எந்த உறவினர்களைச் சந்தித்தார்கள்? அவன் தொழுகை செய்வானா? மசூதிக்குச் செல்வானா? மசூதியில் அவன் என்ன படித்தான்? அதிகாரிகள் ஆதமிடம் குர்ஆனில் சிலவற்றை அரபு மொழியில் சொல்ல முடியுமா என்று கேட்டார்கள். பிறகு, அவனுக்கு அந்தச் சொற்களின் பொருள் தெரியுமா என்று கேட்டார்கள். வெளிப்படையாக, அவர்கள் ஒரு எட்டு வயதுடைய சிறுவனிடம் இறையியல் விவாதங்களை நடத்த விரும்பினார்கள்.

---

[1]. Not his real name. Story reported by PreventWatch in 2018, https://preventwatch.org/the-quran-case-prevent-crossing-the-red-line/ (accessed July 2020).

ஆதமின் தாயார் அவனைக் கூட்டிச் செல்ல வந்தபோது, அவனது ஆசிரியர் ஆதமைக் காவல்துறையினர் விசாரித்து வருவதாகவும் அவரும் அவர்களிடம் பேச வேண்டுமென்றும் தெரிவித்தார். ஏன் யாரும் அவரிடம் சொல்லவில்லை? ஆதமிற்கு அது எப்படி இருந்தது? அதிகாரிகள் ஆதமின் தாயாருக்கு வரவேற்பு அளிக்கவோ அல்லது அவரிடம் அவர்களின் பெயர்களைக் கொடுக்கவோ இல்லை. மாறாக, அவர்கள் இலண்டன் பாலம் தாக்குதலும், 7/7 தாக்குதலும் ஏன் நடந்ததாக அவர் நினைக்கிறார் என்று கேட்டார்கள். அதற்கு அது மத்திய கிழக்குடன் தொடர்புடையதாக இருக்கலாம் என்று அவர் சொன்னார். 'இல்லை இவையெல்லாம் நடப்பது குர்ஆனால்தான்' என்று அவர்கள் அவரிடம் சொன்னார்கள்.

ஆதமும் அவனது தாயாரும் இறுதியாக வீட்டை அடைந்த சிறிது நேரத்திலேயே அதிகாரிகளும் வந்தார்கள். அவர்கள் ஆதமின் தந்தையை விசாரிக்கும்போது ஆதம் பயத்தில் அவனுடைய தாத்தாவிற்குப் பின்னால் ஒளிந்துகொண்டான், அவர் 'ஐக்கியப் பேரரசு ஓர் இஸ்லாமிய நாடாக மாற வேண்டும் என்று விரும்புகிறாரா' என்று திரும்பத் திரும்பக் கேட்டார்கள். அவர்கள் சென்ற பிறகு, ஆதம் தன்னுடைய பெற்றோரிடம் அவன் விசாரிக்கப்பட்ட விவரங்களை ஒரு வாரத்திற்குச் சொல்லவில்லை. அவனுடைய எட்டு வயது மனதில் என்ன எண்ணங்கள் ஓடிக்கொண்டிருந்திருக்கும்? அவன் சிக்கலில் இருப்பதாக நினைத்தானா? பள்ளியில் ஏதோ தவறு செய்துவிட்டதாக நினைத்தானா? அவனுடைய ஆசிரியருக்கு அவனைப் பிடிக்கவில்லை என்று நினைத்தானா?

சில வாரங்களுக்குப் பிறகு, அறிவிக்காமல், ஒரு சமூகப் பணியாளர் ஆதமின் வீட்டிற்கு வந்து, அவன் 'தீவிரமயமாக்கல் காரணங்களுக்காகத்' தடுப்பு திட்டத்தின் (Prevent Programme) கீழ் விசாரிக்கப்பட்டதாகவும் தற்போது அவனுடைய வழக்கு முடிந்ததாகவும் அவர்களுக்குத் தெரிவித்தார். அவர் வருத்தம் தெரிவிக்கவோ விவரிக்கவோ இல்லை. அந்த தீவிரமயமாக்கல் காரணங்கள் எதைப் பற்றியது? யார் அதை எழுப்பினார்கள்? எந்த அடிப்படையில் எழுப்பினார்கள்? ஏன் அந்த வழக்கு கைவிடப்பட்டது? ஆதம் பரிந்துரைக்கப்பட்டது அவனுடைய எதிர்காலப் பள்ளி வாழ்க்கையை பாதிக்குமா? அவனுடைய

தகவல்களை வைத்துக் காவல்துறை என்ன செய்தது? அது எங்கே சேமிக்கப்பட்டது?

இந்தக் கேள்விகளுக்கு பதில் அளிக்கப்படாமல் விடப்பட்டது ஆதமிற்கு மட்டுமல்ல, *2015* முதல் ஆயிரக்கணக்கான குழந்தைகள் ஆசிரியர்களாலும் மருத்துவர்களாலும் அல்லது மற்ற பொது ஊழியர்களாலும் தடுப்புத் திட்டத்திற்குப் புகார் அளிக்கப்பட்டிருக்கிறார்கள். உண்மையில், *2019-20*க்கு இடையில் தடுப்புத் திட்டத்தின் கீழ் பரிந்துரைக்கப்பட்ட மக்களில் *54%* பேர் *20*க்கும் குறைவான வயதுடையவர்கள்[2] என்பதுடன் *2015-18*க்கு இடையில் *6* வயதுக்கும் குறைவான *532* குழந்தைகள் பரிந்துரைக்கப் பட்டிருக்கிறார்கள்.[3] குழந்தைகளைப் பரிந்துரைப்பதின் அடிப்படை அபத்தமானதாகத் தெரியலாம். *2021*இல் ஒரு நான்கு வயதுக் குழந்தை பலராலும் அறியப்பட்ட காணொளி விளையாட்டான ஃபோர்ட்நைட்டைப் பற்றி அவனுடைய கூடாரத்தில் 'துப்பாக்கிகளையும் வெடிகுண்டுகளையும் வைத்திருப்பதாக' சொன்னதற்காகப் பரிந்துரைக்கப்பட்டான்.[4] மேலும் ஒரு பதினொரு வயதுச் சிறுவன் தன் வகுப்பில் ஒடுக்கப்பட்டவர்களுக்குப் 'பிச்சை' (*alms*) கொடுக்க விரும்புவதாகச் சொன்னதற்கு அவனுடைய ஆசிரியர் அவன் 'ஆயுதங்கள்' (*arms*) என்று சொன்னதாகப் புரிந்துகொண்டு அவனைப் பரிந்துரைத்தார்.[5] *2018*இல், கடுமையான நோயால் பாதிக்கப்பட்ட ஓர் இஸ்லாமிய இளைஞன் இஸ்லாமியக் காணொளிகளைப் பார்த்ததற்காக அவருடைய உடல் இயங்கியல் மருத்துவரால் தடுப்புத் திட்டத்திடம் புகாரளிக்கப்பட்டார், 'அந்த இளைஞனால் நடக்கவோ உணவு உண்ணவோ முடியாது, என்றாலும் அவர் அச்சுறுத்தலா அல்லது ஆபத்தா என்று

---

2. Home Office, 'Individuals referred to and supported through the Prevent programme', Home Office statistics release bulletin 36/20 (London: UK Home Office, 2020), p. 9.

3. https://thetimes.co.uk/article/children-under-6-referred-to-extremism-programme-c3vlzf56s (accessed July 2021).

4. https://theguardian.com/uk-news/2021/jan/31/muslim-boy-4-was-referred-to-prevent-over-game-of-fortnite (accessed March 2021).

5. https://theguardian.com/uk-news/2021/jun/27/boy-11-referred-to-prevent-for-wanting-to-give-alms-to-the-oppressed (accessed July 2021).

நீங்கள் என்னிடம் கேட்கிறீர்கள்' என்று பொது மருத்துவர் காவல்துறையினரிடம் கூறினார்.⁶

இதுபோன்ற நூற்றுக்கணக்கான எடுத்துக்காட்டுகளின் விளைவாக, சர்வதேச அளவில் தடுப்புத் திட்டம் மனித உரிமைகள் ஆதரவாளர்களாலும் கல்வியாளர்களாலும் விமர்சிக்கப்பட்டது. தடுப்புத் திட்டத்தின் அநீதி என்பது வெறுமனே இஸ்லாமியர்களை மரபு சார்ந்த அடிப்படையில் அநியாயமாகக் குறிவைப்பதோ அல்லது 'உண்மையிலே' தீவிரமயமாக்கப்பட்ட மக்களைத் தடுப்பதில் அது தோல்வியடைந்ததோ அல்ல என்பதைத் தெளிவுபடுத்த வேண்டியது முக்கியம். இந்த வழிகளில் தடுப்புத் திட்டத்தின் மீது விமர்சனங்கள் கட்டமைக்கப்படும்போது, அவை சீர்திருத்தம் என்ற பெயரில் கொள்கைகளை விரிவாக்க அரசை அனுமதிக்கின்றன. எடுத்துக்காட்டாக, இஸ்லாமிய வெறுப்புப் பாகுபாட்டைக் குறைக்க, தடுப்புத் திட்டமும் மற்ற தீவிரவாதங்களுடன் போராடுகிறது என்று நாம் இப்போது கேள்விப்படுகிறோம். ஆனால் நாம் ஆராயும்போது, அத்தகைய சீரமைவுகள் தடுப்புக் காவலின் எல்லையையும் சட்டத் தன்மையையும் குறைப்பதற்குப் பதிலாக விரிவுபடுத்தியிருக்கின்றன. உண்மையான பிரச்சினையிலிருந்து திசைதிருப்புவதுதான் அதன் அடிப்படைக் கருத்தாகும்.

வன்முறையை முன்கூட்டியே தடுத்தல்

தடுப்புத் திட்டம் அரசின் 2003 பயங்கரவாத எதிர்ப்பு உத்தியாக அறிமுகப்படுத்தப்பட்டது. அது எதிர்காலத்தில் பயங்கரவாதியாக மாற வாய்ப்பிருக்கக் கூடியவர்களைக் கண்டறிந்து அவர்களுக்கு முன் அவர்களின் வாழ்க்கையில் தலையிடுவதை நோக்கமாகக் கொண்டது. ஆனால் வன்முறையைக் கணிக்க முடியும் என்ற யோசனை ஆதார அடிப்படையற்றது, வன்முறை பயங்கரவாதம் என்று கணிக்கப்படும்போது, அது யாரைக் குறிவைக்கும் என்பது வெளிப்படையானது. தடுப்புத் திட்டத்தின் ஆரம்பத்திலிருந்தே

---

6. Hilary Aked, *False Positives: the Prevent counter-extremism policy in healthcare* (London: Medact, 2020), p. 43.

இஸ்லாமியர்கள் அதிக சதவீதத்தில் இருக்கும் உள்ளூர் பகுதிகளுக்கு நிதி வழங்கப்பட்டது.[7]

ஆரம்பத்தில் சமுதாயத்திலும் இளைஞர்கள் குழுவிலும் மக்களைக் கண்காணிப்பதில் கவனம் செலுத்திய நிலையில், 2011இல் அரசு ஒத்துழைப்புடன் 'கட்டுப்படுத்தப்படாத பகுதிகள் எதுவும் இருக்கக்கூடாது' என்ற நம்பிக்கையில் தடுப்புத் திட்டம் விரிவுபடுத்தப்பட்டது.[8] பிறகு, 2015இல், பயங்கரவாத எதிர்ப்பு மற்றும் பாதுகாப்புச் சட்டம், தடுப்புத் திட்டத்தின் விதிகளை உருவாக்கியது. அதுமுதல், தோராயமாக 500,000 பொதுத் துறை ஊழியர்கள் தேசியப் பாதுகாப்புக் காவலிலும் கண்காணிப்பிலும் பங்கேற்கச் சட்டப்பூர்வமாகக் கட்டாயப்படுத்தப்பட்டுள்ளார்கள். எனவே தற்போது ஆசிரியர்களும் மருத்துவர்களும் நூலகவியலாளர்களும் ஆலோசர்களும் கண்டிப்பாக மாணவர்களையும் நோயாளிகளையும் மற்றும் ஒருவருக் கொருவரையும் எதிர்காலத்தில் வன்முறையாளர்களாக இருக்கக்கூடும் அறிகுறிகளுக்காகக் கண்காணிக்க வேண்டும். அதாவது 'தீவிரமயமாக்கலின் அறிகுறிகளுக்காக'க் கண்காணிக்க வேண்டும்.

இந்த 'அறிகுறிகள்' தீவிர ஆபத்து வழிகாட்டி 22+ (ERG22+) என்று அழைக்கப்படும் ஓர் ஆய்விலிருந்து வருகிறது. அது ஒரு பயங்கரவாதம் தொடர்பான குற்றங்களுக்காகச் சிறையில் இருக்கும் சிறு எண்ணிக்கையிலான மக்களிடம் நடத்தப்பட்ட ஒற்றை ஆய்வாகும். அது அரசால் இரகசியமாக்கப்பட்டது, எனவே எவரும் அதை அணுக முடியாது, அது ஒருபோதும் சக ஆய்வாளர்களால் ஆய்வு செய்யப்படவோ பொதுவெளியில் ஆராயப்படவோ இல்லை. நூற்றுக்கணக்கான கல்வியாளர்கள் இந்த இரகசிய ஆய்வை ஒரு பொதுக்கொள்கையின் அடிப்படையாக மாற்றியதற்காக அரசாங்கத்தைக் கண்டித்துள்ளனர். ஜனநாயகம் அதன் அடிப்படை மதிப்புகளில் ஒன்று என்பதில் பிடிவாதமாக இருக்கும் ஓர் அரசாங்கத்திற்கு

---

7. https://theguardian.com/politics/2015/feb/13/prevent-counter-terrorism-support (accessed July 2021); and see Arun Kundnani, Spooked! How not to prevent violent extremism (London: Institute of Race Relations, 2009), p. 12.
8. John Holmwood & Therese O'Toole, *Countering Extremism in British Schools?: The Truth about the Birmingham Trojan Horse Affair* (Bristol: Bristol University Press, 2018), p. 51.

இது அசாதாரணமான ஜனநாயகமற்றதாகும்.⁹ மிக முக்கியமாக, ERG22+ லிருந்து உருவாக்கப்பட்ட 'அறிகுறிகள்' என்பது தெளிவற்ற நடத்தைகளையும் குறிப்பிடுகின்றன. ஒவ்வொருவரும் ஏதோவொரு புள்ளியில் அவற்றில் பெரும்பாலானவற்றை வெளிப்படுத்தியிருப்பார்கள். கணக்கிட்டால், 'அடையாளம், நம்பிக்கை மற்றும் உடைமைகள் பற்றிய கேள்விகளுக்கான பதில்களைத் தேடுதல்', 'பார்வைகளை விவாதிக்க முடியாமல் இருத்தல்', 'இருக்கும் நட்பு வட்டாரத்திலிருந்து விலகுதல்', 'புதிய வேறு நட்பு வட்டாரத்தில் இணைதல்', 'பொதுவான மனநிலை மாற்றங்கள்', 'இணையப் பயன்பாடுகளில் இரகசியத்தன்மை', 'கூச்ச இயல்புடன் இருத்தல்' எனப் பட்டியல் நீண்டுகொண்டே செல்கிறது.¹⁰

யார் வேண்டுமானாலும் தடுப்புத் திட்டத்திடம் புகாரளிக்கப்படலாம் என்பதைப் போலத் தீவிரமயமாக்கலுக்கான இந்த ஆபத்துக் காரணிகள் மிகவும் பொதுவானதாகத் தெரிந்தாலும், எப்போதெல்லாம் சட்டத்தில் அதிகமான சுதந்திரமும் அதிகாரமும் இருக்கிறதோ அங்கு மிகப்பெரிய அளவில் சமத்துவமின்மையும் பாகுபாடும் இருக்கும் என ஆய்வுகள் காட்டுகின்றன. ஏனென்றால் மக்கள் தங்களின் சொந்த மரபொழுங்கைச் சார்ந்தே இருக்கிறார்கள். இதை நாம் கறுப்பு ஆண்கள் நிறுத்தப்பட்டு சோதனையிடப்படும் எண்ணிக்கையில் பார்க்கிறோம்.¹¹ தடுப்புத் திட்டத்தின் அடிப்படையில், இருபதாண்டு காலப் பயங்கரவாதத்தின் மீதான போரின் கதைகளால், பொதுப்புத்தியில் பயங்கரவாதம் என்பது இஸ்லாமியர்களுடன் தனித்துத் தொடர்புடைய ஒன்று என்றிருக்கும் ஒரு சூழலில் நாம் வாழ்கிறோம். அதன் விளைவாக, தடுப்புத் திட்டத்தின் 'அறிகுறிகளின்' தெளிவற்ற தன்மை மக்கள் இஸ்லாமியர்களைக் குறிவைப்பதற்கான வாய்ப்புகளை அதிகரிக்கிறது, குறைப்பதில்லை.

சட்டப்பூர்வமாகத் தடுப்புத் திட்டத்தின் கட்டுப்பாட்டில் இல்லாத தனியார் நிறுவனங்களில் தெளிவற்ற காவல் முறைகள்

---

9. https://theguardian.com/politics/2016/sep/29/anti-radicalisation-strategy-lacks-evidence-base-in-science (accessed January 2021).

10. See for example, https://proceduresonline.com/swcpp/torbay/p_sg_ch_extremism.html (accessed July 2021); and https://dcfp.org.uk/child-abuse/radicalisation-and-extremism/ (accessed July 2021).

11. Aked, *False Positives*, p. 34.

கூட ஊக்குவிக்கப்படுகின்றன. ஒரு காவல்துறை அதிகாரியின் சொற்களில், காஃபி கடையிலுள்ள காஃபி தயாரிப்பவர் முதல் பெரிய நிறுவனங்களின் ஊழியர்கள் வரை அனைவருக்கும் 'நாங்கள் இல்லாதபோது எங்களின் கண்களாகவும் காதுகளாகவும் இருக்க வேண்டும் என்றும் சரியாகப் படாத எதையும் எங்களுக்குப் புகாரளிக்க வேண்டும்' என்றும் சொல்லப்பட்டிருக்கிறது.[12] ஆனால் காலனித்துவத்திலிருந்து பிறந்த மதச்சார்பற்ற வெள்ளை மேலாதிக்கத்தின் விதிகளின் கீழ் எது 'சரியாகப் படாதது' என்றால் அது இஸ்லாமியத்தன்மைதான். அனைத்து ரயில் நிலையங்களிலும் 'பாருங்கள், சொல்லுங்கள், தீர்க்கப்படும்' என்ற பொது அறிவிப்பை நினைத்துப் பாருங்கள். அறிவிப்புக் குரல் எந்தக் குறிப்புகளையும் சொல்லவில்லை என்றாலும், எது தீர்க்கப்பட வேண்டியது, எது தீர்க்கப்பட வேண்டியதல்ல என்று நம் அனைவருக்கும் தெரியும்.

அதன்படி, 'தீவிரமயமாக்கல்' என்பது அரசாங்க ஆவணங்களில் ஒருபோதும் தெளிவாக வரையறுக்கப்படவில்லை என்றாலும், தடுப்புத் திட்டத்தின் செயல்பாடுகள் அது 'சாதாரண' இஸ்லாமியர்களைப் பயங்கரவாதிகளாக மாற்றும் ஒரு செயல்முறையாகப் பரவலாகப் புரிந்துகொள்ளப்பட்டது என்று காட்டுகிறது. இது அனைத்து இஸ்லாமியர்களையும் குற்றவாளிகளாக்குகிறது, ஏனென்றால் எந்த அளவுக்கு நீங்கள் உடைகளிலும் மொழிகளிலும் செயல்களிலும் அல்லது மற்றவற்றிலும் இஸ்லாமியராக வெளிப்படுகிறீர்களோ அந்த அளவுக்கு நீங்கள் வன்முறைக்கு வாய்ப்புள்ளவர்களாகக் கருதப்படுவீர்கள், மிக நெருக்கமாகக் கண்காணிக்கப்படுவீர்கள். 'காந்தஹாரில் (ஆப்கானிஸ்தானில் உள்ள அமெரிக்க ஐக்கிய நாடுகளின் இராணுவ விசாரணை மையம்) என்னுடைய முதல் விசாரணையிலேயே அவர்கள் என்னிடம் ஒருவர் பக்தியுடையவராக இருந்தால் அவர் ஒரு நாளைக்கு ஐந்து முறை தொழுவாரா? என்று கேட்டார்கள். அவர்கள் பக்தியையும் தொழுகையையும் தீவிரவாதியாகவோ பயங்கரவாதியாகவோ இருப்பதற்கான ஓர் அடையாளமாகக் கருதுகிறார்கள். தற்போது அதை நீங்கள் காந்தகாரிலிருந்து தடுப்புத் திட்டம் வரை கண்டறியலாம்.' என்று மொயஸம் பெக் என்னிடம் சொன்னார். இனவெறி என்பது வெறுமனே அறுவைச் சிகிச்சையின் மூலம்

---

12. Wendy Fitzgibbon & John Lea, *Privatising Justice: The Security Industry and Crime Control* (London: Pluto, 2020), p. 101.

அகற்றப்பட வேண்டிய தடுப்புத் திட்டத்தின் ஒரு பகுதி அல்ல: இனவெறிதான் தடுப்புத் திட்டத்தின் அடிப்படை.

சீர்திருத்தத்தின் சாத்தியமற்றத்தன்மை

இருப்பினும் அரசாங்கம் என்னுடைய ஆய்வுகளை ஏற்றுக்கொள்ளாது. இந்தக் கொள்கை இனரீதியாகப் பாகுபடுத்துவதில்லை என்பதற்குச் சான்றாக, இஸ்லாமியர்-அல்லாத வெள்ளையர்களும் அதிகமாக தடுப்புத் திட்டத்திடம் புகார் அளிக்கப்பட்டிருக்கிறார்கள் என்று காட்ட அவர்கள் தீவிர முயற்சிகளை மேற்கொண்டுள்ளார்கள்.[13] அறிஞர் மிச்சல் அலெக்ஸாண்டரின் சொற்களில்,

இனரீதியான நிறக்குருடு எனும் கருத்தை வலியுறுத்தும் இந்தக் காலகட்டத்தில், இனிமேலும் இனத்தை வெளிப்படையாகப் பாகுபாட்டிற்கு ஒரு காரணமாகப் பயன்படுத்துவது சமூகத்தில் ஏற்றுக்கொள்ளத்தக்கதாக இல்லை. எனவே, நாம் அதைச் செய்யவில்லை... அதற்குப் பதிலாக நம்முடைய குற்றவியல் நீதிமன்ற அமைப்பைப் பயன்படுத்தி, நிறமுடையவர்களை (வெள்ளை அல்லாதவர்கள்) நாம் 'குற்றவாளிகள்' என முத்திரை குத்தி, நாம் கைவிட்டதாகக் கருதும் அனைத்துப் பாகுபாட்டு நடைமுறைகளிலும் தொடர்ந்து ஈடுபடுகிறோம்.[14]

தடுப்புத் திட்டம் நேரடியாக இஸ்லாமியர்களைக் கண்காணிப்பதைக் குறிப்பிடவில்லை என்பதால் அது நிறவேறுபாடற்றது என்று அரசாங்கம் வாதிடலாம், ஆனால் அதன் செயல்பாடு 'தீவிரமயமாக்கல்' என்பது இஸ்லாமியர்களுடன் தொடர்புடையதாக இருக்கும் ஓர் இஸ்லாமிய வெறுப்புச் சூழலைச் சார்ந்திருக்கிறது.

மேலும், வெள்ளை மக்கள் தடுப்புத் திட்டத்திடம் புகார் அளிக்கப்படுவது அவர்கள் வெள்ளை நிறமுடையவர்களாக

---

13. For example, see https://gov.uk/government/statistics/individuals-referred-to-and-supported-through-the-prevent-programme-april-2019-to-march-2020/individuals-referred-to-and-supported-through-the-prevent-programme-april-2019-to-march-2020 and accompanying reporting (accessed July 2021).
14. Michelle Alexander, *The New Jim Crow: Mass Incarceration in the Age of Colour-blindness* (UK: Penguin, 2019), p. 1.

இருப்பதால் அல்ல. ஆனால் இஸ்லாமியர்களாக இனமாக்கப்பட்ட மக்கள் வேறெந்தக் காரணிகளையும் கருத்தில் கொள்ளாமல் புகாரளிக்கப்படலாம். இஸ்லாமியத்தன்மை விவாதிக்கப்படுகின்ற ஓர் 'ஆபத்துக் காரணியாக' இருக்கிறது. எனவேதான், தீவிர வலதுசாரி தீவிரவாதத்தையும் அத்துடன் இஸ்லாமியத் தீவிரவாதத்தையும் எதிர்த்துப் போராடுவதற்கான ஒரு கருவி என்ற தடுப்புத் திட்டத்தின் சமீபத்திய மறு அடையாளப்படுத்தல் அது சார்ந்திருக்கும் கொள்கையான இனவெறியைக் கையாள முயற்சிக்கவில்லை. மாறாக, அது இனவெறியை, மனநிலை அல்லது சித்தாந்தமே வன்முறைக்கான காரணம் என்று கூறும் 'தீவிரவாத' மொழியின் பின்னால் மறைத்துவிடுகிறது. வன்முறையைப் பற்றிய இத்தகைய சித்திரிப்பு, குறிப்பாக அரசுக் கொள்கைகளின் நேரடி விளைவாக இருக்கும் இனவெறியுடைய தீவிர வலதுசாரி வன்முறை என்று வரும்போது எப்போதும் குறைவானதாகவே இருக்கிறது. உதாரணமாக, 2019ஆம் ஆண்டு நியூசிலாந்தில் உள்ள கிறிஸ்ட்சர்ச் நகரில் நடந்த மசூதி துப்பாக்கிச் சூட்டைப் பற்றி எழுதும் அறிஞர் மற்றும் சமூக ஆர்வலர் தாரிக் யூனிஸ், 'தீவிர வலதுசாரி தீவிரவாதத்தை உண்மையாக எதிர்க்க, இனத் தேசியவாதமும் வெள்ளை மேலாதிக்கத் தர்க்கங்களும் எப்படி மிகவும் இயல்பாக்கப்பட்டன என்பதில் நாம் அதிகக் கவனம் செலுத்த வேண்டும், அவர்கள் உங்களை அரசியல் பதவிக்குக் கூடத் தேர்ந்தெடுக்கலாம்' என்று எழுதினார்.[15]

உண்மையில், கிறிஸ்ட்சர்ச் மசூதி படுகொலை பற்றிய அறிக்கையில் துப்பாக்கிச்சூடு நடத்தியவர், பல விமர்சகர்கள் கருதியதைப் போல, தீவிர வலதுசாரித் தளங்களில் தீவிரமயமாக்கப்படவில்லை என்று கண்டறியப்பட்டது. அவர் வெறுமனே யூ டியூப்பை ஆர்வத்துடன் பார்ப்பவராக இருந்தார். இதைக் கண்டறிந்த பிறகு, நியூசிலாந்து பிரதம அமைச்சர் ஜெசிந்தா ஆர்டெர்ன் இதை 'நேரடியாக யூடியூப் தலைமைக்கு'த் தெரிவிப்பதாகச் சொன்னார், ஆனால் அவர் சமூகத்தில் ஏற்கெனவே உள்ள போக்குகளைத்தான் யூ டியூப் பிரதிபலிக்கிறது என்ற

---

15. https://mediadiversified.org/2019/04/01/the-uks-PREVENT-policy-would-not-PREVENT-white-supremacist-attacks-like-christchurch-its-part-of-the-problem/ (accessed March 2021).

உண்மையைக் குறிப்பிடத் தவறிவிட்டார்.[16] இதில் ஜெசிந்தா ஆர்டெர்னோ போரிஸ் ஜான்சனோ அதை ஒப்புக்கொண்டால், அவர்களுடைய சொந்த அரசாங்கங்களும் அரசுகளும் வெள்ளை மேலாதிக்கத்தின் மீது நிறுவப்பட்டுள்ளன என்பது வெளிப்பட்டுவிடும்.

எனவே, இஸ்லாமியர்களுக்குச் சமமான வாய்ப்பளிப்பதற்கு வெகுதொலைவில், மேலும் அதிகமான மக்களைப் 'பயங்கரவாதிகளாக' அடையாளப்படுத்துவது என்பது ஏற்கெனவே இனவாதத்திற்கு ஆளாகியிருக்கும் காவல் எந்திரங்களின் விரிவாக்கத்தை வெறுமனே நியாயப்படுத்துகிறது. அது மேலும் நம்மை பாதிப்படையச் செய்யும். இனவெறி அல்லது இஸ்லாமிய வெறுப்பு கொண்ட நபர்களைத் தடுப்புத் திட்டத்தின் வழியாகவோ வெறுப்புக் குற்றச் சட்டங்களின் வழியாகவோ குற்றவாளிகளாக்குவது ஒருபோதும் அத்தகைய வன்முறையின் அடிப்படைக் காரணங்களைக் கையாளாது. ஏனென்றால் அரசின் கருவிகள் அரசையே எதிர்க்க முடியாது, எதிர்க்காது.

அதிகரிக்கும் பாதிப்பு

'சேனல்' என்பது தடுப்புத் திட்டத்திடம் பரிந்துரைக்கப்பட்ட மக்கள் கட்டாயமாகக் கலந்துகொள்ள வேண்டிய உள்துறை அமைச்சகத்தின் தீவிரமயமாக்கல் நீக்கத் திட்டமாகும். எனினும், 90% தடுப்புத் திட்டப் பரிந்துரைகள் சேனல் வரை சென்றதில்லை ஏனென்றால் தடுப்புத் திட்டப் பரிந்துரைக்குப் பிறகு பெரும்பாலான மக்கள் மனநலச் சேவைகளுக்கும் சமூகப் பாதுகாப்பிற்கும் கல்வி ஆதரவிற்கும் வழிகாட்டப்படுகிறார்கள். அதன் பொருள், மக்கள் பொதுவாகத் தடுப்புத் திட்டத்திடம் அவர்களின் பாதிப்புகளின் காரணமாகப் பரிந்துரைக்கப்படுகிறார்கள், ஆதரவு தேவைப்படுபவர்கள் குற்றவாளிகளாக்கப்படுகிறார்கள். எனவே தடுப்புத் திட்டம் ஒரு பாதுகாப்புக் கருவியாகக் குறிப்பிடப்பட்டாலும், பாதிக்கப்படக்கூடிய மக்களுக்கு ஏற்படும் தீங்கு பற்றிய கவலையை மறைத்து, அவர்களையே தீங்கு விளைவிப்பவர்களாக

---

16. https://reuters.com/article/newzealand-shooting-idUSKBN28I0DV (accessed July 2021).

அணுகுகிறது. அது அவர்களை மேலும் பாதிப்படையச் செய்கிறது.

உதாரணமாக, இரண்டு தீவிர மனநோயுடைய இரண்டு இஸ்லாமிய ஸ்கிசோஃப்ரினிக் (schizophrenic) நோயாளிகளைத் தடுப்புத் திட்டத்திடம் புகாரளித்த ஒரு மனநல மருத்துவர் அவர்கள் குறிப்பிடும் வகையில் ஆபத்தானவர்கள் அல்ல என்றும் மிகவும் நோய்வாய்ப்பட்டவர்கள் என்றும் ஒப்புக்கொண்டார். என்றாலும் அவர்களின் இனங்களும் நம்பிக்கையும் அவர்களைப் பரிந்துரைக்கும் முடிவுகளில் முக்கியப் பங்கினை வகித்தது. நம்பிக்கையான நீண்டகால உறவுகளுடன் இணைந்த மனநோய் மருத்துவம்தான் அத்தகைய தீவிர மனநோயைக் குணப்படுத்தும் ஒரே வழியென்று மனநல மருத்துவர் விளக்கினார். 'தடுப்புத் திட்டத்திலிருந்து ஒரு காவலரை அவரிடம் பேச ஏற்பாடு செய்தது நிச்சயமாக அவரது நிலைமையைச் சில படிகள் பின்னுக்குத் தள்ளியிருக்கும்... நாம் இவ்வாறு காவல்துறையினருடன் இணைந்திருப்பது மனநலச் சேவைகளின் மீதான அவருடைய சந்தேகத்தை மேலும் அதிகரித்திருக்கும்'[17] என்று அவர் ஒப்புக் கொண்டார். அங்கு எதிர்ப்பாற்றல் குன்றிய ஒரு நோயாளியின் பாதுகாப்பு மிகவும் குறைமதிப்பிற்கு உட்படுத்தப்பட்டது.

மற்ற வழக்குகளில், தடுப்புத் திட்டப் பரிந்துரைகள் பாதிப்புகளை அதிகரித்தது மட்டுமல்லாமல் குறிப்பாகத் தீவிர OCD யைத் (obsessive-compulsive disorder) தூண்டுவது போன்ற மனநலப் பிரச்சினைகளையும் ஏற்படுத்தியது.[18] கூடுதலாக மனநல உதவியை நாடும் இஸ்லாமியர்கள் பின்னர் மருத்துவர்களிடமிருந்து சந்தேகத்தை எதிர்கொள்கின்றனர். இது அவர்களின் சுதந்திரமான பேசும் திறனைக் கட்டுப்படுத்துகிறது. கட் ஃப்ரம் தி சேம் கிளோத்? (Cut From The Same Cloth?) நூலில் சோபியா வில்லியம்ஸ், அவருடைய மருத்துவர் 'பொதுவெளியில் உங்கள் நிக்காபைக் கழற்றுவதில் நீங்கள் வசதியாக உணர்வது நம்முடைய அமர்வுகளின் வெற்றிக்கான ஓர் அளவீடாக இருக்கும்' என்று தீர்மானித்ததன் மூலம் தன்னை உடனடியாக அந்நியப்படுத்திவிட்டதாக விவரிக்கிறார். இது சோபியாவை 'இதுதான் முதல் அமர்வு, ஆனால் நான் ஆபத்தானவள் அல்ல

---

17. Aked, False Positives, p. 40.
18. Ibid., p. 43.

என்று மருத்துவரிடம் உறுதிப்படுத்த ஏற்கெனவே முயற்சிகள் செய்து கொண்டிருக்கிறேன்'[19] என்று உணர வைத்தது.

தடுப்புத் திட்டம் மீள முடியாத வகையில் இஸ்லாமியர்களின் பாதுகாப்பு உணர்வையும் பொது மற்றும் சமூகச் சேவையுடனான உறவையும் சேதப்படுத்தியுள்ளது. நமக்கு ஆதரவு அளிப்பதற்கு வெகுதொலைவில், அவர்கள் நம்மைக் குற்றவாளிகளாக்குகிறார்கள், நாம் குறைந்த அளவுகளில் பாதுகாப்பைப் பெறுவதை உறுதிசெய்கிறார்கள். அதன் ஒட்டுமொத்த விளைவு மக்கள் இன்னும் அதிகப் பாதிப்பு ஏற்படக்கூடும் என்கிற பயத்தால், ஆதரவு கோருவது குறைவாக இருப்பதை உணர்த்துகிறது. உதாரணமாக மெடாக்ட் (*Medact*) அமைப்பு ஓர் இஸ்லாமியப் பள்ளிச் சிறுவன் இணையத்தில் காணொளிகளைப் பார்த்ததற்காகத் தடுப்புத் திட்டத்திடம் பரிந்துரைக்கப்பட்ட ஒரு வழக்கைக் குறிப்பிட்டுள்ளது. அந்தப் பரிந்துரையின் தொடர் விளைவாக, அவனுக்குப் பின்னர் வளர்ச்சிக் குறைபாடு கண்டறியப்பட்டபோது, அவனுடைய குடும்பத்தார் அவனுடைய நோயைப் பற்றிப் பகிரும் அளவுக்குப் பள்ளியை நம்ப முடியவில்லை என்பதால், அவனுக்கு உதவி கிடைப்பது கடினமாக இருந்தது.[20]

ஒரு பரிந்துரை என்பது நீங்கள் யார் என்பதன் அடையாளமாக இருக்கும் அறிகுறிகளின் அடிப்படையில், எந்த மூலையிலும் இருக்கலாம் என்று தெரிந்துகொள்வது எல்லா இஸ்லாமியர்களையும் கட்டாயப்படுத்துகிறது. தேசிய ஆசிரியர்கள் சங்கமும், தேசிய மாணவர்கள் சங்கமும் தடுப்புத் திட்டம் எப்படி விவாதங்களில் சுய தணிக்கையைக் கட்டாயப்படுத்தி இஸ்லாமிய மாணவர்களையும் ஊழியர்களையும் அந்நியப்படுத்துகிறது என்பதை முதன்மைப்படுத்திக் காட்டியிருக்கின்றன. இனவாதச் சந்தேகத்தின் கண்களின் வழியாக அவர்களின் சொற்களும் செயல்களும் எப்படிப் பார்க்கப்படலாம் என்று அவர்கள் தொடர்ந்து மதிப்பீடு செய்து கொண்டே இருக்க வேண்டும். நான் இந்தப் புத்தகத்தை நூலகத்திலிருந்து எடுத்துச் சென்றால் அது எப்படிப் பார்க்கப்படும்? ஒரு குழுவாகத் தொழுகை அறைக்குச் சென்றால்

19. Sophie Williams, 'On Therapy' in ed. Sabeena Akhtar, *Cut from the Same Cloth? Muslim women on Life in Britain* (London: Unbound, 2021), p. 46.

20. Aked, *False Positives*, p. 43.

நாங்கள் அச்சுறுத்தலாகப் பார்க்கப்படுவோமா? வெளியுறவுக் கொள்கையைப் பற்றிய என்னுடைய கருத்து எப்படிக் கவனிக்கப்படும்? நான் என்னுடைய தலைமுடியை மறைக்கத் தொடங்கினால் என்ன ஆகும்?[21] மறைப்பதற்கு எதையாவது வைத்திருத்தல் அல்லது வைக்காமலிருத்தல் என்பதையெல்லாம் விட 'இஸ்லாமியத் தன்மையே' இஸ்லாமியர்களைச் சந்தேகத்திற்குள்ளாக்குகிறது.

மன ரீதியான மற்றும் உணர்ச்சி ரீதியான பாதிப்புகளையும் மற்ற வகையிலான பாதிப்புகளையும் 'ஆபத்துக் காரணிகளாக'த் திருப்புவதால், தடுப்புத் திட்டம் பாதிப்புகளை உருவாக்கும் கட்டமைப்பு நிலைமைகளை மறைத்து, மாறாக அந்தப் பாதிப்புகளை அனுபவிப்பதற்காக, பாதிக்கப்பட்ட நபர்களையே குற்றஞ்சாட்டுகிறது எனும் உண்மையால் சூழ்நிலை இன்னும் அதிகமாகத் தீங்கு விளைவிக்கக் கூடியதாக மாற்றப்பட்டிருக்கிறது. தாரிக் யூனிஸ் என்னிடம் சொல்வதைப் போல, 'முதலாளித்துவத்திற்குக் கீழ், ஆபத்தைக் குறைப்பது என்பது செயல்திறன் மற்றும் உற்பத்தித் திறனை அதிகப்படுத்துதலைப் பற்றியதாகும். எனவே, நுட்பமாகப் பார்த்தால் பொது நிதியைக் குறைப்பது மக்களுக்கு ஆபத்தை அதிகரிக்கும்போதிலும், அரசாங்கம் 'எதிர்ப்புக்கான' பொறுப்பைத் தனிநபர் சார்ந்ததாக்கி, அதைப் பொருளியல் நிலைமைகளிலிருந்து வேறொன்றிற்குத் திசைதிருப்புகிறது.

கோவிட்-19 தொற்றுநோயால் தீவிரமயமாக்கலுக்கான ஆபத்துக் காரணிகள் மேலும் தீவிரமடைந்துள்ளன என்று அரசாங்கம் சொன்ன விதம் அதற்கு ஓர் எடுத்துக்காட்டாகும். 'வாய்ப்புகள் இல்லாமையும் வேலையின்மையும் அரசாங்கத்தின் மீதான நம்பிக்கையின்மையையும் சமூகத் தனிமைப்படுத்துதலையும் அதிகரித்தன என இந்தக் காரணிகளை அவர்கள் மேற்கோள் காட்டினர்.[22] ஆனால் தனிநபர் சார்ந்த 'ஆபத்துகள்' என்ற மொழிப் பிரச்சினைகளை அரசியலற்றதாக்கியது. அதை 'தொற்றுநோய்க் காலத்தில் பொருளாதார உதவிகளை வழங்க அரசாங்கத்தின் விருப்பமின்மை' அல்லது 'மனித

21. Matthew Guest et al., *Islam and Muslims on UK University Campuses: perceptions and challenges* (Durham: Durham University, 2020).

22. https://rusi.org/commentary/interception-deterring-radicalisation-during-coronavirus-pandemic (accessed March 2021).

உயிர்களை விட மூலதனங்களுக்கு முன்னுரிமை அளித்தல்’ என்று குறிப்பிடலாம். இருப்பினும், அத்தகைய சித்திரிப்புகள் அடக்குமுறையுடைய சமூகப் பொருளாதார நிலைமைகளைத் தீங்கிற்கான காரணிகளாக வெளிப்படுத்தும் அச்சத்தை ஏற்படுத்தும் என்பதால், அதற்குப் பதிலாக அவற்றை மறைக்கவும் அவை பாதிக்கும் மக்களைக் குற்றவாளிகளாக்கவும் ‘ஆபத்தின்’ மொழி பயன்படுத்தப்படுகிறது.

இதையெல்லாம் வைத்துப் பார்க்கும்போது தடுப்புத் திட்டம் என்பது மக்கள் தேசியப் பாதுகாப்புச் சிக்கலில் சிக்கிக் கொண்ட இன்னொரு வழியாகும். தடுப்புத் திட்டத்திடம் புகாரளிக்கப்பட்ட அனைவரின் தகவல்களும் ஏழு ஆண்டுகள் வரை இரகசியக் காவல் தரவுத் தளத்தில் வைக்கப்பட்டிருக்கும். அது வழக்குகள் கைவிடப்பட்டிருந்தாலும் கூட எதிர்காலத்தில் பயங்கரவாத எதிர்ப்புத் தலையீடுகளுக்கு வழிவகுக்கும். தடுப்புத் திட்டத்தால் பாதிக்கப்பட்ட மக்களுக்கு உதவி செய்யும் ப்ரிவென்ட் வாட்ச் என்ற மக்களால் நடத்தப்படும் ஓர் அமைப்பு, தடுப்புத் திட்டப் பரிந்துரைகள் யாவும் குழந்தைகள் சமூகப் பணியாளர்களால் மதிப்பீடு செய்யப்படுவதற்கும் அதைத் தொடர்ந்து பெற்றோர்களுக்குக் ‘குழந்தையைத் தங்களிடமிருந்து பிரித்துவிடுவார்கள் என்கிற உண்மையான அல்லது உணரப்படும் அச்சுறுத்தலுக்கும்’ வழிவகுக்கும் என்று சொல்கிறது. சில ஆண்டுகளுக்குப் பிறகும் கூடச் சிலருக்குச் சொத்துக்கள் முடக்கப்பட்டன அல்லது தொடர் சோதனைகளும் விசாரணைகளும் நடத்தப்பட்டன.[23] தரவுகளைச் சேமித்து வைக்கும் அம்சம், பள்ளிப் படிப்பிலும் தொழில்களிலும் தடுப்புத் திட்டம் உட்புகுத்தப்படுவதால் மக்களின் எதிர்கால வாய்ப்புகள் எவ்வாறு மோசமாகப் பாதிக்கப்படும் என்ற கேள்விகளையும் எழுப்புகிறது.

எதிர்ப்பவர்களைத் தண்டித்தல்

2017இல், பல்கலைக்கழக ஊழியர்கள் தங்கள் தடுப்புக் கடமையை நிறைவேற்றுவதற்கு உதவும் நோக்கத்துடன் செய்யப்பட்ட ஒரு விளக்கக் காட்சியில், கண்காணிக்கப்பட

23. Ibid.

வேண்டியவற்றின் பட்டியல் இடம்பெற்றிருந்தது. அந்தப் பட்டியலில் 'பாலஸ்தீனத்திற்கான ஆதரவுக் குரல்களும்' 'மத்திய கிழக்கில் போர்களின் மீதான விமர்சனங்களும்' அவற்றுடன் 'தடுப்புத் திட்டத்திற்கான எதிர்ப்புகளும்' இருந்தன.[24] இந்த நிலைப்பாடுகளை ஆபத்துக் காரணிகளாகச் சித்திரித்தது, அரசாங்கம் தனது நோக்கத்திற்கு எதிரான கருத்துகளைக் கண்காணிக்கவும் உதவியது. இது விமர்சன ரீதியாகச் சிந்திப்பதையும், சுதந்திரமாகப் பேசுவதையும், அரசியல் செயல்பாட்டில் ஈடுபடுவதையும் சட்ட விரோதமாக்கும் சாத்தியங்களை உருவாக்குகிறது. உதாரணமாக, 2001 மே-ஜூன் சமயத்தில் பாலஸ்தீனர்களுக்கு எதிரான இஸ்ரேலிய அரசின் வன்முறை அதிகக் கவனம் பெற்ற பிறகு, அதற்கு எதிராக, பிரிட்டன் இத்தனை ஆண்டுகளில் பார்த்திராத அளவுக்கு மிகப் பெரிய ஆதரவுப் போராட்டங்கள் நடைபெற்றன. அதில் இலட்சக்கணக்கான மக்கள் பங்கேற்றனர். ஆனால் பாலஸ்தீனியக் கொடிகளை அணிந்ததற்கும் சமூக வலைதளங்களில் பதிவிட்டு ஆதரவைக் காட்டியதற்கும் பல பள்ளிக் குழந்தைகள் பள்ளிகளில் தடுப்புத் திட்டத்தின் பரிந்துரைகளை எதிர்கொண்டார்கள். இலட்சக்கணக்கான மக்கள் உலகம் முழுவதும் பேசிக்கொண்டிருக்கும் அதே நேரத்தில் அநீதிக்கு எதிராக ஒரு அரசியல் நிலைப்பாட்டை எடுத்ததற்காக அது அவர்களைத் தீவிரமாகத் தண்டித்தது.[25]

தடுப்புத் திட்டத்தில், 'மத ரீதியாகவோ இன ரீதியாகவோ துன்புறுத்தல் ஏற்படுவதாக உணர்தல்' கூட இளைஞர்களிடம் உள்ள சில ஆபத்துக் காரணிகளாக வெளிப்படையாகக் குறிப்பிடப்படுகின்றன.[26] இது இனவெறியும் இஸ்லாமிய வெறுப்பும் உண்மையானவை அல்ல, வெறுமனே உணரப்படுபவை என்று குறிக்கிறது. மேலும் அவற்றைத் தெரிந்துகொள்வதைத் தீவிரமயமாக்கலின் அறிகுறியாகவும் அவற்றை எதிர்த்துப் போராடுவதை எதிர்காலப் பயங்கரவாதத்திற்கான சமிக்ஞையாகவும் மாற்றுகிறது. இந்தக் காரணிகள் குறிப்பாக

24. https://middleeasteye.net/news/revealed-uk-universities-told-manage-palestine-activism (accessed March 2021).

25. https://middleeasteye.net/opinion/uk-pro-palestine-activists-targeted-in-schools (accessed June 2021).

26. https://rusi.org/commentary/interception-deterring-radicalisation-during-coronavirus-pandemic (accessed March 2021).

இஸ்லாமியர்கள் அரசு, ஏகாதிபத்தியம் மற்றும் இனவெறி ஆகியவற்றிற்கு எதிராக ஒன்றிணைவதையும் எதிர்க்கருத்துகள் தெரிவிப்பதையும் குறிவைக்கிறது, அத்தகைய போராட்டங்களை ஆபத்தானவைகளாகக் குறிப்பிடுகிறது. இனவெறிக்கும் ஏகாதிபத்தியதிற்கும் எதிரான எதிர்ப்புகளை அடக்குவதற்கான இந்த முயற்சிகளைக் காலனியாதிக்க காலத்திலும் நாம் பார்க்க முடியும்.

கடந்த அத்தியாயத்தில் சொல்லப்பட்ட மிக வெளிப்படையான கிளர்ச்சி எதிர்ப்புக் காவலைப் போலல்லாமல், தடுப்புத் திட்டம் வருமுன் காக்கும் காவல் முறையை நியாயப்படுத்த குறிப்பிட்ட இனமாக்கப்பட்ட அமைப்புகளைக் குறிப்பிட்ட குற்றங்களுடன் தொடர்புபடுத்தும் சட்ட வகைகளை எதிரொலிக்கிறது. உதாரணமாக, 1871இல் பிரிட்டன் பல குற்றப் பரம்பரைச் சட்டங்களில் முதல் சட்டத்தினை நிறைவேற்றியது, அது 13 மில்லியன் மக்களைப் பிறப்பின் அடிப்படையில் குற்றவாளிகளாக வகைப்படுத்தியது. 'அவர்களின் முன்னோர்கள் பழங்காலத்திலிருந்தே குற்றவாளிகளாகக் கருதப்பட்டார்கள், எனவே அவர்களும் குற்றம் செய்ய விதிக்கப்பட்டவர்கள், அவர்களுக்குப் பிறகும் குற்றச் சந்ததியினர்களைக் கொண்டிருப்பார்கள்.'[27] இந்தச் சட்டம் பிரிட்டனுக்கு, தன்னிச்சையாகக் கைது செய்யவும் தனிமைப்படுத்தவும் பிரிவினைகளை ஏற்படுத்தவும் அவர்களின் நடமாட்டத்தைக் கட்டுப்படுத்தவும் அவர்களுக்குக் கடினமான வேலைகளை ஒதுக்கவும் அனுமதித்தது. 'இவர்கள் குற்றவாளிகளாகவும் பயங்கரவாதிகளாகவும் இருக்க விதிக்கப்பட்டவர்கள், எனவே நாகரிகப்படுத்துதலுக்கும் தலையிடுவதற்குமான தேவை இருக்கிறது'[28] என்று 1871இல் பயன்படுத்தப்பட்ட இனமாக்கலின் மொழி இன்று பிரிட்டனில் கறுப்பர் மற்றும் இஸ்லாமிய மக்கள் எப்படிப் பார்க்கப்படுகிறார்கள் என்பதை விவரிக்கக் கூடும்.

உண்மையில், பிரிட்டிஷ் நிறுத்தல் மற்றும் சோதனையிடுதல் சட்டங்கள், குற்றப் பரம்பரைச் சட்டங்களிலிருந்து வந்தவை. அவை குறிப்பாக 1980களில் இனவெறிக்கு எதிரான எழுச்சிகளுக்குப் பிறகு, இனமாக்கப்பட்ட மக்களை 'வீடுகளில்'

---

27. James Trafford, *The Empire at Home: Internal Colonies and the End of Britain* (London: Pluto, 2020).

28. Ibid.

கண்காணிப்பதற்கான ஒரு கருவியாகப் பயன்படுத்தப்பட்டன. நிறுத்தல் மற்றும் சோதனையிடுதல் 1824 பிரிட்டிஷ் நாடோடிகள் மற்றும் வீடற்றவர்கள் சட்டத்திலிருந்தும் *(British Vagrancy Act)* தர்க்கங்களை மரபுக் கூறாகப் பெற்றிருக்கிறது, அது காவல்துறை 'குற்றம் செய்ய வாய்ப்புடையவர்கள் என்ற சந்தேகத்தின் பெயரில்' ஏழை மக்களையும் வீடற்ற மக்களையும் கைது செய்ய உதவியது.[29] குறிப்பிட்ட குற்றங்களைக் குறிப்பிட்ட மக்களின் பண்புகளாகக் குறிப்பிடும் நடைமுறை பரந்த மற்றும் நேர்மையற்ற காவல் முறையை அனுமதிக்கும் சிறந்த வழிமுறையாகக் கருதப்படுவது நாடோடிகள் மற்றும் வீடற்றவர்கள் சட்டம் மற்றும் குற்றப் பரம்பரைச் சட்டம் ஆகிய இரண்டு சட்டங்களின் மரபுகளாகும். இயல்பிலேயே குற்றவாளிகளாகக் கருதப்படும் மக்கள் குழுக்களை அச்சுறுத்தல்களாகக் காட்டுவதன் மூலம், நாம் வெள்ளை மேலாதிக்கத்தையும் காவல்துறையின் வன்முறையையும் முதலாளித்துவத்தையும் சமூக வன்முறையின் முன்னோடிகளாகக் கையாளாமல் விட்டுவிடுகிறோம்.

இந்தத் திட்டங்களிலிருந்துதான் தடுப்புத் திட்டம் வளர்கிறது. இனமாக்கப்பட்ட குற்றமான தீவிரமயமாக்கல் 'குற்றத்தை' முன்கூட்டியே கண்காணிக்க முயல்வது, அரசியல் கருத்து வேறுபாட்டையும் இனவெறி எதிர்ப்பையும் ஏகாதிபத்திய எதிர்ப்பையும் மற்றும் பலவற்றையும் இஸ்லாமியர்களின் முன்கூட்டியே விதிக்கப்பட்ட ஆபத்துத்தன்மையாகவும் தீவிரவாதத்தின் பண்புகளாவும் பெயர் சூட்டுவதற்கு உதவுகிறது.

ஆனால் தடுப்புத் திட்டம் வளரக்கூடிய வரலாறுகள், இந்தக் கட்டாயப்படுத்தும் இனவாதத் தர்க்கங்கள் ஒரு மக்கள் குழுவிற்கு மட்டுமே சுருக்கப்படவில்லை என்று நமக்குக் காட்டுகின்றன. அவை அரசின் வசதிக்கேற்ப எப்போது வேண்டுமானாலும் பயன்படுத்திக்கொள்ளப்படலாம். தடுப்புத் திட்டம் முதன்மையாக இஸ்லாமியர்களையே பாதிக்கிறது என்றாலும், அது சுற்றுச்சூழல் ஆர்வலர்களையும் மாணவர் இயக்கங்களையும் 'தீவிரமயமாக்கலுக்காகவும்' 'தீவிரவாதத்திற்காகவும்' கண்காணிக்க ஏற்கெனவே பயன்படுத்தப்பட்டுள்ளது.[30] அது மற்ற இனமாக்கப்பட்ட குற்றங்களைக் கண்காணிக்கவும்

---

29. Fitzgibbon & Lea, *Privatising Justice*, p. 36.

30. https://amnesty.org.uk/press-releases/uk-deeply-concerning-peaceful-climate-activists-were-referred-dubious-anti-terrorism (accessed March 2021).

ஏற்கெனவே பயன்படுத்தப்பட்டுள்ளது. உதாரணமாக, *2019* ஆயுதக் (கத்தி) குற்றத் தடுப்பு ஆணைகள் எதிர்காலத்தில் நடக்க வாய்ப்பிருக்கும் ஆயுத வன்முறையை முன்கூட்டியே தடுக்க, 'காவல்துறை வழக்கமாகக் கத்தியை வைத்திருப்பதாக நம்பும் எவரின் மீதும்' ஊரடங்கு உத்தரவு விதிக்கவும் நடமாட்டத்திற்குக் கட்டுப்பாடுகள் விதிக்கவும் அவர்களிடமிருந்து குழந்தையைப் பிரிக்கவும் அரசை அனுமதிக்கிறது. அது கறுப்பர் இன இளைஞர்களைப் பெரிய அளவில் குறிவைக்கிறது.[31]

தடுப்புத் திட்டம் முந்தைய நிறுத்தல் மற்றும் சோதனையிடல் அதிகாரங்களைக் காட்டிலும் கண்காணிப்பை மிகவும் பரவலாக்கியுள்ளது. ஏனென்றால் அது காவல்துறையினரை மட்டுமே சார்ந்திருக்கவில்லை. மாறாக, சமூகத்தின் அனைத்து உறுப்பினர்களையும் முன்கூட்டியே கண்காணிக்கும் பணியில் ஈடுபடுத்துகிறது. நம் அனைவரையும் நம்முடைய சமூகத்தின் நிலைமைகளை வடிவமைக்கும் கட்டமைப்புகளிலிருந்தும் வரலாறுகளிலிருந்தும் கவனத்தைத் திருப்பி, மாறாக, இனமாக்கப்பட்ட மக்களை 'ஆபத்தானவர்களாக'ச் சித்திரிப்பதில் கவனத்தைச் செலுத்த ஊக்குவிக்கிறது.

வெறுமனே கொள்கையை அல்லாமல் அடிப்படைக் காரணத்தை முடிவுக்குக் கொண்டுவர வேண்டும்

2019 முதல் வந்த பரவலான விமர்சனங்களுக்குப் பதிலளிக்கும் வகையில் அரசாங்கம், தடுப்புத் திட்டம் எந்தச் சார்பும் இல்லாமல் மறுஆய்வு செய்யப்படும் என்று அறிவித்தது. ஆனால் இது மீண்டும் சட்டப்பூர்வமாக்குவதற்கான ஒரு முயற்சி மட்டுமே ஆகும். அனைத்துப் பரிந்துரைக்கப்பட்ட விமர்சகர்களும் சார்பற்ற நிலைக்கு வெகுதொலைவில் இருந்தார்கள். சமீபத்திய விமர்சகர் வில்லியம் சாக்ரோஸ் தடுப்புத் திட்டத்திற்கான அறிவுசார் அடித்தளத்தை அமைத்த ஹென்றி ஜாக்சன் சங்கத்தின் முன்னாள் உறுப்பினராக இருந்தவர். மிக முக்கியமாக, மறுஆய்வு செய்வதன் மூலம் தடுப்புத் திட்டத்தை மேம்படுத்த முடியாது. அரசாங்கம் சில

31. Trafford, *Empire at Home*, p. 77; and https://gov.uk/government/news/introduction-of-knife-crime-prevention-orders (accessed February 2021).

நேரங்களில், தடுப்புத் திட்டம் மிகவும் மோசமானது என்றால் அதற்கு உங்களுடைய மாற்றுத் திட்டம் என்னவென்று விமர்சகர்களைக் கேட்கிறது. ஆனால் அது தவறான கேள்வி. சமுதாயத்தில் தடுப்புத் திட்டத்தின் பங்கை எந்த வடிவத்தில் மாற்றுவதற்கும் தகுதியற்றதாகும். இனரீதியான சித்திரிப்பின் அடிப்படையில் மக்களை முன்கூட்டியே குற்றவாளிகளாக்கும் அதனுடைய ஊகிக்கும் உத்திகள் வன்முறையை உருவாக்கும் அடிப்படை நிலைமைகளைச் சமாளிக்க எதுவும் செய்வதில்லை, அது வெறுமனே அவைகளை மறைக்கிறது. மக்களை நல்வாழ்வுச் சேவைகளுக்கு வழிகாட்டுதல் போன்ற அது செய்யும் எந்த மதிப்புடைய செயல்களையும் காவல்துறையை விட நிறுவனங்களால் இன்னும் சிறப்பாகச் செய்ய முடியும். மேலும், ஒரு மறுஆய்வு, திரைக்குப் பின்னால் தடுப்புத் திட்டம் ஏற்கெனவே பல்வேறு தீவிரவாத எதிர்ப்புத் திட்டங்களாக மறுபிறவி எடுத்திருப்பதை அடையாளம் காண்பதிலிருந்து நம்மைத் திசை திருப்புகிறது. தடுப்புத் திட்டத்தை விட அதிகமாகத் தீங்கு விளைவிக்கக் கூடிய, குறைவாக வெளியே தெரியக்கூடிய ஒரு சக்தி இருக்கிறது. அதைப் பற்றி நான் அடுத்த இரண்டு அத்தியாயங்களில் விவரிக்கிறேன்.

எனவே தடுப்புத் திட்டத்தை ஒழிப்பது மட்டும் போதுமானதல்ல. நாம் அதன் கண்காணிப்பை எதிர்க்க விரும்பினால், ஒவ்வொரு நாளும் சமூக ஆதரவையும் சமூகப் பாதுகாப்புப் பணிகளையும் ஒன்றிணைத்து நவீன காவல் முறைக்கு அடிப்படையாக இருக்கும் மற்றும் சமூகத்தின் கட்டமைப்புக்குள் ஊடுருவும் அதன் தர்க்கத்தை முழுமையாக எதிர்க்க வேண்டும். அதாவது, தேசியப் பாதுகாப்புச் சட்டத்தின் ஒவ்வொரு கூறையும் எதிர்ப்பதோடு அவை செயல்படும் அடிப்படையையும் எதிர்க்க வேண்டும். இனமாக்கப்பட்ட மக்களின் மீதான அனைத்துக் காவல் முறைகளும் வன்முறையால் உருவாக்கப்படும் சமூகப் பொருளாதார நிலைமைகளை மறைக்கவும் நிலைநிறுத்தவும் செய்கிறது. இந்த நிலைமைகளை வெளிப்படுத்தவும் வன்முறையை நேரடியாகக் கையாளவும் காவல் முறைகளுக்கு எதிரான நம்முடைய எதிர்ப்பானது இனமாக்கப்பட்ட மக்களின் ஒரு குழுவினருடன் மட்டுமே நின்றுவிடக் கூடாது அல்லது ஒரு நாட்டுடன் மட்டுமே நின்றுவிடக் கூடாது.

தாரிக் யூனிஸின் சொற்களில், 'தடுப்புத் திட்டம் என்பது ஓர் உலகளாவிய பிரச்சினையின் உள்ளூர் வடிவம் ஆகும்'. உண்மையில், தடுப்புத் திட்டத்தின் கொள்கைகள்தான் உலகம் முழுவதும், குறிப்பாக அமெரிக்க ஐக்கிய அரசு முழுவதும் உள்ள 'வன்முறைத் தீவிரவாத எதிர்ப்புக்' கொள்கைகளின் அடிப்படையாக இருக்கிறது.[32] வருத்தப்படக்கூடிய வகையில், ஐக்கியப் பேரரசு, தடுப்புத் திட்டத்தை உலகிலேயே மிகவும் பரவலான கண்காணிப்பு இருக்கும் சில இடங்களில் ஒன்றான ஜின்ஜியாங் மாகாணத்தில், உய்குர் இஸ்லாமியர்களுக்கு எதிராகத் தற்போது இனப்படுகொலையை நடத்திக்கொண்டிருக்கும் ஒரு அரசான சீனாவிற்கு நேரடியாகப் பரிந்துரைத்திருக்கிறது.[33] இது தடுப்புத் திட்டத்தின் 'செயல்திறனை விளக்குவதற்கான' ஒரு பிரிட்டிஷ் உதவித் திட்டமாக மேற்கொள்ளப்பட்டது.[34]

தகவல் அறியும் சுதந்திரச் சட்டத்தின் கீழ் பெறப்பட்ட தகவல்கள் மூலம், தடுப்புத் திட்டத்திற்கு அடிப்படையாக இருக்கும் ERG22+ ஐ அரசு இரகசியமாக வைத்திருப்பதற்கான காரணங்களில் 'சந்தையில் போட்டித் தயாரிப்பு உருவாவதைத் தடுப்பது' என்பதும் அடங்குமென்று கண்டறியப்பட்டது.[35] எனவே தடுப்புத் திட்டம் என்பது அடிப்படையில் கண்காணிப்புத் தொழில்நுட்பங்களுக்கான உலகளாவிய தேவையைப் பூர்த்தி செய்ய விற்கப்பட்ட ஒரு பிரிட்டிஷ் ஏற்றுமதி ஆகும்.[36] இதை வைத்துப் பார்த்தால், பிரிட்டனில் பாதுகாப்புமயமாக்கலுக்கும் கண்காணிப்புக்கும் நம்முடைய எதிர்ப்பு என்பது கண்டிப்பாக, வரையறையின் படி, ஏகாதிபத்தியத்திற்கு எதிராக இருப்பதும் உலகம் முழுவதும் உலகளாவிய பயங்கரவாதத்தின் மீதான போரையும், பயங்கரவாத எதிர்ப்புக் காவலின் மற்ற அனைத்து வடிவங்களையும், வன்முறைத் தீவிரவாத எதிர்ப்புக்

---

32. http://stopcve.com/ (accessed March 2021).
33. https://theguardian.com/world/2021/mar/09/chinas-treatment-of-uighurs-breaches-un-genocide-convention-finds-landmark-report (accessed March 2021).
34. https://devtracker.fcdo.gov.uk/projects/GB-GOV-3-PAP-CNF-002340 (accessed March 2021).
35. https://cage.ngo/british-government-uses-failed-PREVENT-as-a-bargaining-tool-in-brexit (accessed March 2021).
36. Department for International Trade, Security Export Strategy: Growing UK exports for global security, (London: UK Government, 2019).

கொள்கைகளையும் எதிர்கொள்ளும் ஒடுக்கப்பட்ட மக்களுக்கும் இனமாக்கப்பட்ட மக்களுக்கும் ஆதரவாக இருப்பதும் ஆகும்.

சமூகத்தில் கண்காணிப்பு பரவலாக இருப்பதன் காரணமாக, கண்காணிப்பு இல்லாத வாழ்க்கையை நினைத்துப் பார்ப்பதை நாம் கடினமாக உணரலாம், எனவே நாம் அதை இயல்பாக்குகிறோம், அதற்காகச் செயல்படுகிறோம், அது நமக்குச் சொல்லும் அளவுக்கு நம்முடைய நம்பிக்கைகளைச் சுருக்கிக் கொள்கிறோம். இது திட்டமிட்டு அதை எதிர்க்கும் நம்முடைய திறனைக் கட்டுப்படுத்துகிறது. ஆனால் அவை அப்படியே நடக்க வேண்டிய அவசியமில்லை. நான் ஒருமுறை ஒழிப்புவாதி மற்றும் அறிஞர் ஜாக்கி வேங் பார்வையாளர்களிடம் அவர்களின் கண்களை மூடிக்கொண்டு அவர்கள் எங்கே பாதுகாப்பாக உணர்வார்களோ அங்கே அவர்கள் இருப்பதாகக் கற்பனை செய்யும்படி கேட்டதைப் பார்த்தேன். பிறகு அவர்களிடம் 'நீங்கள் எத்தனை காவல்துறை அதிகாரிகளைக் கற்பனை செய்தீர்கள்? என்று கேட்டார். அவரது கேள்வியுடன் நீங்கள் உங்களைச் சுற்றியுள்ள மக்களிடம் தீவிரமயமாக்கலின் அறிகுறிகளைப் பார்த்தீர்களா? என்கிற கேள்வியை நான் சேர்க்க விரும்புகிறேன்.

நவீன வடிவங்களிலுள்ள காவல் முறைகள் காலனியாதிக்கத்திலும் இனரீதியான வன்முறையிலும் வேரூன்றியிருக்கின்றன என்பதைப் புரிந்துகொள்ளும் ஒரு பொதுவான புரிதலை நாம் ஏற்படுத்த வேண்டும். கண்காணிப்புகள் வன்முறையின் அடிப்படைக் காரணங்களைக் கையாளாதது மட்டுமல்லாமல் அவற்றை மேலும் மோசமாக்குகின்றன. அவற்றை எதிர்க்கவோ வெளிப்படுத்தவோ முயற்சி செய்பவர்களைத் திட்டமிட்டுத் தண்டிக்கின்றன. பொதுத்துறை ஊழியர்களும் தடுப்புத் திட்டத்தின் பயிற்சி பெற்ற மற்றவர்களும் அதைச் செயல்படுத்துவதை எதிர்க்க முடியும். நாம் மக்களாக ஒன்றிணைந்து வன்முறையை உருவாக்கும் நிலைமைகளையும் மக்களை வன்முறைக் குற்றங்களில் ஈடுபடச் செய்யும் நிலைமைகளையும் எதிர்க்கவும் மாற்றியமைக்கவும் முடியும். நிச்சயமாகத் தடுப்புத் திட்டத்தை ஒழிக்க வேண்டும். ஆனால் அதற்கு நீதியும் பாதுகாப்பும் இருக்கும் ஓர் உலகத்தை நான் கட்டமைக்க வேண்டும்.

அத்தியாயம் 5

யாருடைய இணை வாழ்க்கைகள்? எந்த பிரிட்டிஷ் மதிப்புகள்?

2001 ஜூலை 7 அன்று, 9/11 தாக்குதலுக்கு இரண்டு மாதங்களுக்கு முன்பும் சரியாக 7/7 தாக்குதலுக்கு நான்கு ஆண்டுகளுக்கு முன்பும், மேற்கு யார்க்ஸிரைச் சேர்ந்த பிராட்ஃபோர்டில் நேஷனல் ஃப்ரண்ட் (National Front) என்ற பாசிசக் குழுவை எதிர்க்க ஒரு நாசி எதிர்ப்புப் போராட்டம் ஒருங்கிணைக்கப்பட்டது. நேஷனல் ஃப்ரண்ட் குழு, ஓல்ட்ஹமிலும் பர்ன்லேவிலும் அணிவகுப்பு நடத்திய பிறகு, அவர்கள் முன்பு அதே கோடையில் ஆசிய மக்களின் வீடுகளையும் தொழிலகங்களையும் தாக்கிய இடத்திற்கு வருவார்கள் என்று எதிர்பார்க்கப்பட்டது. நேஷனல் ஃப்ரண்ட் பிராட்ஃபோர்டில் அணிவகுப்பு நடத்துவதற்குத் தடை விதிக்கப்பட்டிருந்த போதிலும், இனவெறியும் அதிக எண்ணிக்கையிலான காவல்துறையினரின் இருப்பும் அந்த இரவைப் 'பிரிட்டனின் முக்கிய நிலப்பகுதியில் கடந்த இருபது ஆண்டுகளின் மிக மோசமான கலவரமாக'[1] மாற்றியது. அது பிரிட்டனில் இஸ்லாமியர்களின் பிம்பத்தைக் கோபமான, வன்முறையான, பழுப்பு நிற மனிதர்கள் என்று உறுதிபடுத்தியது.

இருப்பினும் அந்தப் பிம்பம் ஒரு பத்து ஆண்டுகளுக்கு முன்பே சாத்தான் வசனங்கள் சர்ச்சையின்போது பிராட்ஃபோர்ட் உலகத் தலைப்புச் செய்திகளில் வந்தபோதே உருவாகத் தொடங்கிவிட்டது. இங்கு, 1989இல் சல்மான் ருஷ்டியின் *தி சாத்தானிக் வெர்சஸ்* என்கிற நூலுக்குப் பாகிஸ்தானியர் ஒருவர் தீ வைக்கும் புகைப்படங்கள் உலகம் முழுவதும் பத்திரிகைகளிலும்

1. https://yorkshirepost.co.uk/heritage-and-retro/heritage/20-years-what-did-we-learn-bradford-riots-3072638 (accessed January 2021).

தொலைக்காட்சிகளிலும் காட்டப்பட்டது. அது ஒரு தீவிரமான, பகுத்தறிவற்ற, ‘மற்றவர்களின்’ குழுவைச் சித்திரித்தது. ஆனால் நான் அந்தப் புகைப்படங்களைப் பார்க்கும்போது, 1960களில் பிராட்ஃபோர்டின் துணி நெய்யும் தொழிற்சாலைகளில் நிலவிய தொழிலாளர் பற்றாக்குறையைச் சரி செய்ய பிரிட்டனால் பாகிஸ்தானிலிருந்து புலம்பெயரக் கட்டாயப்படுத்தப்பட்ட என்னுடைய தாத்தாவைப் போன்ற மனிதரைப் பார்க்கிறேன். 1980களில், தொழில்மயமழிதல் மற்றும் தொழில் மந்தநிலையின் காரணமாக அந்தத் தொழிற்சாலைகளில் சில மூடப்பட்டன. அது பிராட்ஃபோர்டின் பாகிஸ்தானிய மக்களை ஐக்கியப் பேரரசிலேயே மிகப்பெரும் வேலைவாய்ப்பற்ற நிலைகளிலும் வறுமை நிலைகளிலும் மிகக் குறைவான கல்வித் தகுதிகளுடனும் விட்டுவிட்டது.[2]

எனவே 1989 போராட்டங்களின் புகைப்படங்கள் சுரண்டப் பட்ட, இனரீதியாக ஒடுக்கப்பட்ட உழைக்கும் வர்க்கம் அவர்களின் நபியை அவமதிக்கும் வகையில் சித்திரிக்கும் ஒரு நூலால் தூண்டப்பட்ட கோபத்தையும் வலியையும் வெளிப்படுத்துவதைக் காட்டுகிறது. ஆனால் சர்ச்சையைப் பற்றிய முதன்மைக் கதைகளில் இந்தக் காரணம் மிகக் குறைவாகவே சொல்லப்பட்டுள்ளது. மாறாக, இந்தப் போராட்டம் பிரிட்டனில் ‘அடிப்படைவாத’ இஸ்லாமியர்கள் தலை தூக்கிய தருணமாகப் பார்க்கப்படுகிறது. அதற்குக் காரணம் ‘இந்தப் போராட்டத்திற்கு முன்பு அங்கு பிரிட்டிஷ் இஸ்லாமியர்கள் என்று ஒன்றில்லை. இந்தப் போராட்டம் அதுவரை ‘பொதுநலவாயக் (Commonwealth) குடியேறிகள்’ அல்லது ‘கறுப்பர்கள்’ அல்லது ‘பாகிஸ்தானியர்கள்’ என்று பார்க்கப்பட்ட ஒரு குழுவை ‘இஸ்லாமியர்’ என அடையாளம் காணச் செய்தது’ என்று சில வரலாற்று ஆய்வாளர்கள் பரிந்துரைக்கிறார்கள்.[3]

ஒரு பத்தாண்டுகளுக்குப் பிறகு, 2001 ஜூலை 7ஆம் தேதி நேஷனல் ஃப்ரண்ட் (NF) அமைப்பிற்கு எதிராக நடந்த கலவரத்திற்கு முன்னாள்களில், வறுமை நிலை விண்ணைத் தொட்டிருந்தது. கல்வி, வேலைவாய்ப்பு, சுகாதாரம் மற்றும் வீட்டுவசதி ஆகியவற்றில்

---

2. Tariq Modood, ‘Muslims, race and equality in Britain: Some post-Rushdie affair reflections’, *Third Text*, Vol. 4:11, 1990, 127–34, p. 127.

3. https://sites.cardiff.ac.uk/islamukcentre/2019/02/13/michael-munnik-salman-rushdie-and-the-sudden-visibilisation-of-british-muslims/ (accessed January 2021).

இனச் சிறுபான்மையினருக்கு ஐந்தாவது மிகப் பாகுபாடுடைய மாவட்டமாக பிராட்ஃபோர்ட் தரவரிசைப்படுத்தப்பட்டது.[4] அன்று அணிவகுப்பு நடத்துவதற்கு நேஷனல் பிரண்ட் அமைப்பிற்குத் தடை விதிக்கப்பட்டிருந்தபோதிலும் அவர்கள் அணிவகுப்பு நடத்தினார்கள், மிகப்பெரிய காவல்படை அவர்களுடன் வந்தது. உள்ளூர் மக்களைப் பாதுகாப்பதற்குப் பதிலாக, காவல்துறையினர் தற்காப்புக்காக வந்த ஆசிய இளைஞர்களைத் தாக்கினார்கள். காவல் துறையின் காட்டுமிராண்டித்தனத்திற்கான அவர்களின் எதிர்ப்பு, ஊடகங்களால் 'அறிவற்ற வன்முறை' என்று அழைக்கப்பட்டது. ஆனால் 'மார்ட்டின் லூதர் கிங் நமக்கு நினைவூட்டியதைப் போல, கலவரங்கள் என்பது கேட்கப்படாதவர்களின் மொழியாகும்'. வேலைவாய்ப்பற்றவர்களாகவும் இனவெறியால் ஒதுக்கப்பட்டவர்களாகவும் மோசமான வாழ்விடம், கல்வி மற்றும் வேலைகளுக்குத் தள்ளப்பட்டவர்களாகவும் இருக்கும்போது, பல ஆண்டுகளாக உங்கள் பெற்றோர்களைத் துரத்தியடித்த பாசிஸ்டுகளால் தாக்கப்படும்போது, உங்களைப் பாதுகாப்பவர்கள் என்று அரசு சொன்னவர்களால் சுற்றிவளைக்கப்பட்டு லத்திகளால் தாக்கப்படும்போது அது உங்களுக்கு எப்படி இருக்கும்?

அத்தகைய கேள்விகள் அரசாங்கத்தால் கேட்கப்படவில்லை. மாறாக, கலவரங்கள் குறித்து ஆய்வு செய்த கேன்ட்ல் அறிக்கை, அது இஸ்லாமியர்கள் 'சமூகத்தில் மற்றவர்களுடன்' 'எந்தத் தொடர்பும் இல்லாத' ஒரு 'இணை வாழ்க்கையை' வாழ்வதால் ஏற்பட்டதாக அறிவித்தது.[5] இந்த பாதிக்கப்பட்டவர்களையே குற்றஞ்சாட்டும் தொகுப்பு, சமூகக் கலப்பையும் ஒருங்கிணைப்பையும் சமூக வன்முறைக்குத் தீர்வாக அறிமுகப்படுத்தியது. அது இனவெறியுடைய காவல் முறையின் பங்கையும் அரசு அங்கீகரித்த வறுமையையும் இனவெறிச் சூழல்களையும் கேள்வி கேட்காமல் விட்டுவிட்டது. அப்போதிருந்து, ஐக்கியப் பேரரசில் இஸ்லாமியர்களின் ஆதிக்க உருவம் ஒரு குறைவான, தனித்துவமான உழைக்கும் வர்க்கத்தைச் சேர்ந்த, கல்வியறிவு குறைவான, அதிக கோபம் கொண்ட ஆசிய

---

4. Nissa Finney and Kitty Lymperopoulou et al, Local Ethnic Inequalities... in Education, Employment, Health and Housing... 2001-2011 (London: Runnymede, 2014).
5. Ted Cantle, Community Cohesion: A report of the independent review team (London: Home Office, 2001), p. 9.

ஆண்கள் என்று இருந்து வருகிறது. அதன் பிறகு அவர்களின் வன்முறை என்பது இப்போது கருதப்படுவதைப் போல, பிரிவினைவாதக் குமிழிகளுக்குள் 'இஸ்லாமியக் கலாச்சாரம்', மதம், சித்தாந்தம் ஆகியவற்றைச் செழிப்படையச் செய்யும் அவர்கள் சுயமாக விதித்துக்கொண்ட பிரிவினையின் விளைவாகக் கருதப்படுகிறது. பல ஆண்டுகளாக, தேசியப் பாதுகாப்பு மற்றும் தடுப்புத் திட்டம் வழியாக மட்டுமல்லாமல், ஒருங்கிணைப்பு, சமூகக் கலப்பு உத்திகள் மற்றும் தீவிரவாத எதிர்ப்புத் திட்டங்கள் வழியாகவும் இஸ்லாமிய மக்கள் தொகை அதிகமாக இருக்கும் பகுதிகளில் ஆக்கிரமிப்புக் காவலை நியாயப்படுத்த இந்த 'இணை வாழக்கைகள் கதை' பயன்படுத்தப்படுகிறது.

தேசத்திற்கு 'அந்நியர்கள்'

2005இல் இலண்டனில் 7/7 குண்டுவெடிப்பில் 52 பேர் கொல்லப்பட்டபோது, 'இணை வாழ்க்கைகள்' பற்றிய ஆய்வுகள் மிக முக்கியமாகக் குறிப்பிடப்பட்டது. கலவரக்காரர்களில் மூன்று பேர் பிராட்ஃபோர்டுக்கு அருகில் லீட்ஸில் நான் வளர்ந்த அதே இடத்தில்தான் வளர்ந்தார்கள். பொதுப்புத்தியில் அவர்களின் வன்முறைக்கு இதுவே போதுமான விளக்கமாக இருந்தது. மற்ற கலவரங்களைப் போலவே, 7/7 கலவரமும் இஸ்லாமியர்கள் அவர்களின் இணை இஸ்லாமிய உலகத்தில் வளர்ந்து வருவதன் வெளிப்பாடாக ஊகிக்கப்பட்டது. அரசியல்வாதிகளும் பத்திரிகையாளர்களும் கூட அவர்களைக் குறிப்பிடும்போது, பிரிட்டன் என்பது அவர்களின் பிறந்த இடம் மட்டுமே, அவர்கள் பிரிட்டனின் காலத்திற்கும் இடத்திற்கும் பொருந்தாத வேறு பகுதிகளில் வளர்க்கப்பட்டார்கள் என்பதைக் குறிக்கும் விதமாக 'பிரிட்டனில்-பிறந்த', என்று குறிப்பிடுகிறார்கள். இது அவர்களுடைய நோக்கங்கள் வெளிநாட்டுச் சிந்தனைகளை அடிப்படையாகக் கொண்டவை என்ற கருத்தை நிறுவுகிறது. கலவரக்காரர்கள் 'நீங்கள் குண்டு வீசுவதையும் நச்சுவாயு மூலம் கொல்வதையும் எங்கள் மக்களைச் சிறைப்படுத்துவதையும் சித்திரவதை செய்வதையும் நிறுத்தும்வரை, நாங்கள் இந்தச்

சண்டையை நிறுத்தமாட்டோம்...'[6] என்ற அறிக்கையின் மூலம் அவர்களின் செயல்கள் பிரிட்டிஷ் வெளியுறவுக் கொள்கைக்கு எதிர் நடவடிக்கையாகத்தான் இருந்தது என்று அறிவித்தபோதிலும் கூட, அத்தகைய நம்பிக்கைகள் பரவலாக இருக்கிறது.

9/11 தாக்குதலுக்கான காரணங்களை அமெரிக்க ஐக்கிய அரசு அரசியலற்றதாக்கியதைப் போலவே ஐக்கிய பேரரசும் அவர்களின் வெளியுறவுக் கொள்கையிலிருந்து திசைதிருப்பவும், தாக்குதல் நடத்தியவர்களைப் பற்றி முன்பே புலனாய்வு செய்து கொண்டிருந்தபோதிலும் தாக்குதல்களைத் தடுக்கத் தவறிய பாதுகாப்புச் சேவைகளின் தோல்வியிலிருந்து திசைதிருப்பவும் கேன்ட்ல்-இன் ஆய்வைப் பயன்படுத்தியது.[7] இஸ்லாமியச் சமூகத்தின் பிரிவினையை 7/7 தாக்குதலுக்குக் காரணமாக எழுப்புவதன் மூலம் இஸ்லாமியர்களின் வாழ்க்கையில் அதிகமாகத் தலையிடுவதுதான் வன்முறைக்கான தீர்வு என்று முன்வைக்கப்பட்டது. குண்டுவெடிப்புச் சம்பவங்கள், இஸ்லாமியக் கலாச்சாரம் செழிப்படைவதற்கும் பயங்கரவாதிகளை வளர்ப்பதற்கும் அனுமதிப்பதாகக் கருதப்பட்ட முந்தைய பல-கலாச்சார முறைக் கொள்கைகளைக் கண்டிப்பதற்காகப் பயன்படுத்தப்பட்டன.

ஊகத்தின் அடிப்படையிலான இந்தத் தர்க்கங்களில் 'கலாச்சாரம்' என்பது 'இனத்திலிருந்து' வேறுபட்டதாக முன்வைக்கப்பட்டது. ஆனால் முன்பு கலாச்சாரம் என்பது இஸ்லாமியர்கள் பின்பற்றி வரும் மற்றும் மரபுரீதியாகப் பெறும் ஓர் உள் சாராம்சம் என்றும், அது இயல்பாகவே மேற்குடன் ஒரு மோதலை உருவாக்கக் கூடியதாகவும் இஸ்லாமியர்கள் வன்முறையாளர்களாக மாறுவதற்குக் காரணமாகவும் இருக்கிறது என்றும் விவாதிக்கப்பட்டதால் அது அந்தக் கருத்தை மறுவடிவமைப்பு செய்தது. எனவே, இஸ்லாமியர்கள் பல வேறுபட்ட கலாச்சாரத்துடன் இருக்கும்போதிலும் கலாச்சாரம் என்பது மாறிவரும் விதிமுறைகளின் தொகுப்பாக இருந்தபோதிலும் இணை வாழ்க்கைகள் பற்றிய ஆய்வுகளில் 'இஸ்லாமியக் கலாச்சாரம்' என்ற சொல் பயன்படுத்தப்பட்ட விதம் அதன் பயன்பாடுகளின் இனவெறியை மறைத்தது.

---

6. http://news.bbc.co.uk/1/hi/uk/4206800.stm (accessed February 2021).
7. https://theguardian.com/uk/2007/apr/30/july7.terrorism (accessed 16 July 2021).

பிராட்போர்டு, பிர்மிங்கம், லுட்டன் மற்றும் கிழக்கு இலண்டன் போன்ற அதிக இஸ்லாமிய மக்கள்தொகை கொண்ட மாவட்டங்கள் தடுப்புத் திட்டத்தால் மட்டும் திட்டமிட்டுக் குறிவைக்கப்படுவதில்லை, இணை வாழ்க்கைக் கதைகள் காரணமாக அவை அசாதாரணமான கலாச்சாரம் கொண்ட இடங்கள் என்றும் 'போகக்கூடாத இடங்கள்' என்றும் தொடர்ந்து கட்டமைக்கப்படுகின்றன. எடுத்துக்காட்டாக, 2018இல் டைம்ஸ் பத்திரிகை ராட் லிடில் எழுதிய ஒரு கட்டுரையை வெளியிட்டது, அதில் அவர் 'பிரிட்டிஷ் இஸ்லாமியர்கள் தங்களைத் தாங்களே வெடிக்கச் செய்தால்' கூட அது நாமெல்லாம் வாழும் இடத்திலிருந்து ஏதோ ஒரு தொலைவில் நடக்கும் வரை அதை நான் பொருட்படுத்த மாட்டேன் என்று எழுதினார். டவர் ஹேம்லெட்ஸ் நகரம் அதற்கு ஓர் எடுத்துக்காட்டு.[8] அவருடைய பரிந்துரை கிழக்கு இலண்டன் நகரமான டவர் ஹேம்லெட்ஸ் அதனுடைய இஸ்லாமிய மக்கள்தொகையால் அசுத்தமாகிவிட்ட காரணத்தால் அது 'அந்நியப்' பகுதி என்றும் பிரிட்டனுக்கு வெளிப்பகுதி என்றும் உணர்த்தியது.

லிடிலை ஒரு சலிப்பற்ற இனவெறியாளர் என்று புறக்கணிக்க முடியும் என்றாலும், அவருடைய கருத்துகள் 'மேக் பிராட்ஃபோர்ட் பிரிட்டிஷ்' அல்லது 'தி கிரேட் பிரிட்டிஷ் ஸ்கூல் ஸ்வாப்' போன்ற தொலைக்காட்சி ஆவணப்படங்கள் வழியாகச் சமூகத்தின் பரவலான பண்பாடுகளில் எதிரொலிக்கிறது. அவை இஸ்லாமியர்களின் இருப்பால் எப்படி நகரங்கள் அவற்றின் 'பிரிட்டிஷ் தன்மையை' இழக்கின்றன என்பதைக் காட்டுகின்றன. அத்தகைய சித்திரிப்புகள் அன்றாட அனுபவங்களின் உண்மைத் தன்மைக்கு அப்பால், 'உண்மையான பிரிட்டிஷ்தன்மை' என்று ஒன்று இருப்பதாகக் கருதுகிறது. வெள்ளை பிரிட்டன் அது கட்டமைக்கப்பட்டிருக்கும் இனரீதியான சுரண்டலுக்கும் அழிப்புகளுக்கும் தொடர்பில்லாத ஒரு பிரிட்டனின் நினைவுகளைத் தூண்டும் நோக்கத்தோடு பயன்படுத்தப்படுகிறது. இந்தச் சித்திரிப்புகள் இஸ்லாமியர்கள் இருக்கும் இடங்களிலெல்லாம் சமூகக் கலப்பை உருவாக்க அரசின் தலையீடு தேவைப்படுகிறது என்ற கேன்ட்ல் அறிக்கையின் ஊகங்களைப் பொதுநிலைப்படுத்துகிறது.

---

8. https://twitter.com/azadaliCCM/status/1054141206182182912?s=20 (accessed January 2021).

இது அதிக இஸ்லாமிய மக்கள்தொகை கொண்ட பகுதிகளை ஆக்கிரமிப்புக் காவலுக்குப் பெருமளவிற்கு பாதிப்படையக் கூடியதாக மாற்றியுள்ளது. எடுத்துக்காட்டாக, 2008இல், பிர்மிங்காமில் இஸ்லாமியர்கள் பெரும்பான்மையாக வாழும் பகுதிகளான ஸ்பார்க்புரூக் மற்றும் வாஷ்வுட் ஹீத் பகுதிகளில் 200 கண்காணிப்புக் கேமராக்கள் பொருத்தப்பட்டன. அவர்கள் அந்தப் பகுதிகளுக்கு உள்ளே வரும் மற்றும் வெளியே செல்லும் வாகனங்களின் எண்களைக் கண்காணித்தனர். அந்தத் தகவல்களை அவர்கள் இரண்டு ஆண்டுகளுக்குச் சேமித்து வைத்திருந்தார்கள். இந்த 3 மில்லியன் பவுண்ட் திட்டம் உள்துறை அமைச்சகத்தின் 'பயங்கரவாதத்தைத் தடுப்பதற்கான' நடவடிக்கைகளுக்கான ஒரு திட்டத்தால் நிதியளிக்கப்பட்டது.[9] தெளிவாக, இஸ்லாமியர்கள் பெரும்பான்மையாக வாழும் பகுதிகளில் மக்களின் நடமாட்டத்தை உளவு பார்ப்பது பயங்கரவாதத்துடன் போரிடுவதற்கான ஒரு சட்டப்பூர்வமான வழியென்று கருதப்பட்டது, ஏனென்றால் கட்டுப்பாடு இல்லாத இஸ்லாமியத் தன்மையின் இருப்பு ஓர் இயல்பான அச்சுறுத்தலாகத் தோற்றமளிக்கிறது. இது பயங்கரவாதத்தின் மையங்கள் உலகம் முழுவதும் இருக்கிறது என்றும், அதனால் பிரிட்டிஷ் நகரங்களுக்கே கண்காணிப்பும் ஆக்கிரமிப்பும் தேவைப்படுகிறது என்றும் வாதிடும் பயங்கரவாதத்தின் மீதான போரின் நியாயங்களை நீட்டிக்கிறது.

பிரிட்டிஷ் மதிப்புகள்

2014இல், பிர்மிங்கம் கண்காணிப்புக் கேமரா கண்காணிப்புகளின் ஆறு வருடங்களுக்குப் பிறகு, தேசியப் பத்திரிகைகள் பள்ளிக் கூடங்களை 'இஸ்லாமியப்படுத்த' பாகிஸ்தான் பாரம்பரியத்தைச் சேர்ந்த 'பழமைவாத மற்றும் பிடிவாதமான' மக்களால் தீட்டப்பட்ட ஒரு 'பிரிவினைவாதச் சதியை' நகரம் எதிர்கொண்டது என்று வாதிட்டன.[10] ஆபரேஷன் ட்ரோஜன் ஹார்ஸ் என்ற பெயரில் பள்ளிகளைக் கட்டுப்பாட்டிற்குக் கொண்டுவர இஸ்லாமியர்களுக்குள் சதித் திட்டம் தீட்டியது

---

9. https://theguardian.com/uk/2010/jun/17/birmingham-stops-spy-cameras-project (accessed March 2021).
10. Holmwood, *Countering Extremism*, p. 2.

போன்ற கடிதத்தின் ஒரு நகல் பிரமிங்கம் மாவட்ட ஆட்சி மன்றத்திற்குக் கிடைத்தது. அந்தக் கடிதம் ஊடகங்களில் கசிந்தபோது, அது ஒரு கட்டுக்கதை என உடனடியாக தடுத்து நிறுத்தப்பட்டது, ஆனால் பத்திரிகையாளர்கள் அப்போதும் இனரீதியான தலைப்புச் செய்திகளுக்காகத் துடித்தனர். ஏற்கெனவே 'இஸ்லாமியப்படுத்துதல்' என்ற பதம் நேரடியாகத் தீவிரமயமாக்கலுடன் இணைக்கப்பட்டுள்ள காரணத்தால் அது அரசாங்க விசாரணைகளையும் பள்ளி ஆய்வுகளையும் நீதிமன்ற விசாரணைகளையும் தூண்டியது.[11]

இறுதியில் மாணவர்கள் தீவிரமயமாக்கப்படுகிறார்கள் என்று வாதிட்ட நீதிமன்ற வழக்கு முற்றிலும் கைவிடப்பட்டாலும், அதற்குள் ஊடகக் கதைகள் நாடு முழுவதும் நிறுவப்பட்டிருந்தன. இங்கிலாந்தில் ஒரு மிகவும் பின்தங்கிய தொகுதியைச் சேர்ந்த, சிறப்பாகச் செயல்பட்டு வந்த பள்ளியொன்று, அதன் முன்னணி ஆசிரியர்களை இழந்து, 'தோல்வி அடையும்' பள்ளியாக மாறிவிட்டபோதிலும் இந்த விவகாரத்தில் சிக்கிய ஆசிரியர்களுக்கும் பெற்றோர்களுக்கும் தங்கள் பெயரைத் தெளிவுபடுத்தும் வாய்ப்புக் கிடைக்கவில்லை. இனவெறி பத்திரிகையாளர்கள் மற்றும் அரசியல்வாதிகளின் பசிக்குப் பலியான பள்ளி மாணவர்களின் எதிர்காலத்தைப் பற்றி யாரும் கவலைப்படவில்லை. மாறாக, ஒருபோதும் இல்லாத 'ட்ரோஜன் ஹார்ஸ் விவகாரம்' இஸ்லாமிய வெறியுடைய பாகிஸ்தானியர்களின் உருவகத்தை மேலும் வலுப்படுத்தப் பயன்படுத்தப்பட்டது. மேலும் இது அரசுக்கு ஒருங்கிணைப்புத் திட்டம் தோல்வி என்ற கவலையைத் தூண்டியது. அது அரசின் மற்றொரு ஆய்விற்குக் காரணமாகியது.

சமூக ஒருங்கிணைப்பு குறித்த புதிய ஆய்வு டேம் லூயிஸ் கேசியால் நடத்தப்பட்டது. அவர் சமூகங்களில் உள்ள கலாச்சார, மதப் பழக்கவழக்கங்கள்தான் பிரிட்டனின் ஒருங்கிணைப்புத் திட்டத்திற்கு மையத் தடையாக இருக்கின்றன, அவை நம் குடிமக்களில் சிலரைப் பின்தங்க வைப்பது மட்டுமல்லாமல், பிரிட்டிஷ் மதிப்புகளுக்கும் சில நேரங்களில் நம்முடைய சட்டங்களுக்கும் முரண்பாடாக உள்ளன' என்று குறிப்பிட்டார்.[12]

---

11. Ibid.

12. Louise Casey, The Casey Review: A review into opportunity and integration (London: DCLG, 2016), p. 5.

இது கேன்ட்ல்-இன் ஆய்வை அப்படியே ஒப்பிவித்தது, ஆனால் கேசி கலாச்சார, மத ரீதியான மற்றவர்களின் பிரிவினைக்கும் பிரிட்டிஷ்தன்மை 'இல்லாமைக்கும்' குற்றத்தன்மைக்கும் இடையே ஒரு மிகவும் வெளிப்படையான தொடர்பை உருவாக்கினார். உதாரணமாக, அவர் பிளாக்பர்ன், பிர்மிங்கம், பர்ன்லி மற்றும் பிராட்ஃபோர்ட் ஆகிய பகுதிகளை அதிக 'பாகிஸ்தானிய மற்றும் வங்களாதேச' (அவ்வாறு இணைப்பதால் இஸ்லாமியர்கள் என்று குறிக்கும் வகையில் மற்றும் மற்ற இஸ்லாமியச் சமூகங்களை நீக்கும் வகையில்) குடியிருப்புப் 'பிரிவினை' உள்ள பகுதிகள் எனக் குறிப்பிட்டார். அதை அவர் ஒரு பிரச்சினையாகக் கருதினார். ஏனென்றால் 'இனரீதியான மக்கள் செறிவுள்ள பகுதிகள்... குறைவான பிரிட்டனின் அடையாளத்துடன் இருக்கும்' என்றார்.[13] குறைவான பிரிட்டனின் அடையாளத்துடன் இருக்கும் வெள்ளை நிற மக்கள் செறிவு கொண்ட பகுதிகளைப் பற்றி ஒப்பிடக்கூடிய பிரச்சினை எதுவும் எழுப்பப்படவில்லை. எனவே வெள்ளை நிற மக்கள் ஏற்கெனவே அவர்களுக்குள் பிரிட்டிஷ் தன்மையுடன் பிறக்கிறார்கள் என்று ஊகிக்கப்படுகிறது.

உண்மையில், அந்த ஆண்டு 'ஜனநாயகம், சட்டத்தின் ஆட்சி, தனிப்பட்ட சுதந்திரம், சமத்துவம், பேச்சுரிமை மற்றும் சகிப்புத்தன்மை' ஆகியவை பிரிட்டிஷ் மதிப்புகளாக வரையறுக்கப்பட்டது.[14] அடுத்த அத்தியாயம் ஆராய்வது போல், அரசாங்கம் தீவிரவாதத்தை 'பிரிட்டிஷ் மதிப்புகளுக்கு எதிரானவைகள்' என்று வரையறுக்கிறது எனவே அந்த மதிப்புகளைக் கற்றுக்கொள்ளும் வரை இனரீதியாக மற்றவர்கள் ஒரு குற்றவியல் அச்சுறுத்தலாகவே பாவிக்கப்படுவார்கள் என்று சொல்லலாம். ஆனால் மதிப்புகள் அவைகளே வெள்ளையினமாக இனமாக்கப்பட்டுள்ளதாலும் நம்மில் பெரும்பாலானோர் அதிக விலை கொடுக்காமல் இனமாக்கப்பட்டவர்களாக இருப்பதிலிருந்து வெளியேறுவதற்கான வழியைக் கற்றுக்கொள்ள முடியாததாலும் நாம் முடிவில்லாத சந்தேகத்திற்கு ஆளாகும் நிலைக்குத் தள்ளப்பட்டுள்ளோம். ஒருங்கிணைப்பதாகச் சொன்னாலும், பிரிட்டன் அது பிறந்த நாகரிக மேன்மை பற்றிய காலனியாதிக்கச் சிந்தனையைச் சீர்குலைக்காமல் இனரீதியான மற்றவர்களை பிரிட்டிஷ் தன்மைக்குள் ஏற்றுக்கொள்ளவோ

---

13. Ibid., p. 11–12.
14. Ibid., p. 9.

உள்வாங்கவோ முடியாது. எனவே, ஒரு புறம் ஒருங்கிணைக்கக் கட்டளையிடப்பட்டாலும் மறுபுறம் இனமாக்கப்பட்ட மக்கள் திட்டமிட்டு நாட்டிலிருந்து ஒதுக்கி வைக்கப்படுகிறார்கள்.

கட்டுப்படுத்துவதற்காக ஒருங்கிணைத்தல்

2016ஆம் ஆண்டின் கேசி ஆய்வு, 7/7 தாக்குதலுக்குப் பிறகு எழுந்த ஒருங்கிணைப்புத் திட்டத்திற்கும் தீவிரவாத எதிர்ப்புத் திட்டத்திற்கும் இடையேயான தொடர்பை மேலும் வலுப்படுத்தியது. பார்ப்பதற்கு வேறுபட்டவைகளாக இருந்தாலும் அரசாங்கத்தின் இந்த இரண்டு உத்திகளுமே இஸ்லாமியர்கள் கட்டுப்படுத்தாமல் விடப்பட்டால் சமுதாயத்திற்கு ஆபத்தாக இருப்பார்கள் என்கிற கோட்பாட்டைத்தான் சார்ந்துள்ளன. 'பிரிட்டிஷ் கலாச்சாரம்' மட்டுமே இயல்பாக வன்முறையற்றது, நம்மை நாகரிகப்படுத்தக் கூடியது என்று கருதப்படுகிறது. ஆனால் வெளித்தோற்றத்தில் ஒருங்கிணைப்புத் திட்ட உத்திகள், காவலுக்கோ கண்காணிப்பிற்கோ தொடர்புடையதாக இருக்கக் கூடும் என்பதற்கான எந்த அறிகுறியையும் காட்டவில்லை. எடுத்துக்காட்டாக, ஒருங்கிணைப்புத் திட்டங்கள் பெரும்பாலும் குழந்தைகளுக்கு நண்பர்களை உருவாக்க உதவும் பள்ளிக்குப் பிறகான கூடுகைகள், சமூக ஒதுக்கத்தை எதிர்த்துப் போரிடும் நூலக காஃபி காலைகள், 'இணைப்புகளை உருவாக்கும்' கால்பந்து போட்டிகள் மற்றும் 'மரபுசார் கற்பிதங்களை உடைக்கும்' கலைக்கூடக் கண்காட்சிகள் போன்றவற்றை உள்ளடக்கியிருக்கும்.[15] அவை மக்கள் சமூகமயப்படுவதற்கான, ஒன்றாக வேலை செய்வதற்கான, ஒன்றாகக் கற்பதற்கான மற்றும் ஒன்றாக வாழ்வதற்கான சமூகங்களைக் கட்டமைப்பதில் கவனம் செலுத்துவதாகச் சொன்னாலும், 2007ஆம் ஆண்டிலேயே, 'நடைமுறையில் தடுப்புத் திட்டத்திற்கும் சமுதாயக் கலப்புத் திட்டத்திற்கும் ஏதேனும் உண்மையான வேறுபாடு உள்ளதா?' என்று காவல்துறையினரே கேள்வி எழுப்பியிருக்கிறார்கள்.[16]

---

15. HM Government, Integrated Communities Strategy Green Paper (London: DCLG, 2018).

16. John Holmwood and Therese O'Toole, *Countering Extremism in British Schools?: The Truth about the Birmingham Trojan Horse Affair* (Bristol: Bristol University Press, 2018), p. 49.

இந்த இரண்டு திட்டங்களுக்கும் இடையேயான ஒற்றுமையை இஸ்லாமியப் பெண்களின் மீது கவனம் செலுத்திய திட்டங்கள் சிறந்த முறையில் எடுத்துக்காட்டுகின்றன. 2016இல், அப்போதைய பிரதம அமைச்சர் டேவிட் கேமரூன் ஒருங்கிணைக்கப்பட்ட சமுதாயத்தை உறுதிப்படுத்தவும் தீவிரவாதத்தை எதிர்க்கவும் இஸ்லாமியப் பெண்கள் ஆங்கிலம் கற்றுக்கொள்ள வேண்டும் என்று அறிவித்தார். நான் இஸ்லாமியப் பெண்களைக் குறை சொல்லவில்லை; இது அவர்களின் 'ஆணாதிக்கச் சமுதாயத்தில்' உள்ள அவர்கள் ஆங்கிலம் பேசுவதை விரும்பாத 'ஆண் மக்களின்' தவறு' என்று அவர் சொன்னார்.[17] இஸ்லாமியப் பெண்கள் ஆங்கிலம் பேசமாட்டார்கள் என்று பொதுமைப்படுத்துவது அற்பமானதாகும். ஆனால் ஆங்கிலம் பேசாதவர்களுக்கு ESOL (மற்ற மொழி பேசக் கூடியவர்களுக்கு ஆங்கிலம்) பாடங்களுக்கு அரசாங்கம் அளித்த நிதி பத்தாண்டுகளில் 100 மில்லியன் பவுண்ட் அளவிற்குக் குறைக்கப்பட்டது.[18] எனவே இஸ்லாமிய ஆண்களைக் குறை சொல்வது ஒரு மிகைப்படுத்துதல் ஆகும். 'ஆண்மக்கள்' என்ற சொல் இஸ்லாமியத் தனித்தன்மை மற்றும் காட்டுமிராண்டித்தனம் என்ற கட்டுக் கதைகளை வலுப்படுத்த ஒரு முன்-நவீன ஆணாதிக்கக் கலாச்சாரத்தைத் திட்டமிட்டு நினைவூட்டியது. அது நம்மை நாகரிகப்படுத்தி ஒருங்கிணைக்க வேண்டியதன் அவசியத்தை நியாயப்படுத்துகிறது.

கேமரூன் மேலும் 'உங்களால் ஆங்கிலம் பேச முடியவில்லை என்றால், ஒருங்கிணைய முடியவில்லை என்றால்... டாஷ்ய்ஷிலிருந்து (ISIS) வரும் தீவிரவாதச் செய்திக்கு நீங்கள் மிகவும் எளிதாகப் பாதிக்கப்படலாம்' என்று சொன்னார்.[19]

மொழியியலாளர், முனைவர் ஹனாயின் புரோஹி குறிப்பிடுவதைப் போல, ஆங்கிலத்தில் சரளமாகப் பேச முடியாததை டாஷ்ய்ஷில் இணைவதுடன் தொடர்புபடுத்துவது ஆங்கில மொழியை ISIS செய்திக்கு 'ஊடுருவ முடியாததாகக்' கட்டமைத்தது. அதே நேரத்தில் அந்நிய மொழிகள் தீவிரமயமாக்கலுக்கான 'ஆபத்துக்

17. https://theguardian.com/politics/2016/jan/18/david-cameron-stigmatising-muslim-women-learn-english-language-policy (accessed February 2021).

18. https://metro.co.uk/2019/06/20/refugees-let-down-after-10000000-cut-from-funding-for-english-lessons-10014841/ (accessed March 2021).

19. https://theguardian.com/politics/2016/jan/18/david-cameron-stigmatising-muslim-women-learn-english-language-policy (accessed March 2021).

காரணிகளாக' மாற்றப்படுகின்றன.[20] இதை நாகரிகப்படுத்துவதற்கு ஆங்கில மொழியைக் கட்டாயப்படுத்தும் காலனியாதிக்கக் கொள்கைகளை எதிரொலிப்பது மட்டுமல்லாமல், ஆங்கிலப் பாடங்களை ஒரு பெண்ணியத் தலையீடாக முன்வைப்பதுடன் இஸ்லாமியப் பெண்களை ஒருங்கிணைக்கப்பட்ட இஸ்லாமியர்கள் எப்படி இருக்கிறார்கள் என்பதை அறிந்துகொள்ளும் அறிகுறிகளாக மாற்றுகிறது. இதன் காரணமாக, நம்மை ஒருங்கிணைப்பதும் பயங்கரவாதத்தில் ஈடுபடாமலிருக்க நம்மை அச்சுறுத்திக் கட்டுப்படுத்தி வைப்பதும் ஒரே திட்டமாக மாறுகிறது.

எடுத்துக்காட்டாக, ஆரம்பக் கால பயங்கரவாத எதிர்ப்பு நிதியானது முதன்மையாக ஆண்களைக் காவல் காப்பதில் கவனம் செலுத்தும் உள்துறை அமைச்சகத்திற்கும் இஸ்லாமியப் பெண்களின் பங்களிப்பை வலிமைப்படுத்துவதில் கவனம் செலுத்திய சமுதாய மற்றும் உள்ளாட்சி அரசாங்கத் துறைக்கும் (DCLG) இடையே பகிரப்பட்டது.[21] பயங்கரவாத எதிர்ப்பு நிதியைப் பெண்கள் முன்னேற்றத் திட்டங்கள் உள்ளிட்ட 'சமுதாயத்' திட்டங்களுக்குப் பயன்படுத்துவதிலிருந்து [22]அரசாங்கம் அவற்றை நீட்டிக்கப்பட்ட கண்காணிப்பு உத்திகளாகக் கருதுகிறது என்பது தெளிவாகிறது. இஸ்லாமியப் பெண்களை 'வலுப்படுத்துதல்' என்பது அடிப்படையில் உளவு பார்க்கும் அல்லது இஸ்லாமிய ஆண்களை ஒழுங்குபடுத்தும் ஒரு வழியாகப் பார்க்கப்படுகிறது. இந்த ஊகம் ஒரு வழியில் இஸ்லாமியப் பெண்கள் வலுப்படுத்தப்பட வேண்டிய தேவையில் இருப்பதாகவும் மற்றொரு வழியில் ஒட்டுமொத்த இஸ்லாமியச் சமூகத்தின் மீது தாக்கத்தை ஏற்படுத்தக் கூடிய அளவுக்கு வலுவாக இருப்பதாகவும் என இரண்டு விதமாகவும் முரண்பாடாகப் பார்க்கப்படுவதை வெளிப்படுத்துகிறது. இஸ்லாமியப் பெண்கள் ஒருங்கிணைப்புத் திட்டத்தின் பாரமானிகள் மட்டுமல்ல, இஸ்லாமியப் ஆண்கள் மற்றும் குழந்தைகளைத் தீவிரமயமாக்கப்படுதலிலிருந்து தடுக்கக்

---

20. https://cage.ngo/language-policy-and-its-silent-intimacy-with-counter-extremism (accessed April 2021).

21. Lucinda Maer, *Preventing Violent Extremism* (London: Parliament and Constitution Centre, 2008), p. 6.

22. Naaz Rashid, Veiled Threats: *Representing the Muslim Woman in Public Policy Discourses* (Bristol: University of Bristol Policy Press, 2016).

கூடிய வழிகளுமாகும். இந்த ஊகம் இஸ்லாமியப் பெண்களை நாகரிகப்படுத்த முடிந்தால், அவர்களுடைய சமுதாயங்களை கண்காணிக்கவும் அரசின் சார்பாக அவர்களின் குழந்தைகளை நாகரிகப்படுத்தவும் பயன்படுத்த முடியும் என்ற அளவுக்குச் செல்கிறது.

உண்மையில், இஸ்லாமியக் குழந்தை வளர்ப்பு நடைமுறைகள்தான் அரசின் முக்கியமான கவலைகளாகும். தடுப்புத் திட்டத்தின் குழந்தைப் பரிந்துரைகள் பெரும்பாலும் இஸ்லாமியப் பெற்றோர்களைத் தீவிரமயமாக்கல் தாக்கங்களாகக் கட்டமைப்பதன் அடிப்படையிலேயே மேற்கொள்ளப்படுகின்றன. மேலும், அத்தியாயம் 3இல் நாம் பார்ப்பதைப் போல, பயங்கரவாத எதிர்ப்புச் சோதனைகள் இஸ்லாமியர்களின் வீடுகளைத் தலையீடு தேவைப்படும் இடங்களாகப் பார்க்கிறது. கேசியின் ஒருங்கிணைப்பு ஆய்வில் ஒருங்கிணைப்பதற்கான ‘கவலைக்குரிய’ தடைகளாக இஸ்லாமியப் பெண்களின் ‘அதிகப் பிறப்பு விகிதத்தின் மீதும் ‘நாடுகடந்த இணையேற்புகளின்’ மீதும் சிறப்புக் கவனம் செலுத்தப்பட்டது.[23] இந்தக் கவலைகள் பெண்களை நாட்டின் உயிரியல் மற்றும் கலாச்சார மறுஉற்பத்தியாளர்களாகக் கருதும் வரலாற்றுச் செயல்முறைகளிலிருந்து வெளிப்படுகிறது.[24] சரியா, தவறா என்பதைப் பொருட்படுத்தாமல் அரசாங்கங்கள் மக்கள் தொகைப் பெருக்கம் தேவைப்படும்போது தாய்மையைத் தேசபக்திச் செயலாக ஊக்குவித்தன அல்லது போரில் ஈடுபடுவதற்கு ஆண்களைத் தூண்டுவதற்காக நாட்டைத் தாக்குதலுக்குள்ளாகும் ஒரு பெண்ணாகப் பிரதிநிதித்துவப்படுத்தின. ஆனால் அதே பிரிட்டனில் இனமாக்கப்பட்ட பெண்கள் தவறான வகையான தாய்மார்களாகப் பார்க்கப்படுகிறார்கள், நம்முடைய மகப்பேறு விகிதம் வெள்ளைத் தேசியவாத அடையாளங்களுக்கு அச்சுறுத்தலாக இருக்கிறது.

நான், ஓர் இஸ்லாமியப் பெண்ணாக, பிரிட்டிஷ் குடியுரிமையுடன் குழந்தைகளைப் பெற்றெடுத்தால், என் குழந்தைகள் பிரிட்டன் இயல்பாகவே ஒரு வெள்ளையர்களின் நாடு என்ற புரிதலைச் சீர்குலைக்கிறார்கள். எனவே பிரிட்டிஷ்தன்மை என்றால் என்ன என்பதைக் கட்டுப்பாட்டில் வைத்திருப்பதற்கு அரசுக்கு ஒரே வழி நம்முடைய பிறப்பிடத்தினால் (பிரிட்டன்)

23. Casey, Casey Review, p. 9.

24. See for example, Nira Yuval-Davis, *Gender and Nation* (UK:SAGE, 1997)

அல்லாமல் நாம் மரபு வழியாகப் பெறும் அல்லது மறுஉற்பத்தி செய்வதாகக் கருதப்படும் 'மற்ற' தன்மையின் காரணமாக இனமாக்கப்பட்ட மக்களை உண்மையான பிரிட்டிஷ்களிலிருந்து வேறுபட்டவர்களாக அறிவிப்பதைச் சார்ந்துள்ளது. ஷமிமா பேகமின் குடியுரிமை இரத்து செய்யப்பட்டதற்கு இது ஒரு பகுதிக் காரணமாகும். இது அவர் பிரிட்டிஷ்தன்மையின் ஓர் உற்பத்தியாகவோ மறுஉற்பத்தியாளராகவோ இருக்க முடியாததை உறுதி செய்தது. மாறாக, அவர் வளர்ந்த பிரிட்டிஷ் சூழலால் அல்லாமல் அவரின் இஸ்லாமியத் தன்மையின் காரணமாகவே அவர் ISISஇல் சேர்ந்தார் என்று நாம் அனைவரும் நம்ப வைக்கப்பட்டோம்.

இந்த வழியில் அரசு தன்னுடைய பொறுப்பை இடமாற்றம் செய்ய விரும்பும் அனைத்துச் சமூகப் பிரச்சினைகளுக்கும் இஸ்லாமியர்களைக் காரணமாக்குகிறது. நம்மைத் தீவிரமயமாக்குபவர்களாகவும் நமது குடும்பங்களைக் காட்டுமிராண்டிகளாகவும் நமது வீடுகளையும் உள்ளூர் பகுதிகளையும் சமுதாயத்தைச் சீர்குலைக்கும் அந்நியத்தன்மையுடன் இருப்பதாகவும் கட்டமைப்பது நம்மை ஒருங்கிணைக்கிறோம் என்கிற பெயரில் நம்முடைய நடத்தைகளையும் மொழிகளையும் குடியிருப்பு முறைகளையும் மற்றும் பலவற்றையும் கண்காணிக்கும் வெளிப்படையான மற்றும் மறைமுகமான வழிமுறைகளை நியாயப்படுத்துகிறது.

எனவே ஒருங்கிணைப்பதைச் சுற்றியிருக்கும் கவலைகள் என்பது உண்மையில் வெள்ளை நிற மற்றும் வெள்ளை நிறமல்லாத பிரித்தானியர்களிடையே அடிப்படையிலேயே வேறுபாடுகள் உள்ளன என்கிற பொய்யை எப்படி நிலைநிறுத்துவது என்பது பற்றிய கவலைகளே ஆகும். இந்தப் பொய் வெள்ளை நிறமல்லாதவர்களை விலக்கி வைப்பதை உறுதிப்படுத்துகிறது என்பதுடன் முதலாளித்துவ, வெள்ளை மேலாதிக்கச் செயல்முறைகளை மறைப்பதற்கு இனவெறியையும் இஸ்லாமிய வெறுப்பையும் பயன்படுத்துகிறது. உண்மையில் முதலாளித்துவமும் வெள்ளை மேலாதிக்கமும்தான் பிரிட்டனில் சமூக ஒற்றுமை இருக்க முடியாது என்பதை உறுதிப்படுத்தும் காரணிகள் ஆகும்.

யாருடைய பிரிவினைவாதம்

உண்மையில் இணை வாழ்க்கைகள் ஆய்வுகளில் இருந்து பிறந்த மொழியும் உத்திகளும் இஸ்லாமியர்களைக் கண்காணிப்பதையும் பிரச்சினைக்குள்ளாக்குவதையும் தவிர, அவை தீர்ப்பதாகச் சொல்லும் பிரச்சினைகளைக் கையாளக் கூட இல்லை. எடுத்துக்காட்டாக, ஒருங்கிணைப்புத் திட்டங்கள் பெரும்பாலும் அதிகக் குடியிருப்புப் பிரிவினைகள் உள்ள இடங்களைக் குறி வைக்கின்றன என்றாலும் வெள்ளைப் பிரிவினைவாதம் அல்லது 'வெள்ளையர்கள் வெளியேற்றம்' என அறியப்படும் அவைதான் அத்தகைய குடியிருப்பு வடிவங்களுக்குக் காரணம் என்று அரிதாகவே விவாதிக்கப்படுகிறது. அதாவது அது இனமாக்கப்பட்ட மக்கள் குடியேறும்போது வெள்ளைச் சொத்து உரிமையாளர்களும் வெள்ளையர்களின் தொழில்களும் அதிகளவு உள் நகரங்களை விட்டு வெளியேறும் செயல்முறையாகும். இது காலனித்துவக் காலங்களிலும் காணப்படும் ஒரு வடிவமாகும். எடுத்துக்காட்டாக, சியரா லியோனில் காலனியாதிக்கக் குடியேறிகள் பூர்வகுடி மக்களிடம் மிகவும் நெருக்கமாகி விடுவோம் என்கிற பயத்தின் காரணமாக அவர்களின் குடியிருப்புகளை உள்நாட்டு மக்களிடமிருந்து தொலைவில் கட்டினார்கள்.[25] அத்தகைய நெருக்கம் குறித்த அச்சம் இன்று பிரிட்டிஷ் சமூகத்தின் பிரிவுகளிலும் எதிரொலிக்கிறது, குறிப்பாக அது இஸ்லாமியர்கள் ஒரு பகுதிக்குக் குடியேறும்போது காணப்படுகிறது. ஓர் ஆய்வு வெள்ளை பிரிட்டிஷ் பெயர்களுடைய வீட்டு உரிமையாளர்கள் பாகிஸ்தானிய அல்லது இஸ்லாமியப் பெயர்களைக் கொண்ட வீட்டு உரிமையாளர்கள் 50 மீட்டர் தொலைவிற்குள் குடியேறினால் அங்கிருந்து இடம்பெயர விரும்புவதாகக் கண்டறிந்துள்ளது.[26]

சமூகப் பிளவிற்குக் காரணம் என இஸ்லாமியத்தன்மையின் மீது கவனம் செலுத்துவது, பெரிய நிறுவனங்கள் பல நகரங்களில் காஃபி கடைகள், முடி திருத்தும் கடைகள் அல்லது இன

25. James Trafford, *The Empire at Home: Internal Colonies and the End of Britain* (London: Pluto, 2020), p. 31.

26. https://theconversation.com/white-british-homeowners-more-likely-to-move-out-if-pakistanis-buy-houses-nearby-114477 (accessed July 2021).

ரீதியான உணவுச் சந்தைகள் போன்ற சமுதாய இடங்களை வாங்கிச் சமுதாயங்களை ஆக்கிரமித்த விதத்தையும் பிளவுபடுத்திய விதத்தையும் மறைக்கிறது. 'வெள்ளையர் வெளியேற்றத்திற்கு' (*White flight*) அதுவே முதல் காரணமாகும். அவை உள்ளூர்வாசிகளால் வாங்க முடியாத சொத்துக்களாகவும் சேவைகளாகவும் மறுவளர்ச்சியடைகின்றன, உயரும் வாடகையால் அவர்கள் வெளியேற வற்புறுத்தப்படுகிறார்கள். வழக்கமாக அவர்கள் வெள்ளையர்களாலும், பணக்காரர்களாலும் இடமாற்றப்படுகிறார்கள். இந்தப் புதிய குடியேறிகள்தான் விலையுயர்ந்த காஃபி கடைகளும் உடற்பயிற்சி நிலையங்களும் புதுப்பிக்கப்பட்ட அடுக்குமாடிக் குடியிருப்புகளும் திணிக்கப்பட்ட ஒரு நிலப்பரப்பில் 'இணை வாழ்க்கை' வாழ்கிறார்கள் என்பது கருத்தில் கொள்ளத்தக்கது. உள்ளூர் மக்கள் அதன் நிழலில் வாழ்கின்றனர். இது ஒரு பழிக்குப் பழி வாங்கும் கருத்தல்ல. இது இனவெறியையும் செல்வமிக்கவர்களை குடியமர்த்துதலையும் பயன்படுத்திக் குடியிருப்புப் பிரிவினைகளை உருவாக்குவதில் உள்ள வெள்ளைத் தன்மையையும் முதலாளித்துவத்தையும் துல்லியமாக மறைப்பதன் மூலம் இஸ்லாமிய வேறுபாடு என்கிற கட்டுக்கதை பாதுகாக்கப்படுகிறது.

*2019*இல் நான் இஸ்லாமியப் பெண்களுடன் ஒரு விளையாட்டுத் திட்டத்தில் சிறிது காலம் வேலை செய்தேன். அது டவர் ஹெம்லெட்ஸில் இலண்டன் மேயரின் 'ஒருங்கிணைப்புக்கான விளையாட்டு'த் திட்டத்தால் நிதியளிக்கப்பட்டது. ஆனால் இஸ்லாமியப் பெண்களுடன் விளையாடுவது சமூகக் சீர்குலைவிற்கான சமூகப் பொருளாதாரக் காரணங்களில் எந்தத் தாக்கத்தையும் கொண்டிருக்கவில்லை என்பது ஆரம்பத்திலிருந்தே வெளிப்படையாகத் தெரிந்தது. அந்த அமர்வுகள் பங்கேற்பாளர்களை எவ்வளவு சிறப்பாக உணரவைத்தாலும், அவர்கள் இன்னும் அரசின் உதவியுடன் பெருநிறுவனங்களால் தங்கள் வீடுகளிலிருந்து வெளியேற்றப் பட்டுக்கொண்டே இருந்தார்கள். இது அவர்களின் சமூக வாழ்க்கையை இடம்பெயரச் செய்தது, மனநலத்தையும் உடல்நலத்தையும் மோசமாக்கியது. இளம் வெள்ளைத் தொழில் வல்லுநர்களால் ஆதிக்கம் செலுத்தப்படும் விலையுயர்ந்த இடங்களில் இணையாததற்காக அல்லது அவர்களுடன் தொடர்புடைய இனவெறிக்கு ஆளாகாததற்காக அவர்கள் பிரச்சினைக்குள்ளாக்கப்பட்டுக் கொண்டிருந்தார்கள்.

ஒருங்கிணைப்புத் திட்டங்கள் இவை எதையுமே கையாளவில்லை. உண்மையான 'ஒற்றுமையை' அடைய, அரசாங்க நிதி உயர்தரமான, மலிவான வீடுகளைக் கட்டுவதற்கும் வாடகைக் கட்டுப்பாடுகளைச் செயல்படுத்துவதற்கும் மாற்றுத்திறனாளிகள் பாதுகாப்பை உறுதிப்படுத்துவதற்கும் செலவிடப்பட்டிருக்கும். அதனால் சுரண்டப்பட்ட சமூகங்கள் தங்கள் வீடுகளையும் சமூகத் தொடர்புகளையும் பெருநிறுவன நில உடமையாளர்களிடம் இழந்துவிடும் பயமின்றி வாழ முடியும்.

மேலும், ஒருங்கிணைப்பு உத்தியை உருவாக்க முயற்சி செய்யும் 'நேர்மறையான உள்ளூர் உறவுகள்'[27] என்பதை, இனமாக்கப்பட்ட மக்கள் ஆயுதக் குற்றங்களுக்கான தொடர் நிறுத்தல் மற்றும் சோதனைகளிலும் ஒவ்வொரு பொது நிறுவனத்திலும் தீவிரமயமாக்கலுக்கான சந்தேகத்தினாலும் ஒவ்வொரு முறையும் புலம்பெயர்ந்தவர்களை வெளியேற்றும் பகையுணர்ச்சியுடைய சூழ்நிலையாலும் கண்காணிப்படாமலிருந்தால் மட்டுமே உருவாக்க முடியும். ஒருங்கிணைப்புத் திட்டங்களில் பணிபுரிபவர்கள் எவ்வளவு நல்ல எண்ணம்கொண்டவர்களாக இருந்தாலும், ஒருங்கிணைப்புத் திட்டம் சமூகச் சீர்குலைப்பு அடிகோலும் பிரச்சினைகளைக் கையாளவில்லை, ஏனென்றால் அது கட்டமைக்கப்பட்ட வன்முறையை எதிர்கொள்ளவில்லை; அது வெறுமனே இனமாக்கப்பட்ட மக்களைப் பழி சுமத்தவும் கட்டுப்படுத்தவும் அரசுக்கு மற்றொரு வழியை வழங்குகிறது.

அரசாங்கத்தின் ஒருங்கிணைப்பு உத்திகளின் உள்ளார்ந்த இனவெறியை வெளிப்படுத்தும் அதே நேரத்தில், நாம் செல்வந்தர்களைக் குடியேற்றுவதற்கு முன்பாக இருந்த சமூக உணர்வை மிகைப்படுத்தவோ அல்லது அரசின் இருப்பு இல்லாமலேயே பொது உறவுகள் இயல்பாகவும் இணக்கமாகவும் இருக்கும் என்று பரிந்துரைக்கவோ இல்லை என்பது முக்கியம். உண்மையில், இஸ்லாமியர்கள் என்றால் மற்ற அனைத்துச் சமூகங்களிலிருந்தும் தனித்து வாழும் ஒரு ஒற்றை 'அந்நிய' அமைப்பு என்ற தட்டையான கற்பனை இருந்தபோதிலும், ஐக்கியப் பேரரசிலுள்ள இஸ்லாமியர்களுக்கிடையே கூட 'ஒற்றுமை' என்ற உணர்வு வர்க்கம், பாலினம், கறுப்பர்களுக்கு எதிரான இனவெறி, நிறவெறி மற்றும் அதிகார அரசியல்

27. Home Office, Community Cohesion: SEVEN STEPS – A practitioner's toolkit (London: Office of the Deputy Prime Minister, 2005), p. 3.

ஆகியவற்றால் கடுமையாகப் பாதிக்கப்படுகிறது. உண்மையில், கடந்த சில பத்தாண்டுகளில் 'இஸ்லாமியர்' என்ற அடையாளம் பொதுவாக பாகிஸ்தானிய மற்றும் வங்காளதேச மக்களுடன் இணைக்கப்படுவதால், பல கறுப்பு இஸ்லாமியச் சமூகங்கள் இஸ்லாமியர்களாகக் கருதப்படுவதிலிருந்து மிகப் பெரிய அளவில் விலக்கப்பட்டிருக்கிறார்கள், இஸ்லாமியர்களாலேயே கூட விலக்கப்பட்டிருக்கிறார்கள். இது அவர்களுக்கான இடத்தையும் பாதுகாப்பையும் அணுகுவதில் உள்ள போதாமையை இரட்டிப்பாக மோசமாக்குகிறது. எனவே, அரசும் முதலாளித்துவமும் இல்லாத நிலையில் ஓர் இயற்கையான ஒற்றுமை இருக்கும் என்று கருதுவது நேர்மையற்றதாக இருக்கும். மாறாக, சமூக ஒற்றுமை என்பது இனரீதியான படிநிலையையும் பொருளாதாரச் சுரண்டலையும் அதன் அனைத்து வடிவங்களிலும் ஒழிப்பதன் மூலம் கட்டமைக்க நாம் முனைப்புடன் வேலை செய்ய வேண்டிய ஒன்றாகும். ஒருங்கிணைந்த சமூகங்கள் என்பதை விட நமக்குச் சுதந்திரமான சமூகங்கள்தான் தேவை. அவற்றை நாம் கூட்டுப் போராட்டத்தின் வழியாக மட்டுமே கட்டமைக்க முடியும். அதில் அமைப்பைப் பொறுப்புணர்வுடன் வைத்திருக்கும் அளவுக்கு ஒருவருக்கொருவர் பொறுப்புணர்வுடன் நெருக்கமாகச் செயல்பட வேண்டியது அவசியமாகும்.

அத்தியாயம் 6

தீவிரவாதத்திற்கு எதிரானதாக மட்டுமே புரட்சி இருக்க வேண்டும்: எதிர்ப்புகளுடன் இணைத்துக்கொள்ளுதல்

2015ஆம் ஆண்டுக்கான அரசாங்கத்தின் தீவிரவாத எதிர்ப்பு உத்தியில், அவர்கள் தீவிரவாதத்தை 'ஜனநாயகம், சட்டத்தின் ஆட்சி, தனிமனிதச் சுதந்திரம், பொது மரியாதை மற்றும் பல்வேறு மத நம்பிக்கைகளின் சகிப்புத்தன்மை உள்ளிட்ட நம்முடைய அடிப்படை மதிப்புகளுக்கு எதிராகப் பேசுவது அல்லது செயல்படுவது' என்று வரையறுத்துள்ளனர்.[1] ஆனால் அரசு தனது சொந்தச் செயல்பாடுகளிலேயே இந்த மதிப்புகள் அனைத்திற்கும் அப்பட்டமாக முரண்படுகிறது. மேலும் மிக முக்கியமாக, இனமாக்கப்பட்ட மக்கள் பிறவியிலேயே அத்தகைய மதிப்புகள் இல்லாதவர்களாகக் கருதப்படுவதால், நடைமுறையில் தீவிரவாதத்தை எதிர்ப்பது என்பது வெறுமனே இனமாக்கப்பட்ட மக்களைக் கண்காணிப்பதற்கும் தண்டிப்பதற்குமான இன்னொரு வழிமுறையாகும். இருப்பினும் இது இந்த நூலில் இதுவரை நாம் பார்த்த மற்ற கண்காணிப்பு உத்திகளிலிருந்து மிகவும் மாறுபட்ட ஒரு முகத்தைக் கொடுக்கிறது. உண்மையில், இது தீங்கற்றதாகப் பெயரிடப்பட்ட 'ஒன்றாக ஒரு வலிமையான பிரிட்டனைக் கட்டமைத்தல்' செயல் திட்டத்தைப் போன்ற ஒரு திட்டமிட்ட அதிக நாட்டுப்பற்றுள்ள மற்றும் விடுதலை ஒலியுடைய முகத் தோற்றத்தைப் பயன்படுத்துகிறது. அதன் விளைவாக, நாம் ஒரு வலைப்பின்னல் என உணரக் கூட முடியாத ஒரு கண்காணிப்பு வலை பின்னப்பட்டுள்ளது. இது எதிர்ப்பு நடவடிக்கைகளுக்கான நோக்கத்தையும் சுதந்திரத்தையும் அச்சுறுத்துவது மட்டுமல்லாமல், தாங்களே அதிகார எதிர்ப்பு

---

1. Home Office, Counter-Extremism Strategy (London: Home Office, 2015), p. 9.

நடவடிக்கைகளாகவும் கருத்து வேறுபாடுகளாகவும் பொய்த் தோற்றமிடுவது அதிகரித்து வருகிறது, அது எதிர்ப்பின் மீதான நமது அடிப்படைப் புரிதலை மறைமுகமாகக் கட்டுப்படுத்தவும் அச்சுறுத்தவும் செய்கின்றன.

2019இல் நான் பிராட்ஃபோர்டு இலக்கிய விழா (BLF) ஒருங்கிணைத்த ஒரு கலைத் திருவிழாவில் கவிதை வாசிக்க வேண்டியிருந்தது. பிறகு BLF 2015ஆம் ஆண்டு தீவிரவாதி எதிர்ப்பு உத்திகளின் முதன்மைத் திட்டமான 'ஒன்றாக ஒரு வலிமையான பிரிட்டனைக் கட்டமைத்தல்' (BSBT) திட்டத்தால் நிதியளிக்கப்பட்ட அமைப்புகளின் பட்டியலில் இருந்ததைக் கண்டுபிடித்ததால் அந்த விழாவில் பங்கேற்பதிலிருந்து நான் விலகிக்கொண்டேன். BSBT என்பது தங்கள் சமூகங்களில் தீவிரவாத எதிர்ப்புத் திட்டங்களில் ஈடுபட்டுள்ள குழுக்களுக்காக உருவாக்கப்பட்டதாகச் சொல்லப்படுகிறது.[2] BLF நிறுவனர் ஒரு இஸ்லாமியப் பெண், அவரிடம் நான் ஏன் இந்தத் திருவிழா இந்த வகையில் பட்டியலிடப்பட்டுள்ளது என்று கேட்டபோது, இந்த நிதி உள்ளூர் பெண்களின் எழுத்தறிவுத் திறனை மேம்படுத்தும் பயிலரங்குகளை நடத்த எவ்வாறு பயன்படுத்தப்பட்டது என்று அவர் விளக்கினார். இதைத் 'தீவிரவாத எதிர்ப்புத் திட்டமாக'க் கருதக் கூடாது என்பதை அவர் ஏற்றுக்கொண்டாலும், கலைத் துறைக்கான நிதி என்பது குறைவாக இருப்பதாகச் சொன்னார்.

இது உண்மையாக இருந்தாலும், இந்த நிதியைப் பெற்றுக் கொள்வது இஸ்லாமியப் பெண்களின் கல்வியறிவிற்கும் ஒருங்கிணைப்பிற்கும் வன்முறைச் செயல்களுடன் இருக்கும் கற்பனைத் தொடர்பை வலுப்படுத்தியது என்ற ஆபத்தான உண்மையை மாற்றவில்லை. BLF அமைப்பு அவர்களின் திட்டம் தீவிரவாதத்தை எதிர்ப்பதற்கான நிதி அளவீட்டை எவ்வாறு பூர்த்தி செய்தது என்பது குறித்து BSBT க்கு அறிக்கையைச் சமர்ப்பிக்க வேண்டும். 'குறைவான மக்கள் பகிரப்பட்ட மதிப்புகளுக்கு எதிரான மனப்பான்மைகளையும் நம்பிக்கைகளையும் உணர்வுகளையும் கொண்டிருப்பது அல்லது 'சொந்தம் என்கிற உணர்வு அதிகரிப்பது' போன்ற அளவீடுகளின் அடிப்படையில் BSBT இன் செயல்திறன்

2. https://gov.uk/guidance/building-a-stronger-britain-together (accessed July 2021).

மதிப்பிடப்படுகிறது.[3] எனவே ஒரு இலக்கியப் பயிலரங்கம் நடத்துபவர், இஸ்லாமிய வெறுப்பால் அந்நியப்படுத்தப்பட்ட ஓர் அமைதியான பெண்ணை, அவர் 'சொந்தம் என்கிற உணர்வை' வெளிப்படுத்தியதற்காக தீவிரவாதியாகக் கருதுவதும் அரசாங்கக் கொள்கைக்கு எதிராக ஒரு பங்கேற்பாளரின் கோபமான கூச்சலைப் 'பகிரப்பட்ட மதிப்புகளுக்கு எதிரானதாகக் கருதுவதும் நியாயமானதாக இருக்குமா?

அந்த நேரத்தில் *BSBT* நிதியைத் திருப்பிக் கொடுக்கவோ கண்டிக்கவா *BLF* எந்த நடவடிக்கையும் எடுக்காததால் நான் அந்த விழாவிலிருந்து விலகிக்கொண்டேன். நான் அது பிராட்ஃபோர்டின் நீண்ட காலமாகக் கண்காணிக்கப்பட்ட இஸ்லாமிய மக்களின் மீதான நம்பிக்கையின் கடமையைக் குறைத்து மதிப்பிட்டுவிட்டதாக உணர்ந்தேன், ஏனெனில் நிதியுதவியை ஏற்றுக்கொள்வது என்பது இஸ்லாமியர்களை ஈடுபடுத்தும் எந்த வேலையும் இஸ்லாமியர்களை எதிர்காலப் பயங்கரவாதத்திற்கான ஆபத்தில் உள்ளவர்களாக அணுக வேண்டுமென்று ஒப்புக்கொள்வதாகும். என்னுடைய விலகல் அறிக்கையை நான் வெளியிடுவதற்கு முன்பு *BLF* இன் ஒப்பந்தம் எனக்குக் கிடைத்தது. அந்த விலகல் அறிக்கையில் நான் 'அரசாங்கத்தின் தீவிரவாத எதிர்ப்பு உத்தி என்பது இஸ்லாமியர்கள் இயல்பாகவே வன்முறைக்குத் தள்ளப்படுகிறார்கள், எனவே தொடர் கண்காணிப்பு தேவைப்படுகிறது என்ற கருத்தின் அடிப்படையில் உள்ளது... தீவிரவாத எதிர்ப்பு நிதியைப் பொருத்தவரை, அது வேறு விதமாகவோ எதிர்பாராத முறைகளிலோ பயன்படுத்தப்படுவதற்கான வாய்ப்பு இருந்தபோதிலும், அது இஸ்லாமிய அமைப்புகளாலோ அல்லது இஸ்லாமியர் நடத்தும் அமைப்புகளாலோ பெற்றுக்கொள்ளப்படும்போது தீவிரவாத எதிர்ப்புத் திட்டத்திற்கு நம்பகத்தன்மையை வழங்குகிறது'[4] என்று எழுதினேன். இது லோலா ஓலுஃபெமி, ஆட்ரி செபதிந்திரா, மலியா பூட்டியா, பவுலா அக்பன், சியானா பங்குரா, ஹுசைன் கேஸ்வானி, லோகி மற்றும் பலர் உள்ளிட்ட மற்றவர்களை என்னுடன் சேர்த்து விலகுவதற்குத் தூண்டியது. எங்களில்

3. Home Office, Building a Stronger Britain Together Report 2019 findings (London: Home Office, 2019), p. 5.

4. https://thebrownhijabi.com/2019/07/01/statement-on-building-a-stronger-britain-together-counter-extremism-fund-and-withdrawal-from-bradford-literature-festival-full-text/ (accessed February 2021).

சிலர் உள்ளூர் சமுதாயக் குழுக்களுடனும் தொழிற்சங்க வாதிகளுடனும் மாணவர்களுடனும் ஒன்றிணைந்து ஒரு மாற்று விழாவை ஒருங்கிணைத்தார்கள் அங்கே நாங்கள் எங்களுடைய செயல்பாடுகளைப் பகிர்ந்துகொண்டோம், கண்காணிப்பிற்கான உள்ளூர் எதிர்ப்பைத் திட்டமிடுவதற்கான வாய்ப்பை உருவாக்கினோம்.

தேசிய ஊடகங்கள் இந்த நிகழ்வுகளைப் பதிவு செய்ய விரைந்தார்கள், ஆனால் அவர்களின் கவனம் தீவிரவாத எதிர்ப்பு மற்றும் BSBT யிலிருந்து விரைவாக எங்களுடைய எதிர்வினையின் 'தீவிரத் தன்மைக்கு' மாறியது. ஊடக நிறுவனங்கள் என்னை இஸ்லாமியர்களுக்கும் வெள்ளை நிறமல்லாத பத்திரிகையாளர்களுக்கும் எதிராகச் சித்திரித்தன. அவர்களின் நிலைப்பாடுகளும் என்னுடைய நிலைப்பாட்டிற்கான எதிர்ப்பும் என்னுடைய கருத்தை ஒரு தீவிர முரண்பாடாக முன்னிலைப்படுத்தியது.[5] மிகவும் ஆர்வமுடையதாக, எந்தத் தயக்கமுமின்றித் 'தீவிரவாத எதிர்ப்புச் செயல்பாடுகளுக்கு ஆதரவளிப்பதற்காக இஸ்லாமியர்கள் எவ்வாறு அச்சுறுத்தப்படுகிறார்கள் என்பதுடன் விளிம்புநிலைப் படுத்தப்படுகிறார்கள்' என்று தலைப்பிடப்பட்ட ஒரு 50 பக்க அறிக்கை சிவிட்டாஸ் என்ற வலதுசாரி சிந்தனைக் குழுவால் வெளியிடப்பட்டது. அவர்கள் எங்களுடைய விலகலை 'ஐக்கியப் பேரரசில் தீவிரவாத எதிர்ப்பு நடவடிக்கைகள் தொடர்பான விவகாரங்களின் கவலைக்கிடமான நிலையின்' ஆதாரமாக வரையறுத்தார்கள். அதாவது நாங்கள் பிராட்ஃபோர்டு இலக்கிய விழா அமைப்பை 'அச்சுறுத்திவிட்டதாகக்'[6] குறிப்பிடுகிறார்கள். அரசாங்கத்தின் தீவிரவாத எதிர்ப்பு உத்திகளை இயல்பாக்குவதை எதிர்ப்பதில் நாங்கள் தீவிரமானவர்களாகவும் இஸ்லாமியர்களை விளிம்புநிலைப் படுத்துவதாகவும் கூடக் கட்டமைக்கப்பட்டோம். இந்த அறிக்கையும் ஊடக வெளிச்சமும் அரச வன்முறைக்கும் இனவெறிக்கும் எதிரான எதிர்ப்பைச் சட்டவிரோதமாக்கும்

---

5. For example see, https://theguardian.com/commentisfree/2019/jun/24/bradford-literary-festival-counter-extremism-funding-boycott (accessed March 2021); https://bbc.co.uk/programmes/m0006chf; and https://bbc.co.uk/programmes/m00061b3.

6. Liam Duffy, The *'No True Muslim Fallacy': How Muslims are intimidated and marginalised for supporting counter-extremism initiatives* (London: Civitas, 2019), p. 23.

ஒரு பரந்த வடிவமைப்பின் ஒரு பகுதியாகும். அதை இந்த அத்தியாயம் ஆராய்கிறது.

2016 இலிருந்து BSBT 'தீவிரவாதத்தை எதிர்கொள்ள' 244 அமைப்புகளுக்கு 8.8 மில்லியன் பவுண்ட்கள் நிதியளித்து உதவியிருக்கிறது.[7] இதில் நாடகக் குழுக்கள், பர்னாடோஸ் குழந்தைகள் பாதுகாப்பு அறக்கட்டளை, இளைஞர் குழுக்கள், கலப்பு மதக் குழுக்கள், கால்பந்துக் குழுக்கள், தஞ்சம் கோருபவர்களுக்கான ஆதரவு அமைப்புகள், குடியிருப்புச் சங்கங்கள் மற்றும் ஹோப் நாட் ஹேட் போன்ற இனவெறி எதிர்ப்புத் தன்னார்வத் தொண்டு நிறுவனங்கள் கூட அடங்கும்.[8] இனவெறி எதிர்ப்பு அமைப்புகளும் அகதிகளுக்கு ஆதரவளிப்பவர்களும் தீவிரவாத எதிர்ப்பு நிதியைப் பெற்றுக்கொள்வது அவர்களின் செயல்களைக் குறைமதிப்பிற்கு உட்படுத்துகிறது. இத்தகைய விமர்சனங்களை 'பிரிட்டிஷ் அல்லாதவையாகவும்' எதிர்கால வன்முறைக்கு வாய்ப்புள்ள ஓர் அறிகுறியாகவும் பார்ப்பதற்கு அரசால் அவர்களுக்கு ஊதியமளிக்கப்பட்டால், உள்துறை அமைச்சகத்தின் மோசமான சூழ்நிலையால் அல்லது அரச வன்முறையால் ஒடுக்கப்பட்ட மக்களுக்கு அவர்கள் எப்படி ஆதரவளிப்பார்கள்?

இன்று, நான் வளர்ந்த லீட்ஸில் திரும்பவும் வசிக்கும்போது, ஒரு வாய்மொழி வரலாற்றுத் திட்டத்திற்காகப் பங்கேற்பாளர்களைத் தேடும் ஓர் இளைஞர் சங்கம், அவர்கள் இருக்குமிடத்திற்கு அருகில் ஒரு மசூதி, இரண்டு தெருக்களுக்கு அப்பால் ஒரு சமுதாய மையம் என அனைத்து உள்ளூர் முயற்சிகளும் தீவிரவாத எதிர்ப்பு வலையில் சிக்கியிருப்பதை நான் கவனித்தேன். இப்போது இங்கு வளரும் ஓர் இஸ்லாமிய இளைஞராக இருந்தால் எப்படி இருக்குமென்று நான் ஆச்சரியப்படுகிறேன். காவல் துறையிலிருந்து பள்ளிக்கூடங்கள் வரை, கால்பந்துக் குழு வரை மற்றும் இனவெறி எதிர்ப்பு அறக்கட்டளைகள் கூட நீங்கள் உறவாடும் அனைத்துமே உங்களைக் கண்காணிக்கக் கட்டாயப்படுத்தப்பட்டிருந்தால் உங்களால் எந்த மாதிரியான சிந்தனைகளை உருவாக்க முடியும்?

---

7. https://gov.uk/government/publications/building-a-stronger-britain-together-bsbt-progress-report-2019 (accessed March 2021).

8. See 'BSBT supported groups' at https://gov.uk/guidance/building-a-stronger-britain-together (accessed March 2021).

நீங்கள் இனவெறியை அல்லது இஸ்லாமிய வெறுப்பைப் பற்றி விவாதிக்கும்போது உங்களைச் சுற்றியுள்ள இளைஞர்கள் எந்த மாதிரியான ஆய்வுகளுக்கு ஊக்குவிக்கப்படுகிறார்கள்? நீங்கள் அரசை விமர்சித்தால் என்ன நடக்கும்? நீங்கள் அறிந்த கருத்துகள் நேர்மையற்றவை என்று விவாதிக்க அங்கு என்ன வாய்ப்பு இருக்கிறது? அருண் குந்த்னானி விவாதிப்பதைப் போல, 'கருத்துகளைக் கட்டுப்படுத்தாமல் சுதந்திரமாக வெளிப்படுத்தும் வகையில் அதன் எல்லைகளைப் பரவலாக்குவதுதான் பயங்கரவாத வன்முறையைத் தடுக்கச் சிறந்த வழியாகும்.'[9] இன்னமும் கருத்துகளைக் கட்டுப்படுத்துவதுதான் துல்லியமாக அரசானது தொடர்ந்து செய்துகொண்டிருக்கும் உத்தியாகும். இது குறிப்பாக இனரீதியான வழிகளில் சுதந்திரமான பேச்சு பற்றிய மேலோட்டமான கருத்துக்களைக் கூடப் புறக்கணிக்கிறது, மேலும் இது இஸ்லாமியர்கள் ஜனநாயகத்தின் மதிப்புகள், சட்டத்தின் ஆட்சி மற்றும் சகிப்புத்தன்மை ஆகியவற்றை 'எதிர்ப்பவர்களாகச்' சித்திரிக்கப்பட்டாலும் அவை முதலிடத்தில் நமக்குப் பொருந்தாது என்பதையே காட்டுகிறது.

பிரிட்டிஷின் முதலாளித்துவமும் பிரிட்டிஷ் அல்லாதவர்களின் போராட்டமும்

தீவிரவாத எதிர்ப்புத் திட்டங்களின் பெருக்கத்திற்கும் இயல்பாக்குதலுக்கும் கடுமையான பொருளாதார நிலைகளும் கூடப் பகுதியளவு பொறுப்பாகும். ஒரு பத்தாண்டுகளுக்கும் மேலாக அரசாங்கம் உள்ளூர் சேவைகளுக்கான நிதி ஒதுக்கீட்டைக் குறைத்திருப்பதால், உள்ளூர்ச் சமூகத்தின் வாழ்க்கைத் தரத்தை மேம்படுத்தும் திட்டங்களைத் தொடங்க எந்த நிதியையும் ஏற்றுக்கொள்ளும் நிலையில் சமுதாயங்கள் விடப்பட்டன. சமூக நிதியைத் தீவிரவாத எதிர்ப்புக்கான நிதியாக மாற்றுவதாலும் பல்வேறு சமூகச் செயல்பாடுகளைக் கண்காணிக்கும் வழிகளாக மாற்றுவதாலும் அரசே உருவாக்கும் இந்த விரக்தியை அது தன்னுடைய நோக்கத்திற்குப் பயன்படுத்திக்கொள்கிறது.

---

9. Arun Kundnani, *A Decade Lost: Rethinking Radicalisation and Extremism* (London: Claystone, 2015), p. 6.

மேலும் இது சமூக நல்வாழ்விற்கான பொறுப்பை அரசுக்குப் பதிலாக நூற்றுக்கணக்கான உள்ளூர் அமைப்புகள் மீதும் ஒருவருக்கொருவர் உதவிக்கொள்ளும் முயற்சிகளின் மீதும் சுமத்துகிறது.

அரசால் முதலாளித்துவத்தின் அழிவுகள் மறைக்கப்பட்டுப் பாதுகாக்கப்படும் அதே வேளையில், முதலாளித்துவ எதிர்ப்பு 'பிரிட்டிஷ் அல்லாத' தீவிரவாதமாகச் சித்திரிக்கப்படுகிறது. 2020இல் முதலாளித்துவ எதிர்ப்பு உள்ளிட்ட 'தீவிர அரசியல் நிலைப்பாடு' உடைய கல்விசார் வளங்களைப் பயன்படுத்தக் கூடாது என ஆசிரியர்களை வற்புறுத்தும் பள்ளி வழிகாட்டி நெறிமுறைகள் வெளியிடப்பட்டது. அது முதலாளித்துவத்தை ஒரு பிரிட்டிஷ் மதிப்பாகவும் உடைமைகளைத் தீவிரவாதத்திற்குப் பாதிப்புக்குள்ளாகும் ஒன்றாகவும் சித்திரித்தது. அதைத் தொடர்ந்து, மூலதனக் குவிப்புக்காக மக்கள் சுரண்டப்பட்டார்கள், அவர்களின் நேரத்தை வெறுமனே உயரும் வாடகையையும் கடனையும் ஈடுகட்டுவதற்கே செலவிட வற்புறுத்தப்பட்டார்கள். நிர்வகிக்கப்பட வேண்டியவர்களாகவும் தீவிரவாதத்திற்கு வாய்ப்பு உள்ளவர்களாகவும் மாறினார்கள். அவர்கள் தனிமைப் படுத்தப்பட்டிருக்கிறார்களா? அல்லது அரசாங்கத்தின் மீது கோபமாக இருக்கிறார்களா? என்று கேட்பது நமது நாட்டின் பகிரப்பட்ட மதிப்புகளுக்கு எதிரானதாகும். இங்கு பார்க்கப்பட வேண்டிய கருத்து அத்தகைய மக்கள் 'தீவிரவாதிகள் அல்ல' அல்லது முதலாளித்துவம் ஒரு பிரிட்டிஷின் மதிப்பாக இருக்கக்கூடாது என்பதல்ல, மாறாகத் தீவிரவாத எதிர்ப்பு என்பது வெறுமனே அரசின் நோக்கங்களை அச்சுறுத்துபவற்றையும் அல்லது அவற்றை வெளிப்படுத்துவதாக அச்சுறுத்துபவற்றையும் அடக்குவதற்கான ஒரு கருவி என்பதாகும்.

2020இல் எக்ஸ்டிங்ஷன் ரெபெல்லியன் (XR) என்ற சுற்றுச் சூழல் ஆர்வலர் குழு காவல் துறையின் 'தீவிரவாதச் சித்தாந்தங்கள்' பட்டியலில் சேர்க்கப்பட்டபோது இது வெளிப்படையாக்கப்பட்டது.[10] தேசிய அளவிலான பெரும் எதிர்ப்பு காரணமாகக் காவல் துறை அந்த ஆவணத்தைத் திரும்பப் பெற்றது. அவர்கள் புதிய நாசி மற்றும் இஸ்லாமியக் குழுக்களுடன் XR குழுவைச் சேர்த்தது ஒரு 'தீர்ப்பின் பிழை' என்று

---

10. https://theguardian.com/environment/2020/jan/13/priti-patel-defends-inclusion-of-extinction-rebellion-on-terror-list (accessed January 2021).

சொன்னார்கள். ஆனால் பிரச்சினை *XR* குழுவைச் சேர்த்தது அல்ல (அவர்களை அச்சுறுத்துவதற்கான ஒரு பாதுகாப்பான அணுகுமுறைக்கு அவர்களே உடந்தையாக இருந்திருக்கிறார்கள்),[11] அரசால் தொகுக்கப்பட்ட தீவிரவாத சித்தாந்தங்களின் ஒரு பட்டியலொன்று இருக்கிறது என்பதாகும். அமெரிக்க ஐக்கிய அரசின் ஏகாதிபத்திய பயங்கரவாதத்தின் மீதான போரில் எண்ணெய் பிரித்தெடுக்கும் புதைபடிவ எரிபொருள் நிறுவனங்கள் ஏன் தீவிரவாதிகளாகக் கருதப்படவில்லை?. எது அவர்களின் செயல்களைச் சட்டப்பூர்வமாக்குகிறது? ஆனால் அவர்களை எதிர்ப்பவர்கள் ஏன் அப்படிக் கருதப்படுவதில்லை?

XR குழு பட்டியலில் சேர்க்கப்பட்டது என்பது உள்ளிருப்புப் போராட்டங்கள், பதாகைகளைத் தொங்கவிடுவது அல்லது வெளிநடப்புகள் போன்ற வன்முறை அல்லாத செயல்களில் ஈடுபடும் இளைஞர்கள் கண்காணிக்கப்பட வேண்டும் என்ற ஒரு எச்சரிக்கை வழிகாட்டியின் பகுதியாகும். அத்தகைய செயல்களைத் தீவிரவாதமாகக் குறிவைப்பது அரசியல் செயல்பாடுகள் முழுவதையுமே குற்றச் செயல்களாக்குகிறது. தீவிரவாத எதிர்ப்புத் திட்டங்கள், அரசு தன்னுடைய நோக்கம் மட்டுமே ஒருவர் கொண்டிருக்க வேண்டிய ஒரே சட்டப்பூர்வமான நோக்கமாக இருக்க வேண்டும் என்ற நிலைமையை உருவாக்கச் செய்த முயற்சிகளை மறைக்கின்றன. உண்மையில், 2020இல் *XR* குழுவின் செயல்பாடுகளுக்கும் 'கறுப்பர் உயிர்கள் முக்கியம்' போராட்டங்களுக்கும் பின்னணியில், அரசாங்கம் கண்காணிப்பு, குற்றம், தண்டனை மற்றும் நீதிமன்றங்கள் மசோதா வழியாகக் காவல் துறைக்குப் பரந்த புதிய அதிகாரங்களை வழங்கத் திட்டமிட்டது. அது 2001ஆம் ஆண்டு முழுவதும் பரவலாக எதிர்க்கப்பட்டது. அந்த மசோதா, போராட்டங்களில் 'குழப்பத்தைத்' தடுக்க வேண்டி போராட்டங்களின் மீது காவல்துறை விதிக்கக்கூடிய நிபந்தனைகளை விரிவுபடுத்துவதை நோக்கமாகக்கொண்டிருக்கிறது, அதில் போராட்டங்கள் அரசின் அனுமதியுடன் மட்டும்தான் நடத்த முடியும் என்பதால் அது போராட்டத்தின்அடிப்படையையேகுறைமதிப்பிற்கு உட்படுத்துகிறது.

---

11. James Trafford, *The Empire at Home: Internal Colonies and the End of Britain* (London: Pluto, 2020), p. 140.

அத்தகைய மசோதாக்கள் அசாதாரணமாகக் கொடூரமானதாகக் காணப்பட்டாலும், அவை கடந்த இருபது ஆண்டுகளாக இஸ்லாமிய வெறுப்பைப் பயன்படுத்தி நியாயப்படுத்தப்பட்டு வரும் ‘கருத்து வேறுபாடுகளைக் கட்டுப்படுத்துதலின்’ விரிவாக்கத்திலிருந்து வளர்கின்றன. அத்தகைய காவல் முறைகளை நோக்கிய நம்முடைய சீற்றம் அது வெள்ளைப் போராட்டக்காரர்களை பாதிக்கும்போது மட்டும் இருந்தால், நாம் எதிர்ப்பது அந்தக் காவல் முறைகளை அல்ல, மாறாக, அவை இனமாக்கப்பட்ட மக்களுடன் மட்டும் நிறுத்திக்கொள்ளப்படாமல் இருப்பதை எதிர்க்கிறோம்.

எதிர்ப்புகளுடன் இணைத்துக்கொள்ளுதல்

2020ஆம் ஆண்டின் புரட்சிகரமான செயலான ‘கறுப்பர் உயிர்கள் முக்கியம்’ போராட்டத்தின்போது, ஐக்கியப் பேரரசு மற்றும் ஐரோப்பாவைச் சேர்ந்த இரண்டு இஸ்லாமியப் பெண்களிடமிருந்து எனக்கு மின்னஞ்சல் வந்தது. அதில் ஒருவர் தன்னை ‘கோஃபி அன்னன் அறக்கட்டளையைச் சேர்ந்த வன்முறைத் தீவிரவாத எதிர்ப்பு வழக்கறிஞர்’ என்று அறிமுகப்படுத்திக் கொண்டார். அவர்கள் ஜார்ஜ் ஃபிளாய்ட் கொலைக்குக் கண்டனம் தெரிவிப்பதற்காகவும் கட்டமைக்கப்பட்ட இனவெறியை எதிர்கொள்ளவும் ‘அமைதியை உருவாக்கும் நடவடிக்கைகளைக் கோர’ ஒரு திறந்த கடிதத்தில் கையெழுத்திட அவர்களுடன் இணையுமாறு என்னைக் கேட்டுக்கொண்டனர். ஒரு வன்முறைத் தீவிரவாத எதிர்ப்பு (CVE) வழக்கறிஞர், கட்டமைக்கப்பட்ட இனவெறியையும் காவலையும் அடிப்படையாகக் கொண்டு உருவாக்கப்பட்ட ஒரு பாதுகாப்பு நிறுவனத்தின் பகுதியாக இருக்கும் தங்கள் சொந்த அமைப்பைக் கண்டிக்காமல் இந்தக் கடிதத்தில் கையெழுத்திட முடியுமா என்று நான் குழப்பமடைந்தேன். மாறாக, அந்தக் கடிதத்தின் வழியாக, அவர்கள் வன்முறைத் தீவிரவாத எதிர்ப்பை ஓர் இனவெறி எதிர்ப்பு இயக்கமாகச் சித்திரித்தார்கள். இதே மாதிரியான மறுஉருவாக்கத்தை ஒரு சிந்தனைக் குழு அவர்களின் ‘இளைஞர் வன்முறைத் தீவிரவாத எதிர்ப்பு ஆர்வலர் குழுமத்தில்’ இணைய என்னை அழைத்தபோது நான் பார்த்திருந்தேன். செயல்பாடு, ஆதரவு போன்ற பெயர்கள்

தீவிரவாத எதிர்ப்புக் கண்காணிப்பைப் புரட்சிகரமானதாகவும் உலகளாவிய ஒடுக்குமுறைச் செயல்பாடுகளில் முதலீடு செய்வதை எதிர்ப்பதாகவும் மறுஉருவாக்கம் செய்கிறது. அத்தகைய 'விழிப்புணர்வுச் சலவை' பிரிட்டனிலும் வேரூன்றி வருகிறது.

2018இல் 'தீவிரவாதத்தைத் தோற்கடிப்பதற்கான ஒரு இயக்கத்தைக் கட்டமைக்க', தீவிரவாத எதிர்ப்பு ஆணையம் உருவாக்கப்பட்டது. அது 2019ஆம் ஆண்டு பிரிட்டிஷ் வோக் இதழில், 'தீவிரவாதத்திற்கு எதிரான போரில் முன்னணியில் பெண்கள்'[12] என்கிற தலைப்பில் ஒரு கட்டுரை வெளியிடப்படும் அளவிற்கு, தன்னை அரசிடமிருந்து தனித்த ஓர் அமைப்பாகச் சித்திரிக்கிறது. இந்தக் கட்டுரை அப்போதைய தீவிரவாத எதிர்ப்பு ஆணையத்தின் தலைமை ஆணையர் சாரா கான் மற்றும் துறையிலுள்ள மற்ற இரண்டு இஸ்லாமியப் பெண்களை உள்ளடக்கியிருந்தது. எழுத்தாளர் சுமையா காசிமின் சொற்களில், இந்தக் கட்டுரை அவர்களைப் 'பெருமளவு ஆண்களை உடைய ஒரு போர்க்களத்தில்' முற்றுகையிடப்பட்டவர்களாகவும், ஆனால் அதிகாரம் படைத்த உருவங்களாகவும் 'நம்மைப் பாதுகாப்பதற்காக' உறுதியேற்றுக் கொண்டவர்களாகவும் சித்திரித்தது.[13] தீவிரவாத எதிர்ப்பைப் பெண்களுக்கு அதிகாரமளிக்கும் ஒரு வடிவமாகச் சித்திரிப்பது மிகவும் சிரமமான துறையில் பெண்கள் ஒரு பகுதியாக இருக்கிறார்கள் என்பதைத் தொடர் கண்கவர் படங்களின் மூலம் முலாம் பூசி மறைக்க அனுமதித்தது.

அறிஞர் ஷெரீன் பெர்னாண்டஸ் இதைக் 'கவர்ச்சிச் சலவை' என்று குறிப்பிட்டார். இது சாரா கான் தன்னை அடித்தள மக்களுக்கான ஆர்வலராகக் காட்டிக்கொள்ள முயற்சி செய்து கொண்டிருந்தபோது, அவருடைய முன்னாள் அமைப்பான 'இன்ஸ்பையர்' அரசாங்கத்துடன் நெருங்கிய தொடர்புகளைக் கொண்டிருந்ததையும் பாதுகாப்பு மற்றும் பயங்கரவாத எதிர்ப்பு அலுவலகத்தின் பிரச்சாரங்களில் வேலை செய்ததையும் உள்துறை அமைச்சகத்தின் நிதியைப் பெற்றதையும் மறைத்துவிட்டது.[14]

---

12. https://vogue.co.uk/news/article/yasmin-green-nikita-malik-sara-khan-counter-extremism (accessed January 2021).
13. https://gal-dem.com/why-is-vogue-glamourising-the-war-on-terror/ (accessed January 2021).
14. https://middleeasteye.net/news/top-anti-extremism-campaigner-linked-uk-covert-propaganda-firm (accessed March 2021).

இந்த உண்மைகளை வெளிப்படுத்துவது பெரும்பாலும் ஆணாதிக்கமாகவோ அல்லது இஸ்லாமிய வெறுப்பாகவோ பெயரிடப்படுகிறது. இஸ்லாமியப் பெண்களை இஸ்லாமிய வெறுப்பு நிறுவனங்களின் முகமாகப் பயன்படுத்துவது ஒரு வகையான கேடயமாகச் செயல்படுகிறது, அங்கு தீவிரவாத எதிர்ப்பு நடவடிக்கைகளின் ஏற்கத்தக்க விமர்சனங்களின் மீது கவனம் செலுத்துவதற்குப் பதிலாக ஊடகங்களும், அரசால் பணியமர்த்தப்பட்ட பெண்களும் அனைத்து விமர்சனங்களையும் மிரட்டல்களாக விளக்குகிறார்கள். பாதுகாப்பு நிறுவனங்கள் இஸ்லாமியப் பெண் வழக்கறிஞர்களைக் கொண்டிருப்பதில் தெளிவாகப் பயனடைகின்றன. அதன் விளைவாக, தீவிரவாத எதிர்ப்புத் திட்டங்கள் சமூகச் செயல்பாடுகளைத் தங்களுடன் இணைத்துக்கொள்ள முயற்சிப்பது மட்டுமல்லாமல், சில தீவிரவாத எதிர்ப்பு முயற்சிகள் இஸ்லாமிய அடையாளங்களையும் தங்களுடன் இணைத்துக்கொள்ள முயற்சிக்கின்றன.

அடையாளங்களை வடிவமைத்தல்

2017இல், 'இளம் பிரிட்டிஷ் இஸ்லாமியர்களுக்கு உணவளிக்கும்' திஸ் இஸ் வோக் (TIW)' என்ற ஒரு சமூக ஊடகத் தளம் என்னைத் தொடர்புகொண்டது. அவர்கள் நாம் இணைந்து ஒரு படம் எடுக்க முடியுமா என்று கேட்டார்கள். உரையாடல் விரைவாக காஃபிக்கு மாறியது. ஆனாலும், சிறிது காலத்திலேயே, அவர்கள் ஓர் ஊழியர் வெளியேறுவதால் அதைத் தொடர முடியாது என்று என்னிடம் சொன்னார்கள். எனக்கு அது ஓர் அவமானமாக இருந்தது, இருந்தாலும் 2019இல் 'திஸ் இஸ் வோக்' தளம் அரசாங்கம் அங்கீகரித்த செய்திகளைத் தெரிவிப்பதற்காக அடித்தள மக்களின் குரல்களைக் கண்டறியும் நோக்கமுடைய உள்துறை அமைச்சகத்தின் ஒரு திட்டமென்று வெளிப்படுத்தப்படும் வரை இரண்டு ஆண்டுகளுக்கு நான் அதைப் பற்றிச் சிந்திக்கவில்லை. அதிர்ச்சிகரமாக, அவர்கள் நான் ஒத்துக்கொள்ளக் கூடிய ஓர் ஊதுகுழலாக இருப்பேனா என்று மதிப்பிட என்னைச் சந்திக்கக் கேட்டிருக்கலாம் என்று நான் உணர்ந்தேன்.

‘திஸ் இஸ் வோக்’ தளம், பாதுகாப்பு மற்றும் பயங்கரவாத எதிர்ப்பு அலுவலகத்தின்ஆய்வு, தகவல் மற்றும் தொடர்புப் பிரிவால் (RICU) உருவாக்கப்பட்டது. அதன் இரகசிய வேலையின் ஒரு பகுதி, ‘தேசியத் தீவிரவாத எதிர்ப்புக் கொள்கை நோக்கங்களுக்கு ஊட்டமளிக்கும்’ செய்திகளைக் கடத்த, ‘அடித்தள மக்கள்’ குரல்களைக் கண்டறிய அல்லது உருவாக்க, தகவல் தொடர்பு நிறுவனங்களை ஒப்பந்தம் செய்வதில் கவனம் செலுத்துகிறது.[15] ‘திஸ் இஸ் வோக்’ தளத்தைப் பொருத்தவரையில், அது RICU வால் ஒப்பந்தம் செய்யப்பட்ட பிரேக்த்ரூ மீடியா என்ற ஒரு தகவல் தொடர்பு நிறுவனத்தின் கண்டுபிடிப்பாகும். இது இந்த நூல் இதுவரை ஆராய்ந்துள்ள அனைத்துக் கண்காணிப்பு மற்றும் பாதுகாப்பு வடிவங்களையும் தாண்டிச் செல்கிறது. ஏனென்றால் அரசாங்கத்தின் பிரச்சாரங்களை அடிமட்டக் குரல்களின் மூலம் பரப்புவதற்கு நிறுவனங்களுக்குப் பணம் கொடுப்பதன் நோக்கம் கருத்துகளைக் கட்டுப்படுத்துவது மட்டுமல்லாமல் அவற்றை வடிவமைத்து மாற்றுவதும் ஆகும். RICU குறிப்பாக 15 முதல் 39 வயது வரையுள்ள இஸ்லாமியர்களைக் குறிவைக்கிறது.[16]

கடந்த RICU திட்டங்கள் ‘சிரியாவிற்கு உதவுங்கள்’ இயக்கத்தையும் உள்ளடக்கியது, அதில் பிரேக்த்ரூ மீடியா, சிரியர்களுக்கு உதவ ‘அரசாங்கம் அங்கீகரித்த அறக்கட்டளைகளுக்கு’ நன்கொடை அளிக்க பிரிட்டிஷ் இஸ்லாமியர்களை ஊக்குவிக்கும் ஒரு பிரச்சாரத்தை நடத்த மூன்று அறக்கட்டளைகளுக்கு ஆதரவளித்தது. ஆனால் இது நிவாரண உதவிகள் வழங்கும் பிரிட்டிஷ் இஸ்லாமிய அறக்கட்டளைகள் ISஇல் இணைவதற்குச் சிரியாவிற்குச் செல்லவிருந்தன என்ற பாதுகாப்பு நிறுவனத்தின் ஆதாரமற்ற இஸ்லாமிய வெறுப்புக் கவலைகளின் வெளிப்பாடாகும். அரசாங்கம் அது அங்கீகரித்த அறக்கட்டளைகளை மட்டுமே ஊக்குவிப்பதில் ஆர்வமாக இருந்தது, எனவே RICU இன் ‘சிரியாவிற்கு உதவுங்கள்’ திட்டம் அடிப்படையில் அரசின் இந்தக் கொள்கை முடிவுகளுக்கு ஆதரவளிக்கும் ஒரு பிரச்சாரப் பகுதியாகும்.[17]

---

15. Rachel Briggs & Sebastien Feve, Policy Briefing: Countering the appeal of extremism online (Institute for Strategic Dialogue, 2014), p. 14.

16. https://middleeasteye.net/news/revealed-woke-media-outfit-thats-actually-uk-counterterror-programme (accessed July 2021).

17. Ben Hayes & Asim Qureshi, *We Are Completely Independent, The Home Office, Breakthrough Media and the PREVENT Counter Narrative Industry* (London:

மற்றொரு திட்டம் 'இமாம்ஸ் ஆன்லைன்', அது மசூதிகளிலும் மத்ரஸாக்களிலும் தடுப்புத் திட்டத்தைச் செயல்படுத்துவதை ஆதரிப்பதற்காக இஸ்லாமியத் தலைவர்களால் உருவாக்கப் பட்டதாகக் கருதப்படும் ஓர் இணையதளம் ஆகும். உண்மையில், உள்துறை அமைச்சகம் தனது பிரச்சாரத்தை உண்மையானதாகக் காட்டுவதற்காக அதிகப்படியான வளங்களைக் கொட்டுவது, அதன் செயல்பாடுகள் சட்டவிரோதமானவை என்பதை அது அறிந்திருப்பதையே காட்டுகிறது. மேலும், *RICU* அதிகாரப்பூர்வ இரகசியங்கள் சட்டத்தால் பாதுகாக்கப்படுகிறது, நாடாளுமன்றக் கண்காணிப்பிலிருந்து விலக்கப்படுகிறது. ஜனநாயகத்திற்கான எதிர்ப்பைத் தீவிரவாதத்தின் ஓர் அறிகுறி என அழைக்கும் ஓர் அமைப்பிற்கு இது ஜனநாயக அடிப்படையில் இல்லை.

ஆர்வமுடையதாக, தீவிரவாத எதிர்ப்புப் பிரச்சார வேலை என்பது எப்பொழுதும் செயல்களையும் சிந்தனைகளையும் ஊக்குவிப்பதைப் பற்றியது அல்ல, அது அரசியல் சார்பற்றத் தன்மையையும் வளர்க்கிறது. சூப்பர்சிஸ்டர்ஸ் தளம் இதற்கு ஒரு சிறந்த உதாரணம். அது *BSBT* யால் நிதியளிக்கப்பட்ட ஜே-கோ மீடியாவால் உருவாக்கப்பட்ட இஸ்லாமியச் சிறுமிகளுக்கான ஒரு 'வாழ்க்கைப் பாங்கு' *(Lifestyle)* தளமாகும். சூப்பர்சிஸ்டர்ஸ் தளம் பதின்ம வயது இஸ்லாமியப் பெண்களிடையே அரசு அனுமதித்த, அரசியலற்ற ஒரு வாழ்க்கைப் பாங்கை ஊக்குவிப்பதை நோக்கமாகக் கொண்டுள்ள ஒரு சமூக ஊடகத் தளமாகும். இருந்தபோதிலும் அவர்கள் *RICU* உடன் வேலை செய்தார்களா என்று பத்திரிகையாளர்களால் கேட்கப்பட்டபோது, அது குறித்து ஜே-கோ பதில் சொல்ல மறுத்துவிட்டது. அவர்களின் இன்ஸ்டாகிராம் பக்கம் *(@supersistersmag)* முழுவதும் லேடி காகா முதல் ஏமி ஷூமர் வரையிலான மேற்கோள்களாலும் இளம் பெண்கள் விளையாட்டைப் பற்றியும் நட்பைப் பற்றியும், வெறுப்பை எதிர்கொள்வதற்கான நேர்மறைச் சிந்தனைகள் பற்றியும் விவாதிப்பது போன்ற காணொளிகளாலும் நிரம்பியிருக்கிறது. 2020இல் அவர்களின் 'இஸ்லாமிய வெறுப்பு விழிப்புணர்வு மாதம்' பற்றிய ஒரு பதிவு மட்டும் இஸ்லாமியப் பெண்கள் சமுதாயத் திட்டங்கள் வழியாகவும் அவர்களின் சொந்த தொழில்களில் தலைமை செயல் அலுவலர்களாக இருப்பது, நேர்மறையான செய்திகளைப்

CAGE, 2016), p. 21–2.

பரப்புவது அல்லது தடைகளை உடைத்தெறிவது ஆகியவற்றின் வழியாகவும் ஐக்கியப் பேரரசு சமுதாயத்திற்குப் பங்களிக்கும் விதங்களின் மீது கவனம் செலுத்தியது.[18] 'வெற்றியின்' அத்தகைய அரசியலற்றதாக்கப்பட்ட புதிய தாராளவாத அளவீடுகள் கட்டமைக்கப்பட்ட வன்முறையையும் இஸ்லாமிய வெறுப்பிற்கான காரணங்களையும் மறைக்கின்றன. அது இளம் இஸ்லாமியர்களிடையே உலகத்தைப் பற்றிய ஒரு விமர்சனமற்ற புரிதலை வளர்ப்பதை நோக்கமாகக் கொண்டிருக்கிறது.

முதல் பார்வையில், சூப்பர்சிஸ்டர்ஸ் போன்ற தீவிரவாத எதிர்ப்பு நடவடிக்கைகளின் வற்புறுத்தல் என்பது குடியுரிமை நீக்கம், வீடுகள் சோதனையிடப்படுதல் அல்லது எல்லையில் நிறுத்தப்படுதல் போன்றவற்றைப் போல வெளிப்படையானதாக இல்லை. ஆனால் சில வழிகளில் இது மிகவும் தீமையானதாகும். ஏனென்றால் இந்த வழிகளில் தீவிரவாத எதிர்ப்புத் திட்டம் நாம் யார் என்பதையும் நாம் எப்படிச் சிந்திக்க வேண்டும் என்பதையும் வடிவமைக்க முயற்சி செய்கிறது. அத்தகைய வடிவமைப்பு மற்றும் மூளைச் சலவை முயற்சிகளின் இயற்கையான முடிவுகளை, ஒரு மில்லினுக்கு மேலான உய்குர் இஸ்லாமியர்கள் சீன அரசால் மறுகல்வி முகாம்கள் என்கிற பெயரில் மிகவும் இரகசியமான தடுப்புக் காவலில் வைத்திருப்பதில் பார்க்க முடியும். அங்கு, ஒரு திட்டமிட்ட உடல் ரீதியான மற்றும் பாலியல் ரீதியான துன்புறுத்தல்களின் உச்சத்தில்,[19] இஸ்லாத்தைக் கண்டனம் செய்யவும் கருக்கலைப்பு செய்யவும் சீனாவுக்கு ஆதரவாக உறுதிமொழி எடுக்கவும் ஒரு தூய்மையாக்கப்பட்ட தேசிய வரலாற்றைக் கற்கவும் கட்டாயப்படுத்தப்பட்டதாகவும் தொழுகை செய்ய முயற்சிக்கும் அறிகுறிகளுக்காக 24/7 நேரமும் கண்காணிக்கப்பட்டதாகவும் கைதிகள் தெரிவித்திருக்கிறார்கள்.[20] இன்ஸ்டாகிராம் பிரச்சாரத்தை ஊக்குவிப்பதை இனப்படுகொலை நிலைமைகளில் உள்ள 'மறுகல்வி' முகாம்களுடன் இணைப்பது வியப்பூட்டுவதாக இருக்கலாம், ஆனால் இந்தத் திட்டங்கள் இஸ்லாமிய அடையாளங்கள் தேசிய உணர்வுமிக்கதாகவும் அரசியலற்றதாகவும் மாற அவற்றைச் சமூக ரீதியாக

18. https://instagram.com/p/CIA4ggnFzDO/?utm_source=ig_web_copy_link (accessed April 2021).

19. https://bbc.co.uk/news/world-asia-china-55794071 (accessed March 2021).

20. https://theguardian.com/world/2021/jan/12/uighur-xinjiang-re-education-camp-china-gulbahar-haitiwaji (accessed July 2021).

வடிவமைக்கும் ஒரே வரிசைத் தொகுதிக்குள்தான் இருக்கின்றன. அவை கட்டாயப்படுத்துதல் மற்றும் கண்காணித்தல் என்ற ஒரே தர்க்கத்தில்தான் வேரூன்றியிருக்கின்றன. அதாவது சீன வெளியுறவு அமைச்சகத்தின் சொற்களில், 'சீனாவில் உள்ள நடைமுறைகள் ஐக்கியப் பேரரசு, பிரான்ஸ் மற்றும் அமெரிக்க ஐக்கிய அரசிலுள்ள நடைமுறைகளிலிருந்து வேறுபட்டவை அல்ல. அவையனைத்தும் தீவிரவாதத்தைத் தடுக்கவும் பயங்கரவாதத்தை ஒழிக்கவும் நாங்கள் மேற்கொண்ட தீவிர முயற்சிகள்...'[21]

எனவே, நாம் மிக அவசரமாகத் தெரிந்துகொள்ள வேண்டியது தேசியப் பாதுகாப்பு அமைப்பின் வெளியே தெரியக்கூடிய ஆயுதங்கள் எதிர்க்கப்படும் அதேவேளையில், தீவிரவாத எதிர்ப்புத் திட்டம் சமுதாயத்தின் நடைமுறைகளுக்குள் ஊடுருவியிருக்கிறது, எனவே தடுப்புத் திட்டம் போன்ற கொள்கைகளை இரத்து செய்வதற்கு நாம் ஒப்புக்கொள்ளும் நேரத்தில், தீவிரவாத எதிர்ப்புத் திட்டம் அதன் இடத்தை ஏற்கெனவே அடைந்திருக்கும். அதன் சாதாரணமயமாக்கல் நம்முடைய கற்பனைகளைக் கட்டாயப்படுத்துகிறது, எனவே காவல் காப்பதாலும் இலாபம் ஈட்டுவதாலும் சிறப்பாகத் தீர்க்க முடியாத பிரச்சினை எதுவுமில்லை என்று நாம் நம்ப ஆரம்பிக்கிறோம். இது செயல்பாட்டாளர்களை அடக்குகிறது என்கிற உண்மையை விட, கடுமையான பொருளாதார நிலைமைகளிலிருந்து சுரண்டுவது, சமூகச் செயல்பாட்டு மொழிகளை இணைத்துக்கொள்வது மற்றும் இஸ்லாமிய அடையாளங்களை வடிவமைக்க முயற்சிப்பது ஆகியவற்றின் வழியாகத் தீவிரவாத எதிர்ப்புக் காவலைச் சாதாரண அன்றாட வாழ்க்கையின் ஒரு பகுதியாக உருவாக்கியிருப்பது அதிக ஆபத்தானதாகும். முந்தையது நச்சுத் தன்மை வாய்ந்தது, என்றாலும் பிந்தையது செயல்பாட்டாளர்களே இல்லாத ஒரு எதிர்காலத்திற்கான அடிப்படையை அமைக்கிறது.

---

21. https://fmprc.gov.cn/mfa_eng/xwfw_665399/s2510_665401/t1606828.shtml (accessed March 2021).

வெறுக்கத்தக்க மக்களும் வெறுப்புக் குற்றங்களும்

தீவிரவாத எதிர்ப்பு ஆணையம் அவர்களைப் பற்றிய 2019 வோக் இதழ் செய்தியுடன் சேர்த்து, 'வெறுக்கத்தக்க தீவிரவாதம்'[22] என்று அவர்கள் அழைத்த, தீவிரவாத நடத்தையின் ஒரு 'புதிய' பிரிவின் மீது கவனம் செலுத்திய ஓர் அறிக்கையை வெளியிட்டது. அரசாங்க அமைப்புகள் தீவிரவாதத்தின் புதிய வடிவங்களைக் கண்டுபிடிப்பது இனரீதியான படிநிலைகளைக் 'கண்டுபிடித்த' அறிவொளிபெற்ற சிந்தனையாளர்களை ஒத்துள்ளது. அப்போதும் இப்போதைப் போலவே, அத்தகைய போலி அறிவியல்பூர்வக் கண்டுபிடிப்பின் நோக்கம் வன்முறையை நியாயப்படுத்துவதே ஆகும். அப்போது அறிவொளி பெற்ற சிந்தனையாளர்கள் காலனியாதிக்கத்தையும் அடிமைத்தனத்தையும் செயல்படுத்தினார்கள், இப்போது தீவிரவாத எதிர்ப்பு ஆணையமும் மற்றவர்களும் கட்டாயப் படுத்துதலைச் செயல்படுத்துகிறார்கள். உண்மையில், தீவிரவாத எதிர்ப்பு ஆணையத்தின் 2021 அறிக்கை, சாரா கானும் முன்னாள் பயங்கரவாத எதிர்ப்பின் தலைவர் மார்க் ரௌலேவும் இணைந்து எழுதியதாகும், அதில் அவர்கள் 'வெறுக்கத்தக்க தீவிரவாதத்தைக்' குற்றமாக்க அதிகச் சட்டங்களை வகுப்பதற்காக அழைக்கப்பட்டார்கள். அவர்கள் 'வெறுக்கத்தக்க தீவிரவாதத்தை' இவ்வாறு வரையறுத்தார்கள்:

அ) வெறுப்புக் குற்றங்களுக்கு, பயங்கரவாதத்திற்கு அல்லது மற்ற வன்முறைகளுக்குச் சாதகமான ஒரு சூழலை உருவாக்க

அல்லது

ஆ) நமது சமுதாயத்தின் அடிப்படை உரிமைகளையும் ஜனநாயகச் சுதந்திரங்களையும் அழிக்க முயற்சிக்க

ஓர் உள் குழுவிற்கு அச்சுறுத்தலாகப் பார்க்கப்படும் ஓர் அரசியல், மத அல்லது இன ரீதியான மேலாதிக்கச் சிந்தனைகளால் தூண்டப்பட்ட அல்லது அவற்றை முன்னெடுக்கும் நோக்கமுடைய ஒரு வெளிக் குழுவை நோக்கிய செயல்பாடு

22. Commission for Countering Extremism, Challenging Hateful Extremism (London: CCE, 2019), p. 25.

அல்லது பொருளாதார உதவி 'வெறுக்கத்தக்க தீவிரவாதம்' ஆகும்.[23]

முரணாக, இது வெள்ளை மேலாதிக்கத்தைத் தக்க வைத்துக்கொள்ள வெள்ளையர்கள் என்று வரையறுக்கப்பட்ட ஓர் உள் குழுவிற்கு அச்சுறுத்தும் ஒரு வெளிக் குழுவாக இனமாக்கப்பட்ட மற்றவர்களைக் குறிப்பிடும் பிரிட்டிஷ் தேசியத்தின் அடிப்படையை விவரிக்கிறது. ஆனால் அந்த 124 பக்க அறிக்கை தீங்குக்கான அடிப்படைக் காரணங்களைக் கையாளுவதை விட கருத்துகளைக் குற்றமாக்குவதில் அதிகக் கவனம் கொண்டிருந்தது. 'கலாச்சாரட்க் தீவிரவாதம்' என்ற மொழியைப் போலவே 'வெறுக்கத்தக்க தீவிரவாதம்' என்ற மொழியும் அதற்கு வழிவகுக்கிறது, ஏனெனில் இது வெள்ளை மேலாதிக்கம், காலனியாதிக்கம் அல்லது முதலாளித்துவம் ஆகியவற்றைக் குறிப்பிடுவதே வெறுக்கத்தக்கதாகக் கருதப்படும் அளவிற்கு அனைத்தையும் அரசியலாற்றதாக்குகிறது.

இதுவே இந்த நூலில் இஸ்லாமிய வெறுப்பை எதிர்த்துப் போராடும் குழுக்களின் அதிக உதாரணங்களைக் குறிப்பிட முடியாததற்கு ஒரு காரணமாகும். அங்கே எதிர்ப்புகள் இல்லாததனால் அல்ல, அவர்கள் தங்கள் கவலையை 'வெறுப்புக் குற்றங்களுடன்' நிறுத்திக்கொள்ளும் வரை, சட்டங்களை மட்டுமே தீர்வாகப் பார்க்கும் வரை அது இஸ்லாமிய வெறுப்பிற்கான ஒருங்கிணைந்த எதிர்ப்பின் அடையாளம் காணக்கூடிய வடிவங்கள் தீவிரமாகக் குற்றமாக்கப்படுவதாலாகும். பாதுகாப்புமயமாக்கல், கண்காணிப்பு, ஏகாதிபத்தியம் ஆகியவற்றை இஸ்லாமிய வெறுப்பின் மூலங்களாகக் குறிப்பிடுவது உங்களை ஒரு தீவிரவாதியாகச் சித்திரிக்கிறது. அரசு சாரா அமைப்பான கேஜ்-ஐ எடுத்துக்கொள்ளுங்கள். அது ஐக்கியப் பேரரசில் பயங்கரவாத எதிர்ப்புச் சட்டங்களாலும் பயங்கரவாதத்தின் மீதான போரினாலும் இழைக்கப்படும் துன்புறுத்தல்களுக்கு எதிராகத் தீவிரமாக வேலை செய்யும் இஸ்லாமியர்கள் மட்டுமே நடத்தும் அமைப்புகளில் ஒன்றாகும். அவர்கள் 'இஸ்லாமிய முன்னணி' அல்லது 'பயங்கரவாத-ஆதரவாளர்கள்' என்று பரவலாகக் கேலி செய்யப்படுகிறார்கள். அவர்களின் செயல்களை ஆதரிக்கும் இஸ்லாமியர்கள் கூட

23. Commission for Countering Extremism, Operating with Impunity: Hateful extremism: The need for a legal framework (London: CCE, 2021), p. 6.

அவர்களுக்கு எதிராக ஆயுதமாக்கப்பட்டிருக்கிறார்கள், அதை நான் அத்தியாயம் 10இல் விளக்கியிருக்கிறேன். இஸ்லாமிய வெறுப்பிற்கான இஸ்லாமியர்களின் எதிர்ப்பின் மீதான அத்தகைய அடக்குமுறை மற்ற இடங்களில் இன்னும் அப்பட்டமாக உள்ளது. 2020இல், பிரெஞ்சு அரசாங்கம், இஸ்லாமிய வெறுப்பைக் கையாளும் மிகப்பெரிய அரசு சாரா அமைப்பான பிரான்ஸ் இஸ்லாமிய வெறுப்பிற்கு எதிரான கூட்டமைப்பு (CCIF) உள்ளிட்ட, அவர்கள் பிரிவினைவாதிகள் என்று அழைத்த இஸ்லாமியர் நடத்தும் அமைப்புகளுக்கு ஒப்பந்தக் கலைப்புக் கடிதங்களை அனுப்பியது, அவர்கள் பெல்ஜியம்க்கு இடம்பெயர வற்புறுத்தப்பட்டார்கள். இதே அடிப்படையில் டென்மார்க் மற்றும் ஆஸ்திரியாவில் உள்ள மக்கள் அமைப்புகளும் மூடப்பட்டுள்ளன.

எனவே 'தீவிரவாத எதிர்ப்பு' என்பது வன்முறையைக் குறிப்பிடுவதே வன்முறையாகக் கருதப்படும் அளவிற்கு அடக்குமுறையைச் செயல்படுத்தவும் அனைத்துக் கட்டமைக்கப்பட்ட வன்முறைகளையும் மறைப்பதற்குமான ஒரு மங்கல வழக்காகும். இது வெளிநாட்டில் நடத்தப்படும் வெளிப்படையான இராணுவமய வன்முறையிலிருந்து வீட்டில் நடத்தப்படும் உளவியல் ரீதியான போதனைகள் வரை நீண்டிருக்கும் ஒரு காவல் கட்டமைப்பை உறுதிப்படுத்த உதவுகிறது. விளைவாக, பொதுத்துறை, குடிமக்கள் வாழ்வியல், கலை, தொண்டு நிறுவனங்கள், அரசு சாரா அமைப்புகள், சமூக ஊடகத் தளங்கள் ஆகியவையும் இனவெறி எதிர்ப்பின் அடிப்படையும் நம்மை அரசியலற்றவர்களாக்குவதற்குப் பிரச்சாரத்தையும் கூட்டுறவையும் பயன்படுத்தும் கண்காணிப்பு நோக்கங்களால் விழுங்கப்பட்டிருக்கின்றன. இது இஸ்லாமிய அச்சுறுத்தலை எதிர்க்கும் பெயரில் நடந்திருந்தாலும், காவல்துறை அதிகாரங்களுக்கான சமீபத்திய விரிவாக்கங்கள் காட்டுவதைப் போல அதன் வன்முறை இஸ்லாமியர்களுடன் மட்டுமே நின்றுவிடாது.

நாம் எதிர்ப்பதற்குள், தீவிரவாத எதிர்ப்பு முழுமையாக இயல்பாக்கப்படும் வரை நாம் காத்திருக்க முடியாது. BSBT நிதியை ஏற்றுக்கொள்வது, தீவிரவாத வன்முறை எதிர்ப்பை (CVE) ஒரு சமூகச் செயல்பாடாக ஏற்றுக்கொள்வது, அல்லது இஸ்லாமியர்களுடன் மட்டுமே தொடர்புடையதாகத் தெரிவதால்

அதைப் புறக்கணித்துவிடுவது போன்ற சிறிய சமரசங்கள் கூட அரசால் பாதிக்கப்பட்டவர்கள் அரசு தங்களைப் பாதிக்கும் விதங்களைச் சொல்லி எதிர்த்துப் போராடும் திறனை இழக்கச் செய்கிறது என்பதை நாம் உணர வேண்டும். அதாவது நம்முடைய எதிர்காலத்தை வடிவமைக்கவும் வன்முறையிலிருந்து விடுபட்டு வாழவும் நம்முடைய திறனை இழப்பதாகும். உய்குர் இஸ்லாமியர்களின் சீனத் தடுப்புக் காவல் முகாம்கள் காட்டுவதைப் போல, தீவிரவாத எதிர்ப்பின் தர்க்கம் இறுதியாக வேறுபாடான கருத்துகளை மட்டுமல்ல வேறுபாட்டையே அழிப்பதை வேண்டுகிறது. இணக்கமின்மையின் எந்த வடிவமும் தண்டனைக்குரியதாக மாறுகிறது. இதை ஒப்புக்கொள்வது அரசு மேலாதிக்கத்திற்கும் கட்டமைக்கப்பட்ட ஒடுக்குமுறைக்கும் மட்டும் ஒப்புக்கொள்வதல்ல, நான் அடுத்து சொல்லப்போகும் ஒரு சமரசம் செய்யப்பட்ட வாழ்க்கைக்கும் இஸ்லாத்தின் வடிவத்திற்கும் ஒப்புக்கொள்வதாகும்.

அத்தியாயம் 7

நாட்டுப்பற்றுக்காக இஸ்லாமைச் சமரசம் செய்தல்: மதச்சார்பற்ற அரசா? மேற்கத்திய இஸ்லாமா?

> நான் பேசும் விதம் குர்ஆனை விட, தீவிரவாதத்திற்கு எதிரான போரின் விளைவாகவே இருக்கிறது என்பதை நான் உணர்ந்தால் என்ன நடக்கும்?
>
> – யாசிர் மோர்சி¹

இஸ்லாமிய வெறுப்பின் மிகவும் ஆழமான ஆனால் குறைவாக அங்கீகரிக்கப்பட்ட தாக்கங்களில் ஒன்று இஸ்லாமியர்களின் இஸ்லாமுடனான உறவில்தான் இருக்கிறது. இஸ்லாமிய வெறுப்பைக் காலனித்துவத்தின் ஒரு கருவியாக நாம் புரிந்துகொள்ள வேண்டியிருந்தாலும், அதன் இன உருவாக்கமும் கிளர்ச்சி எதிர்ப்பும் கூட்டுறவுத் திட்டமும் இஸ்லாமியர்கள் மீது ஏற்படுத்திய தாக்கத்தை இஸ்லாமியர்களாகக் கருத்தில் கொள்ள வேண்டும். அவை இஸ்லாத்தைப் பின்பற்றுவதற்கும், கற்பிப்பதற்கும், இஸ்லாமிய நிறுவனங்களில் பங்கேற்பதற்கும், பிற இஸ்லாமியர்களை விமர்சிப்பதற்கும், அறிவைப் பகிர்வதற்கும் கூட இஸ்லாமியர்களின் திறனை அன்றாடம் பாதிக்கின்றன. எனவே, இஸ்லாமியர்களையும் அவ்வாறு கருதப்படுபவர்களையும் உள்ளடக்கிதோர் இனமாக்கப்பட்ட பிரிவாக இஸ்லாமியர்களைப் பற்றிய நம்முடைய ஆய்வு, இஸ்லாமின் இனமாக்கல் ஆன்மீகப் பின்விளைவுகளைக் கொண்டிருக்கிறது என்கிற உண்மையைப் பொருட்படுத்தாமல் விட்டுவிடக் கூடாது.

---

1. Yassir Morsi, *Radical Skin/Moderate Masks: De-radicalising the Muslim and Racism in Post-racial Societies* (Maryland: Rowman & Littlefield, 2017), p. 194.

இனவெறி எதிர்ப்பு என்பது கூட இனமாக்கப்பட்டவர்கள் என்ற அடிப்படையில்தான் இஸ்லாமியர்களுக்கு ஆதரவு தருகிறது, ஆனால் இன்னும் அது இஸ்லாமைப் நவீனமற்றதாகவே பார்க்கிறது, நேர்மாறாக இஸ்லாமை பிற்போக்குத்தனமானதாகவும் காட்டுமிராண்டித்தனமானதாகவும் அறிவொளி பெறாததாகவும் கட்டமைக்கும் இனரீதியான தர்க்கங்களில் முதலீடு செய்ததாகவே அது இருக்கிறது. இனவெறி எதிர்ப்புத் தளங்களில் இஸ்லாமிய வெறுப்பைப் பற்றி விவாதிக்க அழைக்கப்படுபவராக என்னுடைய அனுபவத்தில், ஒரு இனமாக்கப்பட்ட குழுவாக இஸ்லாமியர்களைப் பற்றிய உரையாடல்கள் வரவேற்கப்படுகின்றன. ஆனால் நான் தொழுகை செய்ய இடம் கேட்கும்போதோ இஸ்லாமுடனான பற்றை வெளிக்காட்டும்போதோ பெரும்பாலும் சங்கடமாக உணர்வதைப் பார்க்கிறேன்... இது வெறுமனே மத வெளிப்பாடுகளைப் பற்றிய 'மதச்சார்பற்ற' சங்கடமாக இல்லை.. இது இஸ்லாமையே வேறொன்றாகக் கட்டமைப்பதிலிருந்து வளர்கிறது. நம்முடைய இனவெறி எதிர்ப்பு இதையும் மதச்சார்பின்மையின் காலனித்துவ அடித்தளத்தையும் கணக்கில் எடுத்துக்கொள்ளவில்லை என்றால் இனவெறி எதிர்ப்பு எந்த அளவுக்கு உண்மையானதாக இருக்கும்?

அத்தியாயம் 1இல் குறிப்பிட்டதைப் போல மதச்சார்பின்மை என்பது தேவாலயங்களின் நிறுவன அதிகாரத்தைக் குறைப்பதற்காக ஓர் ஐரோப்பிய அரசியல் திட்டமாக உருவானதாகும். அது கிறிஸ்தவத்தை வெறுமனே தனிப்பட்ட மன உணர்வுக்குட்பட்ட 'நம்பிக்கை' என்று மறுஉருவாக்கம் செய்ய முயற்சித்தது.[2] ஆனால் அதே நேரத்தில், அரசுகள் தங்களின் காலனிய நோக்கங்களை வெளிநாடுகளில் முன்னெடுக்க கிறிஸ்தவ சமயப் பரப்பாளர்களைப் பயன்படுத்தியது, அதன் மதச்சார்பின்மையுடன் சேர்த்து கிறிஸ்தவத்தையும் ஐரோப்பாவின் இனரீதியான மேலாதிக்கத்தின் ஒரு பகுதியாகக் கட்டமைக்கிறது.[3] அதன் விளைவாக, ஐரோப்பிய கிறிஸ்தவம் மட்டுமே மதச்சார்பற்ற தன்மையுடையதாக நவீனமயமாக்கப்படக் கூடியதாகக் கருதப்பட்டது. ஆனால் 'மதம்' என்பது இனரீதியான

---

2. Saba Mahmood, *Religious Difference in a Secular Age*: A Minority Report (Princeton: Princeton University Press, 2015); and Talal Asad, *Formations of the Secular: Christianity, Islam, Modernity (Cultural Memory in the Present)* (Stanford: Stanford University Press, 2003).

3. Mahmood, *Religious Difference*, p. 34.

மற்றவர்களின் வளர்ச்சியடையாத நிலையை வகைப்படுத்தும் ஒரு பிரிவாக உருவாக்கப்பட்டது.[4] எனவே, மதச்சார்பின்மை என்பது நடுநிலைமையை பிரதிநிதித்துவப்படுத்துவதில்லை, அது இனரீதியான படிநிலையை நிலைநிறுத்துகிறது.

அறிஞர் மற்றும் ஆய்வாளர், சுஹ்ரியா ஜிவ்ராஜ், இது அன்றாட வாழ்க்கையில் எப்படி வெளிப்படுகிறது என்றொரு சமீபத்திய உதாரணத்தைப் பகிர்ந்தார். அவர் இவ்வாறு என்னிடம் விவரித்தார்:

ஓர் இத்தாலியப் பெற்றோரால் பள்ளியின் மத்திய நடைபாதையில் ஒரு சிலுவை இருப்பதைப் பற்றிய ஒரு வழக்கு ஐரோப்பிய மனித உரிமைகள் நீதிமன்றத்திற்குக் கொண்டுவரப்பட்டது. அங்கு ஒரு மதச்சார்பற்ற பள்ளிச் சூழலில் அந்தச் சிலுவை என்ன வேலை செய்துகொண்டிருக்கிறது என்பதைப் பற்றிய விவாதம் இருந்தது. இறுதியில், சிலுவை என்பது ஒரு 'செயலற்ற சின்னம்', அது மதச்சார்பின்மையைச் சீர்குலைக்கவில்லை என்று தீர்ப்பு வழங்கப்பட்டது. எனவே இங்கு 'செயலற்ற சிலுவையும்' இருக்கிறது, பிற ஐரோப்பிய நீதிமன்றத் தீர்ப்புகள் காட்டுவதைப் போல, 'செயல்படும் ஹிஜாப்பும்' இருக்கிறது.

எனவே, மதச்சார்பின்மை என்பது ஒரு சார்பில்லாததாக இல்லை என்பதும், இனவெறி எதிர்ப்பில் மதச்சார்பின்மையைச் சாதரணமாக எடுத்துக்கொள்வது இனவெறியை, குறிப்பாக இஸ்லாமிய வெறுப்பை மறுஉருவாக்கம் செய்கிறது என்பதும் தெளிவாகிறது. மேலும் அது அதன் தீங்கைப் புரிந்துகொள்ள முடியாததாகவும் அங்கீகரிக்கப்படாமலும் இருப்பதை உறுதி செய்கிறது.

அறிவுசார் இனவெறி

அட்டவணை 7- இன் கீழ் ஹிஜாபைக் கழற்ற வற்புறுத்தப்பட்டு புகைப்படம் எடுக்கப்பட்ட ஓர் இஸ்லாமியப் பெண்ணைக் கருதுங்கள். அவர் ஓர் இன, பாலியல் மற்றும் பாலின ரீதியான வன்முறையை எதிர்கொள்கிறார் ஆனால் அதற்கு இன்னொரு வடிவமும் இருக்கிறது. ஒரு 'மதம் சார்ந்த'

4. Ibid

செயலைப் பின்பற்றுவதை நிறுத்த வற்புறுத்தப்படுவது உங்கள் அல்லாஹ்வுடனான உங்கள் உறவில் தலையிடுகிறது, ஆனாலும் அந்தத் தலையீடு வன்முறையாகக் கருதப்படுவதில்லை. ஏனென்றால் உங்களுடைய இயல்புத் தன்மை ஏற்றுக்கொள்ளக் கூடியதாகக் கருதப்படவில்லை. இது சமூகவியலாளர் ரமோன் க்ரோஸ்ஃபோகல் வரையறுத்த 'அறிவுசார் இனவெறியின்'[5] ஒரு விளைவாகும். அது மேற்கத்தியம் அல்லாத அறிவின் வடிவங்களைத் தாழ்ந்தவையாக மட்டுமல்ல சட்ட விரோதமானதாகவும் கருதிய செயல்முறையாகும். எடுத்துக்காட்டாக, மேற்கத்திய 'உண்மை' மற்றும் 'அறிவியல்' உடன் ஒப்பிடும்போது பூர்வ குடிகளின் வரலாற்றுப் பதிவுகள் அல்லது மருத்துவம் மற்றும் அறிவியல் சார்ந்த அறிவுகளின் வடிவங்கள் 'மாயையாக', 'மூடநம்பிக்கையாக', 'மதமாக' அல்லது 'நம்பிக்கையாக' வகைப்படுத்தப்பட்டுள்ளன. உண்மை, நேர்மை, பகுத்தறிவு மற்றும் அறிவியல் ஆகியவை மத அதிகாரத்தைக் கைவிடுவதன் மூலம் மட்டுமே உருவாகின்றன என்கிற காலனித்துவ நம்பிக்கையின் காரணமாகவே வற்புறுத்தி ஹிஜாபைக் கழற்றச் செய்வது உண்மையில் தீங்கு விளைவிப்பதாகக் கருதப்படுவதில்லை.[6] அதன் விளைவாக, வற்புறுத்தி ஹிஜாபை கழற்றச் செய்வதைப் பற்றியோ, ஹிஜாப் மற்றும் நிகாபிற்குத் தடை விதிப்பதைப் பற்றியோ அல்லது சிறைப்படுத்தப்பட்ட இஸ்லாமியர்கள் கூட்டமாகத் தொழுகை செய்வதிலிருந்து தடுக்கப்பட்டவர்களாக இருப்பதைப் பற்றியோ கவலைப்படும் இஸ்லாமியர் அல்லாதவர்களைக் காண்பது அரிதாகவே இருக்கிறது.[7] இந்தச் செயல்கள், தீங்கு விளைவிக்கும் நோக்கத்துடன் இருந்தாலும் கூட, நடைமுறையில் அவை தீங்கு விளைவிப்பதாகப் பார்க்கப்படுவதில்லை.

எடுத்துக்காட்டாக, ஈராக்கில் 2000களின் முற்பகுதியில் அபு கிரைப் அமெரிக்க இராணுவத் தடுப்பு மையத்தில் இஸ்லாமிய சிறைவாசிகளின் மீது நிகழ்த்தப்பட்ட மோசமான

---

5. Ramon Grosfoguel, 'The Structure of knowledge in Westernized Universities: Epistemic Racism/Sexism and the Four Genocides/Epistemicides of the Long 16thCentury', *Journal of Contemporary Islamic Thought*, Vol. 23:91, 2018, p. 71–106.
6. Talal Asad et al, Is Critique Secular?: *Blasphemy, Injury and Free Speech* (New York: Fordham University Press, 2013), p. 11.
7. Raheel Mohammed & Lauren Nickolls, Time to end the silence: *The experience of Muslims in the prison system* (London: Maslaha, 2020).

சித்திரவதையைக் கவனியுங்கள். அது செய்தி ஊடகங்கள் முழுவதும் பரவிய, சித்திரவதைகளின் வெளிப்படையான படங்கள் வழியாக உலகம் பார்த்த வழிகளில் மட்டும் வன்முறையாக இல்லை, சிறைகளில் இஸ்லாமிய ஆண்களை அவமதிக்கும் நோக்கில் இஸ்லாமியப் பெண் சிறைக் காவலர்களின் முன்னால் அவர்களை நிர்வாணப்படுத்துவதன் வழியாகவும் வன்முறையாக இருக்கிறது. இது குறிப்பாகப் பாலினம் சார்ந்த மத அடிப்படையில் அவர்களைத் தரம் தாழ்த்துவதாக அறியப்பட்டது, ஆனால் இது பாலினம் சார்ந்த துன்புறுத்தலாக அரிதாகவே விவாதிக்கப்படுகிறது. எனவே, இஸ்லாம் ஒம்றுமில்லாததாகக் கருதப்படும் அதேநேரத்தில், அது ஆயுதமாக்கப்படுகிறது. ஆனால் மதச்சார்பின்மை என்ற கண்ணாடி அதை மறைத்துவிடுகிறது.

பெரும்பாலான இனவெறி எதிர்ப்பாளர்கள், மதச்சார்பின்மை, மேற்கத்திய ஐரோப்பியர்களின் கல்விச் சிந்தனைக்கு வெளியே உருவான பெரும்பாலான அறிவைக் குறைத்து மதிப்பிடுகிறது என்பதையும், அது ஒரு காலனியாதிக்கத் திட்டத்தின் நீட்சி என்பதையும் புரிந்துகொள்வதில்லை. நீங்கள் இந்த நூலைப் படித்து முடிக்கும்போது, இஸ்லாமிய வெறுப்பை உலகளாவிய ஏகாதிபத்தியத்தையும் காவலையும் நியாயப்படுத்தும் ஒரு கற்பனையான இனரீதியான அச்சுறுத்தலின் வளர்ச்சியாகத் தெளிவாக எடுத்துரைக்க முடியும் என்றால், அப்போதும் நான் அல்லாஹ்வை வழிபடுவது கலக்கமுறச் செய்வதாக இருந்தால், ஐரோப்பிய வெள்ளைத்தன்மையை அனைத்திற்கும் மேலானதாகவும் உலகப் பொதுவான இறுதி இலக்காகவும் கட்டமைப்பதில் நீங்கள் தொடர்ச்சியான முதலீடுகளைச் செய்திருக்கிறீர்கள் என்பதைக் கருத்தில் கொள்வது முக்கியமாகும். அது என்னுடைய இறுதி இலக்கு அல்ல அல்லது இனவெறி எதிர்ப்பின் இறுதி இலக்காகவும் இருக்க முடியாது.

மதச்சார்பற்ற இறையியல் தலையீடுகள்

மதச்சார்பின்மையின் பல முரண்பாடுகளில் மற்றொன்று, அதன் பொருள் மதத்திலிருந்து பிரித்தல் என்று நாம் கருதும் அதே வேளையில், அது எப்பொழுதும் மதத்தைக் கட்டமைக்க

அரசுகளுக்கு ஒரு வழியாக இருந்துள்ளது என்பதாகும். பிரான்ஸை எடுத்துக்கொள்ளுங்கள். பிரெஞ்சு சமூகவியலாளர் மற்றும் பெண்ணியவாதி கிறிஸ்டின் டெல்பி, பிரெஞ்சு மதச்சார்பின்மை என்பது வெறுமனே பொதுவெளியில் மத நம்பிக்கையை வெளிப்படுத்துவதற்கு எதிரான தடை அல்ல, குறிப்பாக இஸ்லாமியத் தன்மையை வெளிப்படுத்துவதற்கு எதிரான தடை என்று எழுதுகிறார்.[8] உண்மையில், பிரெஞ்சு மதச்சார்பின்மை ஒருபோதும் 36,000 தேவாலயங்களின் அரசு பராமரிப்பைத் தடை செய்யவோ அல்லது கிட்டத்தட்ட பாதி பிரெஞ்சுக் குழந்தைகள் மத ரீதியாக இயங்கும் (பெரும்பாலும் கத்தோலிக்க) பள்ளிகளுக்குச் செல்வதைக் கண்டிக்கவோ பயன்படுத்தப்படவில்லை.[9] இருப்பினும் நவம்பர் 2020இல், பிரெஞ்சு அரசாங்கம், இஸ்லாம் தற்போது தேசத்துடன் ஒத்துப்போகவில்லை என்ற அடிப்படையில், 'பிரான்ஸின் இஸ்லாம்' என்பதை வரையறுக்க ஒரு 'கொள்கைகளின் குடிமக்கள் சாசனத்தை' ஏற்றுக்கொள்ள 'பிரெஞ்ச் கவுன்சில் ஆஃப் தி முஸ்லிம் ஃபெய்த்' சபைக்கு 15 நாள்கள் வழங்கியது.[10] அந்த சாசனம் அவர்களை மதச்சார்பின்மையை ஆதரிப்பதற்கு ஒப்புக்கொள்ளவும் அரசின் இனவெறி என்ற 'குற்றச்சாட்டுகள்' 'அவதூறு' என்பதை ஒப்புக்கொள்ளவும், இஸ்லாம் என்பது ஒரு மதம் மட்டுமே அது அரசியல் இயக்கம் அல்ல' என்பதை ஒப்புக்கொள்ளவும் கோரியது.[11] தொந்தரவளிக்கும் வகையில், அந்தச் சாசனத்தை ஒப்புக்கொள்ளாத அமைப்புகள் பற்றி முடிவுகள் எடுக்கப்படுமென்று அவர்கள் அறிவித்தார்கள்.

அதிபர் மக்ரோன் இந்தத் திட்டத்தை ஓர் 'அறிவொளி இஸ்லாமைக்' கட்டமைத்தல் என்று அறிவித்தார். மறைமுகமாக இது ஐரோப்பியத் தலையீடு இல்லாமல் இஸ்லாமியர்கள் ஓர் 'இருள் இஸ்லாத்தால்' பாதிக்கப்படுகிறார்கள் என்ற கருத்துடன் முரண்படுகிறது. இந்த நாகரிகப்படுத்தும் மொழியில், ஐரோப்பா மட்டுமே இஸ்லாமை அதன் காட்டுமிராண்டித்தனத்திலிருந்து

---

8. Nawal Mustafa, *Muslim Women don't need saving: Gendered Islamophobia in Europe* (Amsterdam: Transnational Institute, 2020), p. 9.
9. Christine Delphy, Separate and Dominate: Feminism and Racism after the war on terror (London: Verso, 2015), p. 10.
10. https://bbc.co.uk/news/world-europe-55001167 (accessed March 2021).
11. https://politico.eu/article/france-political-islam-charter-imams-fight/ (accessed March 2021).

காக்க முடியும், ஆனால் ஐரோப்பியராக மாறுவதற்கு இஸ்லாம் மதச்சார்பற்றதாக்கப்பட்டிருக்க வேண்டும். இஸ்லாத்தை மதச்சார்பற்றதாக்குவது என்பது அதை அரசியல் நிலைப்பாடுகளை வெளிப்படுத்தாத, தனிப்பட்ட நம்பிக்கையாகத் தனிமைப்படுத்துகிறது மற்றும் கட்டமைக்கப்பட்ட இனவெறியைக் குறிப்பிடுவது அவதூறாக வகைப்படுத்தப்படுவது வரை அரசின் உட்சபட்ச அதிகாரத்திற்கு ஒப்புதல் அளிப்பதை உறுதிசெய்கிறது. இது மதத்திலிருந்து பிரிந்திருப்பதற்கு வெகு தொலைவில், மதச்சார்பற்ற அரசுகள் மதத்தின் அடிப்படைப் பொருளைக் கட்டமைக்கும் காலனியாதிக்கத் திட்டத்தைத் தொடரும் விதத்தை எடுத்துக்காட்டுகிறது.

இதே மாதிரியான முயற்சிகள் ஐக்கியப் பேரரசிலும் எடுக்கப்பட்டது, அங்கே 'பிரிட்டிஷ் இஸ்லாமின்' தேவை நூற்றுக்கணக்கான ஆவணங்களிலும் பேச்சுகளிலும் குறிப்பாணைகளிலும் மேற்கோள் காட்டப்பட்டுள்ளது. அத்தகைய தேவைகள் பிரிட்டனில் தற்போது நடைமுறையில் உள்ள இஸ்லாம் என்பது உள்நாட்டுத் தனிப்பண்புகளால் நிறைந்திருக்கவில்லை என்றும் மாறாக அது ஒரு நிலையான வெளிநாட்டு இறக்குமதி என்றும் எனவே அது பிற்போக்காக இருக்கிறது என்றும் கருதுகிறது. எனவே அது ஆபத்தானது என்று எடுத்துக்கொள்ளப்படுகிறது. புதிய பழமைவாதச் சிந்தனைக் குழுக்கள், வெளிநாட்டில் பிறந்த இமாம்கள்தான் இஸ்லாமின் தீவிரமான வடிவங்களை அதிகமாக ஐரோப்பாவிற்குக் கொண்டு வருகிறார்கள், அது 'பிரிட்டிஷ் இஸ்லாமை'க் குறைமதிப்பிற்கு உட்படுத்துகிறது என்று பரிந்துரைக்கும் பல அறிக்கைகளைத் தயாரித்தார்கள், அதன் பொருள் மசூதிகளுக்கும் இஸ்லாமியப் போதனைத் தளங்களுக்கும் கட்டுப்பாடுகள் தேவைப்படுகிறது என்பதாகும்.[12] இது இஸ்லாமியர்களைக் குற்றவாளிகளாக்குவதை மேலும் நியாயப்படுத்துகிறது, உண்மைக்கு எல்லைகளற்று அடிபணிவதாகிய இஸ்லாத்தின் அடிப்படையைச் சமரசம் செய்யும் நாட்டுப்பற்றுடைய, அரசு அனுமதித்த ஒரு இஸ்லாமைக் கட்டமைப்பதற்கு அரசை அனுமதிக்கிறது. ஏனென்றால் இஸ்லாம் அடிப்படையிலேயே நீதியைக் கோருவதையும் இனதேசியவாத அரசின் நோக்கங்களைப் பின்பற்றாமலிருப்பதையும் இன்றியமையாததாக்குகிறது.

---

12. Denis MacEoin, *The hijacking of British Islam: How extremist literature is subverting mosques in the UK* (London: Policy Exchange, 2007).

இருப்பினும், ஒரு தேசிய, அரசு அனுமதித்த இஸ்லாமிற்கான இந்தத் திட்டம் பல இஸ்லாமியர்களால் உள்வாங்கப்பட்டிருக்கிறது. 'இஸ்லாமின் எதிர்காலத்தை' மேற்கத்திய இஸ்லாமியர்களுடன் இணைப்பதன் மூலம் நம்மில் சிலர் மறைமுகமான வழிகளில் அதைப் பின்பற்றுகிறோம், எனவே 'இஸ்லாமிய உலகின்' அறிவுக்கு ஒவ்வாத காட்டுமிராண்டித்தனம் என்கிற கருத்தை ஏற்றுக்கொள்கிறோம்.[13] மற்றவர்கள் புலம்பெயர் இஸ்லாமியச் சமூகங்களை இழிவுபடுத்த 'பிரிட்டிஷ் இஸ்லாம்' என்ற மொழியைப் பயன்படுத்தும் பொறியில் சிக்கிவிடுகிறார்கள். இதற்கு மற்றொரு எடுத்துக்காட்டு நியூ ஹாரிஸன்ஸ் அமைப்பால் நடத்தப்படும் பிரிட்டிஷ் இஸ்லாம் கூட்டமைப்பு, அவர்களின் வேலையை 'இஸ்லாமியப் பாரம்பரியத்திலிருந்து' ஜனநாயகம், பேச்சுரிமை, தனிமனிதச் சுதந்திரம் மற்றும் மனித உரிமைகள் ஆகியவற்றிற்கு ஆதரவாக வாதத்தை முன்வைப்பது என்று விவரிக்கும் விதங்களில் வெளிப்படையாக இருக்கிறது.[14] இந்த நூல் காட்டியுள்ளபடி, இத்தகைய தாராள மதிப்புகள் காலனித்துவத்தின் சொல்லாடலாக இருக்கும்போது, அவர்கள் ஏன் இந்த வாதத்தை முன்வைக்க வேண்டும்? அவர்களின் வேலை நாம் வாழும் சூழல்களின் இனவெறியையும் அரசுகளின் இனவெறியையும் எதிர்ப்பதற்கும் ஆய்வு செய்வதற்கும் மாறாக, காலனித்துவத்தைப் பிரதிபலிப்பதால் மட்டுமே இஸ்லாமியர்களின் பிரச்சினைகள் தீர்க்க முடியுமென்ற கற்பனையைத் திரும்ப விதைக்கிறது.

சில இஸ்லாமியர்கள் இன்னும் அதிகம் செல்கிறார்கள். காரி அசிம், லீட்ஸில் நான் வாழும் இடத்திலிருந்து சிறு தொலைவில் உள்ள மக்கா மசூதியின் மூத்த இமாம், அரசின் நோக்கங்களுடன் பொருந்திப்போகும் ஓர் இஸ்லாமை உருவாக்க அரசுடன் நேரடியாக வேலை செய்கிறார். அவர் கடந்த அத்தியாயத்தில் குறிப்பிட்ட தீவிரவாத எதிர்ப்பு முயற்சியான இமாம்ஸ் ஆன்லைன் பத்திரிகையின் மூத்த ஆசிரியராக இருக்கிறார். அவர் 2005இல் உள்துறை அமைச்சகத்தில் ஒன்றிணைந்து தீவிரவாதத்தைத் தடுக்கும் பணிக்குழுவால் உருவாக்கப்பட்ட மசூதிகள் மற்றும் இமாம்களின் தேசிய ஆலோசனை வாரியத்தின் தலைவராகவும் இஸ்லாமிய வெறுப்பை வரையறுப்பதற்கான

---

13. Morsi, Radical Skins, p. 115.
14. http://nhorizons.org/about (accessed March 2021).

அரசாங்கத்தின் ஆலோசகராகவும் இருக்கிறார். மக்கா மசூதி ஐக்கியப் பேரரசின் மாதிரி மசூதி விருதைப் பெற்றுள்ளதுடன் 2020இல் காரி அசிம் பிரிட்டிஷ் பேரரசால் வழங்கப்படும் மிக உயரிய விருதான MBE விருதைப் பெற்றார். அவர் கண்காணிப்புகளை ஊக்குவிக்கும், அரச வன்முறையின் விமர்சனங்களைத் தவிர்க்கும் ஒன்றுதான் இஸ்லாமின் ஏற்றுக்கொள்ளக் கூடிய வடிவம் என்பதற்குத் தெளிவான உதாரணமாக இருக்கிறார். யாசிர் மோர்சியின் சொற்களில், 'இது காலனியாதிக்கத்தை மறந்து வரும் மேற்கத்திய அரசின் கலாச்சாரத்திற்குள் பொருந்த இஸ்லாமியச் சமூகத்தைச் சமூக ரீதியாக வடிவமைக்கும் திட்டமாகும்'.[15]

இது இஸ்லாமியர்களுக்கு மிகவும் தீங்கான விளைவுகளைக் கொண்டிருக்கிறது. நம்முடைய அறிஞர்களும் இமாம்களும் நம்மை அச்சுறுத்தும் உள்துறை அமைச்சகத்தால் பணியமர்த்தப்பட்டால் நாம் எப்படி அவர்களை நம்ப முடியும்? 'இஸ்லாமிய உலகம்' என்று அழைக்கப்படும் அடக்குமுறை நாடுகளில் நாம் பார்ப்பதைப் போல, உலகம் முழுவதும் உள்ள அரசுகள் வெளிப்படைத் தன்மையைத் தவிர்ப்பதற்கு அனுமதிக்கும் வகையில் அரசியல் ரீதியாகச் சமரசம் செய்யப்பட்ட இஸ்லாமின் வடிவத்தை அவர்கள் நமக்குக் கற்பிக்கவில்லை என்பதை நாம் எப்படித் தெரிந்துகொள்ள முடியும்? ஒருவேளை நாம் கற்றுக்கொண்டிருக்கும் பாரம்பரிய இஸ்லாமியப் பயிற்சிகள்தான் மிகவும் அறநெறியுடைய நடத்தைக்குச் சமமானவை என்று தவறாக எடுத்துக்கொள்ளப்பட்டால் அந்தப் போக்குகளை நாம் எப்படிக் கண்டுகொள்வது? அல்லாஹ் எதிர்க்கச் சொல்லி கட்டளையிட்டுள்ள நிலைமைகளை ஏற்றுக்கொள்ள நாம் கட்டாயப்படுத்தப்படுகிறோமா? மசூதிகள் தீவிரவாதத்தைப் போதிப்பதற்கு வெகுதொலைவில், தற்போது அவை அரசியல் பற்றில்லாமல் இருப்பதைப் பற்றியே அதிகம் போதிக்கின்றன.

இலண்டனில் லெவிஷாம் இஸ்லாமிய மையத்தின் இமாம் ஷகீல், அவர் எதிர்கொள்ளும் அழுத்தங்களைப் பற்றி என்னிடம் சொன்னார். அவருடைய புவிசார் அரசியல் நிலைப்பாடுகளாலும், அவர் நிதியளிப்பதாகச் சொன்னபோதிலும் தடுப்புத் திட்டத்துடன் வேலை செய்ய மறுத்ததாலும் ஊடகத்தாலும் அரசாலும் ஒரு 'தீவிரவாதி' என்று பரப்பப்பட்டுள்ள ஒரு இமாம் ஆவார்.

---

15. Morsi, *Radical Skins*, p. 56.

சில நேரங்களில் பரந்த இஸ்லாமியச் சமூகம் உண்மையைப் புரிந்துகொள்வதில்லை என்று நான் உணர்கிறேன். நீங்கள் பிரசங்க மேடையில் பேசும்போது, ஒரு நினைவூட்டல் வழங்கும்போது, நீங்கள் நிதானமாக இருக்க முயற்சிக்கிறீர்கள், ஆனால் நீங்கள் உங்களுடைய மனதிற்குள் ஒவ்வொரு கூற்றைப் பற்றியும் நினைத்துக்கொண்டே இருக்கிறீர்கள். நீங்கள் 'ஜிஹாத்', 'போராட்டம்' என்ற சொற்களைப் பயன்படுத்தினால் அல்லது பாலஸ்தீனத்தைக் குறிப்பிட்டால் நீங்கள் எப்படிப் பார்க்கப்படலாம்? ஆனால் அதே நேரத்தில், என்னுடைய கொள்கைகளையும் மதிப்புகளையும் பற்றிப் பேசுவதை நான் நிறுத்த முடியாது' என்று நீங்கள் நினைக்கிறீர்கள். இஸ்லாமியர்களாக நாம் ஒடுக்குமுறை, அது எங்கு நடந்தாலும் அதற்கு எதிராகக் குரல் கொடுக்கவேண்டும். ஏனென்றால் அது அநீதி. ஆனால் அப்படிச் செய்வதில் நெருக்கடி இருக்கிறது. மேலும் நீங்கள் உள்ளூரில் உறவிலுள்ள சமுதாயக் குழுக்களுடனும் மற்றவர்களுடனும் உங்கள் மதத்தின் ஒரு பகுதியாக இருக்கும் சிலவற்றை நீங்கள் சொல்லும்போது அவர்கள் எப்படி நினைப்பார்கள் என்பதையும் சமாளிக்கவேண்டியிருக்கிறது.

மேலும் அரசியல் ரீதியாக அக்கறையற்ற இஸ்லாம் மேலும் புதிய பிரச்சினைகளை உருவாக்கக் கூடும் என்று வெளியில் சொல்வதிலுள்ள நெருக்கடிகளையும் அவர் விளக்கினார்.

சில நேரங்களில் ஓர் இளைஞன் என் மீது கோபமாக மசூதிக்குள் வருகிறார். அவர்கள் என்னை அரசின் நோக்கங்களுக்கு ஒத்துப்போகிறவனாகப் பார்க்கிறார்கள். ஏனென்றால் நான் பேச வேண்டுமென்று அவர்கள் விரும்பும் பிரச்சினைகளை நான் கையாளாமல் இருக்கலாம். அவர்கள் பாலஸ்தீன அல்லது ஏமன் அல்லது உய்குர் இனப்படுகொலை குறித்து யாரும் பேசுவதில்லை என உணர்கிறார்கள் என்பதை நாம் புரிந்துகொள்ள வேண்டும். 'நான் புரிந்துகொள்கிறேன். அதை எப்படிக் கையாளுவது என்று நாம் வேலை செய்வோம் என்று நாம் கவனித்துச் சொல்ல வேண்டும், 'பாருங்கள், அதைப் பற்றி பேசாதீர்கள்' என்று சொல்லக் கூடாது. நாம் உடன்படவில்லை என்றாலும் கூட, அவற்றை ஒதுக்கித் தள்ளுவது அவற்றுக்குத் தீர்வாகாது.

இதன் மீதான இமாம் ஷகீலின் பார்வை மதிப்புமிக்கதாகும், ஏனெனில் வன்முறைகளைக் குறைப்பதில் அவர் ஒரு வல்லுநர்.

உள்ளூர் கும்பல் உறுப்பினர்களிடையேயான மோதல்களைக் கையாளுவதிலும் தொடர்புகளை உருவாக்குவதிலும் தீங்கு விளைவிக்கும் பாதிப்புகளைக் குறைப்பதிலும் பல ஆண்டுகள் செலவிட்டிருக்கிறார். எல்லா இளைஞர்களுக்கும், இஸ்லாமியராக இருந்தாலும் இல்லாவிட்டாலும், ஈடுபாடும், கவனிப்பும், வழிகாட்டலும், ஆதரவும் தேவைப்படுகிறது. கைது செய்வது, தண்டிப்பது, குறிவைப்பது ஆகியவற்றிற்கு மாறாக மக்களுக்கு அன்பும் ஈடுபாடும் தேவைப்படுகிறது. இமாம் ஷகீலின் சமூகப் பாதுகாப்புக்கான அணுகுமுறை அரசின் ஒடுக்குமுறையை விட மிகவும் முழுமையானதாகத் தெரிகிறது, ஆனாலும் அவர் தீவிரவாதி என்றே முத்திரை குத்தப்படுகிறார்.

புரிதல்களைக் கட்டுப்படுத்துதல்

இஸ்லாமிய அடையாளங்களுடனும் இஸ்லாமுடனும் இணைத்துக்கொள்வதற்கான முயற்சிகள் தொடக்கத்திலிருந்தே பயங்கரவாதத்தின் மீதான போரின் ஒரு பகுதியாகும். ரேண்ட் (*RAND*) என்பது அமெரிக்க ஐக்கிய அரசாங்கத்தால் நிதியளிக்கப்பட்ட இராணுவத்திற்கான ஆய்வுகளில் கவனம் செலுத்துமோர் உலகளாவியக் கொள்கைச் சிந்தனைக் குழுவாகும். அவர்கள் 2007இல் 'மிதவாத இஸ்லாமிய இணைப்புகளை உருவாக்குதல்' என்று தலைப்பிடப்பட்ட ஓர் அறிக்கையை வெளியிட்டார்கள்.[16] அதன் முதல் பத்தியில் 'பல இஸ்லாமியச் சமூகங்களில் இஸ்லாமின் தீவிரமாக்கல் மற்றும் கொள்கைப் பிடிவாதமான விளக்கங்கள் செல்வாக்கு பெற்றுள்ளன… அவை ஜனநாயகக் கலாச்சாரத்தின் முக்கியக் கொள்கைகளைக் கடைப்பிடிக்கும் மிதவாத மற்றும் தாராளவாத இஸ்லாமியர்களை அச்சுறுத்தியுள்ளன அல்லது அமைதிப்படுத்தியுள்ளன… அவர்களுக்கான கூட்டிணைப்புகளை உருவாக்க அவர்களுக்கு வெளிப்புற உதவி தேவைப்படலாம்' என்று சொல்லப் பட்டிருக்கிறது.

அந்த அறிக்கை இஸ்லாமியர்களை 'மிதவாதிகள் மற்றும் தாராளவாதிகள்' என்றும் 'தீவிரமானவர்கள் மற்றும் ஜனநாயகமற்றவர்கள்' என்றும் வகைப்படுத்துவது உண்மை

16. https://rand.org/pubs/research_briefs/RB9251.html (accessed November 2020).

என்பதை வலியுறுத்தி மிதவாத, தாராளவாத இஸ்லாமியர்களை ஆதரிக்கும் நோக்கில் அறிமுகப்படுத்தப்பட்டது. அத்தகைய ஆதரவு அமெரிக்க ஏகாதிபத்தியத்தை ஆதரிக்கும் இஸ்லாமியக் குழு ஒன்றை வடிவமைப்பதன் மூலம் அமெரிக்காவின் ஒட்டுமொத்த இலக்குகளையும் மேம்படுத்தும் என்றும் அந்த அறிக்கையில் சொல்லப்பட்டுள்ளது. இருப்பினும், அவர்கள் இதை 'இஸ்லாமைக் கட்டுப்படுத்துபவர்களிடமிருந்து மீட்டெடுப்பதற்குத் தாராளவாதக் குழுக்களை' உருவாக்குவதற்கான நல்லெண்ணம் கொண்ட விருப்பமாகக் காட்டிக்கொண்டார்கள். அத்தகைய சொல்லாட்சிகள் இராணுவச் சிந்தனைக் குழுக்களுக்கு மட்டும் உரியது அல்ல. கொள்கைகளை உருவாக்கும் வட்டாரங்களுக்கு வெளியேயும் 'உண்மையான இஸ்லாம்' என ஒன்று இருந்தது, அதை வன்முறைச் செயல்களில் ஈடுபடும் இஸ்லாமியர்கள் தன்வசப்படுத்திவிட்டார்கள் என்கிற கருத்து பிரபலமாக உள்ளது. பல மக்கள் இஸ்லாமியர்கள் மீது அனுதாபம் காட்ட ஒரு சிறு பகுதியினர் மட்டுமே வன்முறையாளர்களாக இருக்கிறார்கள் என்று சொல்கிறார்கள். இருப்பினும், குந்த்னானி வாதிடுவதைப் போல, இந்த அணுகுமுறை இன்னமும் பயங்கரவாதத்தை ஒரு 'அந்நியக் கலாச்சாரத்தில் வேரூன்றிய ஒரு சித்தாந்தத்தின் உள்ளடக்கத்திலிருந்து தோன்றுவதாகக்' குறிப்பிடுகிறது.[17] எனவே அது இஸ்லாமிய வெறுப்பை இன்னமும் நிலைநிறுத்துகிறது ஏனென்றால் அந்த அணுகுமுறை எந்த இஸ்லாமியரும் வன்முறையாளர்களில் ஒருவராக இருக்கலாம் என்பதை ஏற்றுக்கொள்கிறது. அதன் தொடர்ச்சியாக அனைத்து இஸ்லாமியர்களுக்கும் குற்றவியல் நடவடிக்கை தேவைப்படுகிறது அல்லது ரேண்ட் அமைப்பு கோருவது போல இராணுவத் தலையீடு தேவைப்படுகிறது என்று கட்டமைக்கப்படுகிறது.

மேலும், அனைத்து நிகழ்வுகளிலும், இஸ்லாமியர்களால் நடத்தப்படும் வன்முறைகள் 'இஸ்லாமியச் சித்தாந்தத்திலிருந்து' வந்ததாகவே பார்க்கப்படுகிறது. இந்த நூல் முழுவதும், நான் இந்தப் புரிதல் எப்படி அரசியல் சூழல்களை மறைக்கிறது என்பதைச் சிந்திக்கும்படி நம்மைக் கேட்டிருக்கிறேன், ஆனால் கூடுதலாக, இது இஸ்லாமை எப்படிக் கட்டமைக்கிறது என்பதையும் கருத்தில்கொள்ள வேண்டும். மதம்சார்

17. Arun Kundnani, *The Muslims Are Coming!: Islamophobia, extremism, and the domestic war on terror* (London: Verso, 2015), p. 67.

மானுடவியலாளர், தலால் ஆசாத், 'இஸ்லாமியச் சித்தாந்தம்' போன்ற குழப்பமான சொற்கள் முரண்பாடாக குர்ஆனுக்கு இஸ்லாமிய வாசகர்களிடம் அவர்களை வன்முறைக்குத் தூண்டும் குறிப்பிட்ட நம்பிக்கைகளைக் கொண்டுவரும் சக்தி இருப்பதாகப் புனைகிறது என்று விளக்குகிறார். அதேநேரத்தில் வன்முறையை வாசகர்களின் விளைவு என்று கருதுவதும் குர்ஆனை வன்முறையான வழிகளில் தவறாக விளக்கும் ஆற்றலைக் கொண்டிருக்கிறது.[18] அதன் விளைவாக, 'இஸ்லாமியச் சித்தாந்தம்' மற்றும் 'மத ரீதியான தூண்டுதல்' போன்றவை ஏமாற்றுக் கருத்துகளாகும். ஒரு செயல் உண்மையாகவே மத ரீதியானதாக இருக்க வேண்டுமா அல்லது மத ரீதியான போதனைகளில் விளக்கப்படுவதால் அது மத ரீதியாகத் தூண்டப்பட்டதாகக் கருதப்படுமா? ஒரு மதச்சார்பற்ற சட்ட அமைப்பு சொல்ல முடியாததை யார் சொல்ல முடியும்? என்று ஆசாத் கேட்கிறார். வேறு சொற்களில் 'மதச்சார்புடையதையும் மதச்சார்பற்றதையும் எப்படி வேறுபடுத்துவது'?[19]

இத்தகைய முரண்பாடு இருந்தபோதிலும், வன்முறைக்கான காரணமாக இஸ்லாமியச் சித்தாந்தம் பற்றிய விவாதங்கள், இஸ்லாமியர்களுக்கு 'உண்மையான' இஸ்லாம் என்று சொல்லப்படுவதுடன் ஒத்துப்போகும் மதிப்புகளைக் கொண்டிருக்காததற்காக நாங்கள் தாக்கப்படுகிறோம் என்று நிரூபிக்க வேண்டிய அழுத்தத்தைக் கொடுக்கிறது. எனது குழந்தைப் பருவத்தில், உண்மையான இஸ்லாம் அமைதியானது என்பதை எடுத்துரைக்க 'இஸ்லாம் என்றால் அமைதி' என்ற முழக்கம் பயன்படுத்தப்பட்டதை நான் நினைவுகூர்கிறேன். ஆனால் இது முரண்பாடாக இஸ்லாமை அதனுடைய அடிப்படை அம்சமாகக் கற்பனை செய்யப்பட்ட வன்முறையுடன் தொடர்புடையதாக மட்டுமே புரிந்துகொள்ள முடியும் என்று விளக்கியது. இஸ்லாம் என்றால் அமைதி என்று பொருளல்ல. அதன் பொருள் அடிபணிதல். குறிப்பாக அல்லாஹ்வின் விருப்பத்திற்கு அடிபணிதல். ஆனால் ஒடுக்குமுறைக்கு எதிராக நீதி கோருவதை நம்மீது கடமையாக்கிய ஒரு தெய்வீக அதிகாரத்தைப் பின்பற்றுவதை விட இஸ்லாம் அமைதியுடன் ஒப்பிடப்பட்டது எவ்வளவு வசதியானது?

---

18. Asad, *Formations of the Secular*, p. 11.
19. Ibid.

இஸ்லாமை ஒரு நேர்மையான அறிவின் வடிவமாகவோ வாழ்வியல் உண்மையாகவோ கருதாமல் அதன் மீது பொருள்களைத் திணிப்பதன் மூலம் இஸ்லாமிய மரபுகள் மறைக்கப்பட்டுள்ளன. எடுத்துக்காட்டாக, ரேண்ட் நிறுவனம் சூஃபிகளைச் 'சலபிகளுக்கும் வஹாபிகளுக்கும்' எதிரான 'மேற்கின் இயற்கையான கூட்டாளிகள்' என்று குறிப்பிட்டது. ஆனால் வெறும் பத்தாண்டுகளுக்கு முன்பு சூஃபி மார்க்கங்கள் மேற்கத்திய காலனியாதிக்கத்திற்கு எதிராகச் சில மிகப்பெரிய எதிர்ப்புகளை முன்வைத்தன. லிபியாவில் இத்தாலியக் காலனியவாதிகளுக்கு எதிராகப் போராடிய சனுஸ்ஸி மார்க்கத்தையோ அல்லது 1800களில் அல்ஜீரியாவில் பிரெஞ்சுக்காரர்களை எதிர்த்த காதிரிய்யா இயக்கத்தையோ எடுத்துக்கொள்ளுங்கள்.[20] ஆனால் தற்போது 'சூபித்துவம்' அரசியலற்றதாகக் கருதப்படுகிறது, பெரும்பாலும் இஸ்லாமியத் தாக்கம் இல்லாத ரூமி தத்துவங்களுடன் சுருக்கப்படுகிறது. 2006இல் பிரிட்டிஷ் அரசாங்கம் சூபி இஸ்லாமியச் சபை உருவாக்கத்தைக் கூட ஊக்குவித்தது. அந்தச் சபை தடுப்புத் திட்ட நிதியில் 300,000 பவுண்ட்களுக்கும் மேல் நிதியைப் பெற்றது. மேலும் அது 'பிரதம அமைச்சரும் மற்றவர்களும்... மிதவாத இஸ்லாமியர்களை எழுந்து நிற்கவும் எண்ணப்படவும் சரியாகக் கேட்டுக்கொண்டனர்' என்று அறிவித்தது.[21]

தெளிவாக, அரசின் நோக்கங்களுக்காக இஸ்லாமைக் கையகப்படுத்தும் முயற்சி இஸ்லாமியர்கள் இஸ்லாமை உணரும் விதத்தை மட்டுமல்ல, இஸ்லாமிய வரலாற்றைப் பற்றிய நம்முடைய அறிவையும் 'பயங்கரவாதத்தின் மீதான போர்' என்ற சொற்களுக்கு அப்பால் அதை விவரிக்கும் திறனையும் பாதித்துள்ளது.

---

20. Fait Muedini, 'Sufism and Anti-Colonial Violent Resistance Movements; The Qadiriyya and Sanussi Orders in Algeria and Libya', *Open Theology*, Vol. 1, 2015, p. 134–45.

21. http://news.bbc.co.uk/1/hi/uk/5193402.stm (accessed February 2021); and see https://hansard.parliament.uk/Lords/2009-12-15/debates/09121577001165/SufiMuslimCouncil (accessed February 2021).

நல்ல இஸ்லாமியர், கெட்ட இஸ்லாமியர்

இந்த அனைத்துக் கற்பிதங்களும் இஸ்லாமியர்களை நாங்கள் எந்த அளவுக்குத் தொண்டு மனப்பான்மையுடனும் நாட்டுப்பற்றுடனும் இருக்கிறோம் என்றும், எந்த அளவுக்குப் பிரதிநிதித்துவ அரசியலில் முதலீடு செய்திருக்கிறோம் என்பதைக் காட்டுவதன் மூலம் நாங்கள் 'கெட்டவர்கள் அல்ல' என்பதை நிரூபிக்க வேண்டிய சுமையைக் கொடுக்கின்றன. ஆனால் இந்தச் செயல்பாடுகளெல்லாம் அரசியல் இணக்கத்தைக் கோருகின்றன. 'நல்ல இஸ்லாமியராக' எடுத்துக்கொள்ளப்பட நீங்கள் இனவெறியைப் பற்றிப் பேச முடியாது, நேர்மறையான பிரதிநிதித்துவத்தை விட அதிகமாகக் கோர முடியாது அல்லது அறக்கட்டளைகளின் தேவையை உருவாக்கும் முதலாளித்துவக் காரணங்களை ஒழிக்கக் கோர முடியாது.

இஸ்லாமியர்களால் நடத்தப்படும் வன்முறைச் செயல்களைக் கண்டிக்கவோ விளக்கவோ கேட்கப்படுவதுதான், இஸ்லாமியர்கள் நாங்கள் 'நல்லவர்கள்' என்று நிரூபிக்கக் கட்டாயப் படுத்தப்படும் மிகவும் அறியப்படும் சூழல்களில் ஒன்றாகும். இது தொலைக்காட்சி விவாதங்களில், மாணவர் விடுதிகளில் நடக்கும் உரையாடல்களில், வேலை இடங்களில் அல்லது வாய்வழித் துன்புறுத்தல்களை வெளிப்படுத்தும் இடங்களில் நடக்கின்றன. ஏன் நீங்கள் அத்தகைய வன்முறைகளைக் கண்டிக்கமாட்டீர்கள் அல்லது கண்டிக்க மறுத்துவிடுவீர்கள் என்று கருதப்படுகிறது எனக் கேட்பது நீங்கள் ஒரு 'கெட்ட முஸ்லிம்' என்று கருதப்படுவதற்கான வாய்ப்பை உருவாக்கிவிடுகிறது. ஆனால் தாரேக் யூனிஸ், ஐ ரெஃப்யூஸ் டு கண்டெம்ன் (நான் கண்டிக்க மறுக்கிறேன்) நூல் தொகுப்பில் எழுதுவதைப் போல, மறுப்பது 'அதிகாரத்தால் பார்க்கப்பட வேண்டும் என்ற நம்முடைய ஏக்கத்தை எதிர்க்கிறது... இது நம் சொந்த விதிகளில் அணியாகத் திரளுவது தொடர்பான பயத்தை எதிர்கொள்வதாகும்.'[22] நிச்சயமாக, 'நல்ல இஸ்லாமியர்' என்ற செயல்பாட்டை நாம் மறுக்கும்போது மட்டுமே, காலனித்துவப் பார்வைக்கு அல்லாமல், அல்லாஹ்வின் பொருட்டு இஸ்லாமியர்களாக இருக்க முடியும்.

---

22. Tarek Younis, 'The duty to see, the yearning to be seen', in ed. Asim Qureshi, I Refuse to Condemn: Resisting racism in times of national security (Manchester: Manchester University Press, 2020), p. 77.

கூடுதலாக, உங்களை ஒரு 'நல்ல இஸ்லாமியர்' என்று நிரூபித்துக் கொள்வது எங்கேயோ கெட்ட முஸ்லிம்கள் இருக்கிறார்கள், அவர்களுடைய வன்முறை என்பது முற்றிலும் இஸ்லாமியத் தன்மையின் கலாச்சார அல்லது சித்தாந்த விளைவாக இருக்கிறது என்பதையும் அவை அரசியல் நிலைமைகளுக்கான எதிர்வினைகள் அல்ல (அது 'உண்மையாக' இஸ்லாமிய ரீதியில் தூண்டப்பட்டதாக இருக்கலாம்) என்பதையும் ஏற்றுக்கொள்வதை அவசியமாக்குகிறது. ஆனால் நாம் இதை ஏற்றுக்கொண்டால், நாம் அனைத்து இஸ்லாமியர்களையும் அதற்கு உட்படுத்துகிறோம் என்பதுடன் அரசுகளின் இனரீதியான காவல்முறைகளின் உத்திகள் சரியானவை என்பதை நிலைநிறுத்துகிறோம்.

மேலும், இஸ்லாமியர்கள், அநீதிக்கு இணங்குவதன் மூலம் தங்களை ஏற்றுக்கொள்ளச் செய்வது தீவிரமான ஆன்மீக விளைவுகளை ஏற்படுத்தக்கூடும் என்பதை உணர வேண்டும். அமெரிக்காவைச் சேர்ந்த ஒழிப்புவாதி ஹோடா கேட்பி, கேலி செய்வது போல, முகமது நபி صلىاللهعليهوسلم (சமாதானம் உன்னோடு இருப்பதாக) இன்று உயிருடன் இருந்திருந்தால் அவர் சிறையில் இருப்பார் என்று நீங்கள் நினைக்கவில்லையா?

இந்தச் சூழல்களைக் கருத்தில்கொண்டால், இஸ்லாமியர்கள் செயல்படுத்தக் கூடும் ஒரே அரசியல் செயல்பாடு அவர்களின் இஸ்லாமிய அடையாளத்தைத் துறப்பதுதான் என்று குந்த்னானி சொல்வது சரியாக இருக்கிறது.[23] இது அவர்கள் இருக்கும் விதத்திற்கு மாறாக வரையறுக்கப்பட்ட 'முன்னாள் இஸ்லாமியர்கள்' என்ற ஒரு மக்கள் பிரிவின் பங்களிப்பிலும் வரவேற்பிலும் வெளிப்படுவதைப் பார்க்கிறோம். அயான் ஹிர்சி அலி போன்றவர்கள் தங்களின் அடையாளங்களை இஸ்லாமியராக இருந்து தற்போது மேற்கு நாடுகளால் விடுதலை பெற்றவர்களாகவும் இஸ்லாமியர்களின் காட்டுமிராண்டித் தனத்தை அம்பலப்படுத்தக் கூடியவர்களாகவும் இருப்பதைச் சுற்றி நிலைநிறுத்துவதன் மூலம் இலாபகரமான வாழ்க்கையை உருவாக்கியுள்ளனர். அரசுக்கு அத்தகைய மனிதர்கள் மதிப்புமிக்கவர்கள், ஏனென்றால் அவர்கள் சரிசமமான விமர்சனத்தை முன்வைக்காமல் அரசு மற்றும் பெருநிறுவன வன்முறையை நிலைநிறுத்தும் இஸ்லாமிய வெறுப்புக் கதைகளை உண்மைப்படுத்துகிறார்கள்.

---

23. Kundnani, *The Muslims Are Coming!*, p. 76.

நம்முடைய இஸ்லாம் எங்கே?

இஸ்லாமை மறுஉருவாக்கம் செய்வதற்கான தலையீடுகள் இறுதியில் நமது சொந்த வழிகளில் இஸ்லாத்தைப் புரிந்துகொள்வதைப் பாதிக்கின்றன. நாம் நமக்குச் சொந்தமில்லாத பல கேள்விகளால் திசை திருப்பப்பட்டிருக்கிறோம். நாம் இஸ்லாம் இயல்பிலேயே ஆணாதிக்கமுடையதல்ல என்பதை நிரூபிப்பதிலும் கடந்த காலத்தில் இஸ்லாமியர்களின் மகத்துவத்தையும் கணிதம் மற்றும் அறிவியலின் முன்னேற்றத்திற்கு இஸ்லாமிய அறிஞர்களின் பங்களிப்பையும் நிரூபிப்பதிலும் நம்முடைய ஆற்றலையும் நேரத்தையும் செலவிடுகிறோம் அல்லது இஸ்லாத்தின் மீதான கறைகளாக நம்மை நாமே ஏளனம் செய்துகொள்கிறோம். இஸ்லாம் இனமாக்கப்படாமலும் பாதுகாப்புப் பிரச்சினையாகப் பார்க்கப்படாமலும் இருந்தால், அதை வெறுமனே 'இனவெறித் தாக்குதல்களுக்கு எதிராகக் காப்பாற்றிக் கொண்டிருக்காமலிருந்தால் நாம் என்ன மாதிரியான கேள்விகளைக் கொண்டிருப்போம்?[24] நிகழ்காலத்தில் நாம் என்ன உரிமைகளைக் கோர முடியும்? நாம் என்ன வகையான இஸ்லாமியர்களாக இருக்க முடியும்? எந்த விதமான எச்சரிக்கைகளும் இல்லாமல் நம்முடைய சொந்த நிபந்தனைகளின் அடிப்படையில் நாம் என்ன மாதிரியான எதிர்காலத்தைக் கற்பனை செய்ய முடியும்?

மதச்சார்பற்ற அரசுகள் அவர்களின் நோக்கங்களை ஏற்றுக்கொள்ளும் பணிவான மக்களை உருவாக்குவதற்கான முயற்சிகள், மதச்சார்பற்ற பார்வையின் வழியாகக் கூட முழுமையாகப் புரிந்துகொள்ள முடியாத வகையில் வன்முறையானவையாகும். உண்மையில், மதச்சார்பின்மை இஸ்லாமியரை இஸ்லாமியராகப் பார்க்க மறுக்கிறது, ஆனால் தொடர்ந்து இஸ்லாத்தின் வரையறையைக் கட்டுப்படுத்துகிறது. இனவெறி எதிர்ப்பு இயக்கங்கள் அத்தகைய கட்டுப்பாடுகளை ஏற்றுக்கொள்ளும்போது, அவர்கள் இஸ்லாமைக் காட்டுமிராண்டித்தனமானதாகவும் ஐரோப்பாவை உயர்ந்ததாகவும் காட்டும் காலனியாதிக்க இனவாத தர்க்கங்களை நிலைநிறுத்துகிறார்கள். இஸ்லாமியர்கள் அந்தக் கட்டுப்பாடுகளை உள்வாங்கும்போது, நம்முடைய

24. Morsi, Radical Skins, p. 165.

உலகத்தை மாற்றுவதற்கான உந்து விசையாக இருப்பதற்கு மாறாக வெறுமனே அரசியலிலிருந்து விலகி வீட்டிலேயே இருக்கும் நம்முடைய தனிப்பட்ட அடையாளத்தின் ஒரு பகுதியாகச் சுருக்கப்பட்ட இஸ்லாமின் தோற்றத்தை ஏற்றுக்கொள்கிறார்கள்.

ஆனால், இஸ்லாம் இயல்பாகவே தனிப்பட்ட நம்பிக்கையின் கட்டுப்பாடுகளை மறுக்கிறது ஏனென்றால் அது உலகத்தை மேம்படுத்துவதைக் கோருகிறது. நாம் பொறுப்புள்ளவர்களாக உருவாக்கப்பட்டிருக்கிறோம், நாம் வெறும் பார்வையாளர்களாக இருக்க முடியாது. அதன் பொருள் இஸ்லாம் தேசிய அரசுகள் மற்றும் முதலாளித்துவத்தின் அநீதியான மேலாதிக்கத்தை அச்சுறுத்துகிறது. அரசுகளும் இராணுவங்களும் பாதுகாப்புத் தொழில்களும் இஸ்லாமைக் கையகப்படுத்துவதில் அதிக முதலீடு செய்வது, இஸ்லாமியர்களின் அறிவும் அர்ப்பணிப்பும் அல்லாஹ்வுடனான உறவும் தற்போதைய உலக ஒழுங்கை மிகவும் அச்சுறுத்துகிறது என்பதைக் குறிக்கிறது. இறுதியில், ஒன்று இந்த இஸ்லாம் முழுமையாகக் காலனியாதிக்க அடக்குமுறையின் வார்ப்புக்குள்ளேயே மறுஉருவாக்கம் செய்யப்பட வேண்டும் அல்லது முற்றிலும் வேறொரு உலகில் முடிவடைய வேண்டும்.

அத்தியாயம் 8
எல்லைப் பாதுகாப்பு என்கிற பெயரில் உயிர்களை அழித்தலும் செல்வங்களைக் குவித்தலும்

சுக்ரி அப்டி, அவருடைய நாடான சோமாலியாவில் ஏற்பட்ட மோதல் காரணமாக கென்யாவிலுள்ள ஓர் அகதிகள் முகாமில் வாழ்க்கையைத் தொடங்கினார். 2017இல் ஐக்கிய நாடுகள் சபையின் பாதிக்கப்படும் அகதிகளுக்கான ஒரு திட்டத்தின் கீழ் அவர் ஐக்கிய பேரரசிற்கு கொண்டுவரப்பட்டார். ஆனால் 2019 ஜூன் 27 அன்று, 12 வயதில், மான்செஸ்டர் மாநகரிலுள்ள இர்வெல் ஆற்றில் அவருடைய உடல் கண்டெடுக்கப்பட்டது. அவர் இறப்பில் சந்தேகத்திற்குரிய சூழ்நிலைகள் இருந்தபோதிலும், முன்னரே அவர் மாதக் கணக்கில் கொடுமைப்படுத்தப்பட்டிருந்த போதிலும் பிரேதக் கூராய்வு அவருடைய இறப்பை ஒரு விபத்து என்றே தீர்ப்பளித்தது. அமைப்பு ரீதியான வெள்ளை மேலாதிக்க மற்றும் இஸ்லாமிய வெறுப்புச் சூழ்நிலைகளில் ஒரு கறுப்பு இஸ்லாமிய அகதிச் சிறுமியின் இறப்பை உண்மையாகவே ஒரு விபத்தாகக் கருத முடியுமா என்பதை ஆராய, எல்லைப் பாதுகாப்பு வன்முறை, குடியேற்றக் கட்டுப்பாடுகள் மற்றும் இஸ்லாமிய வெறுப்பு ஆகியவற்றிற்கிடையேயான தொடர்பைப் பற்றி இந்த அத்தியாயத்தில் பார்ப்போம்.

பிரிட்டன், அமெரிக்க ஐக்கிய அரசு, ஐரோப்பா, ஆஸ்திரேலியா போன்ற நாடுகளில் எல்லை மற்றும் குடியேற்றக் கட்டுப்பாடுகளை நியாயப்படுத்துவதில் முதன்மையான காரணங்களில் ஒன்று 'இஸ்லாமிய அச்சுறுத்தலுக்கு' எதிராக நாட்டைப் பாதுகாப்பது என்பதாகும். இடம்பெயர்தலை நாட்டின் பாதுகாப்புடன் இணைக்கும் பத்திரிகையாளர்களால்,

கட்டுப்பாடற்ற எல்லைகள் பயங்கரவாதிகளை 'நம்முடைய நிலத்திற்குள்' ஊடுருவ அனுமதிக்கின்றன என்கிற கருத்து அரசியல் தளங்கள் முழுவதும் பரப்பப்பட்டிருக்கிறது.[1] எடுத்துக்காட்டாக, 2016இல், நீதித்துறைக்கான அரசுச் செயலர் மைக்கேல் கோவ் 'இயங்குவதற்கான சுதந்திரம்' என்பது ஐரோப்பாவிற்குப் பயங்கரவாதிகளை அழைக்கிறோம் என்ற அறிவிப்புப் பலகையைத் தொங்கவிடுவது போன்றது என்று சொன்னார்.[2] இடம்பெயர்பவர்கள் 'நம்முடைய' வேலைகளையும் பயன்களையும் மற்றும் பெண்களையும் எடுத்துக்கொள்கிறார்கள் என்று மேற்கத்திய அரசுகளுக்கு அச்சுறுத்தல்களாகச் சொல்லப்பட்டவைகளின் பட்டியலில் பயங்கரவாதமும் இணைந்துகொள்கிறது.

இதுபோன்ற கதைகள் எல்லைகளில் இடம்பெயர்வோர் மீதும் அகதிகள் மீதும் நடத்தப்படும் வன்முறையை நாம் கண்டுகொள்ளாமல் இருப்பதற்குக் காரணமாக இருக்கின்றன. மேலும், அவை மேற்கத்திய நாடுகள்தான் 'குடியேறிகள்', 'அடைக்கலம் கோருபவர்கள்' என்று முத்திரை குத்தப்பட்டவர்களை இடம்பெயரச் செய்யும் பயங்கரவாதத்தைக் கொண்டுவந்தவர்கள் என்ற உண்மையை மறைக்கின்றன. இயற்கை வளங்களையும் செல்வங்களையும் திருடிக் காலனி நாடுகளைச் சீர்குலைத்த காலனியாதிக்கத்தின் தாக்கங்களின் காரணமாகத்தான் மக்கள் ஐரோப்பாவிற்குள் அடைக்கலம் அல்லது இடம்பெயரக் கோருகிறார்கள். ஏகாதிபத்தியம் உலகளாவிய கடன் சார்பு நிலைமைகளையும் காலநிலைப் பேரழிவுகளையும் உருவாக்குகிறது. அத்துடன் சில பத்தாண்டுக் கால பயங்கரவாதத்தின் மீதான போரும் அதன் பின்னரான மோதல்களும் வன்முறை, அழிவு, நோய், பசி, துன்பம் ஆகிய நிலைமைகளை உருவாக்கியுள்ளன.

பொதுச் சிந்தனையில் 'குடியேறிகளும்' 'அடைக்கலம் கோருபவர்களும்' 'இஸ்லாமியர்களும்' ஒன்றாகப் பார்க்கப்படுகிறார்கள். ஏற்கெனவே இஸ்லாமியர்கள் பயங்கரவாதி களாகவும் இடம்பெயர்பவர்கள் அத்துமீறுபவர்களாகவும் குற்றவாளிகளாக்கப்பட்டதால் பெரும்பாலான மக்கள் ஐக்கியப்

---

1. https://unhcr.org/56bb369c9.html (accessed March 2021).
2. https://independent.co.uk/news/uk/politics/eu-referendum-michael-gove-s-full-statement-why-he-backing-brexit-a6886221.html (accessed February 2021).

பேரரசுக்குள் நுழையக் கோருவது ‘சட்டவிரோதம்’ என்ற அரசின் அறிவிப்பை உடனே ஏற்றுக்கொள்கிறார்கள். இருப்பினும், சட்டங்கள்தான் மக்களைச் சட்ட விரோதமானவர்களாக்குகிறது, அது ஐக்கியப் பேரரசில் ஒரு முரண்பாடான அடிப்படையில் உள்ளது. அதாவது, ஐக்கியப் பேரரசு அதன் எல்லைக்குள் இருப்பவர்கள் அடைக்கலம் கோருவதை மட்டுமே ஏற்றுக்கொள்கிறது, எனவே அது பெரும்பாலான மக்களைச் சட்ட விரோதமாக நுழைந்து, சட்டப் பூர்வமானவர்களாக மாற விண்ணப்பிக்கக் கட்டாயப்படுத்துகிறது. இது பெரும்பாலான விண்ணப்பங்கள் ஆரம்பத்தில் நிராகரிக்கப்பட்டு, இரத்து செய்ய பல ஆண்டுகள் வரை ஆகும் மன உளைச்சல் மிக்க, அதிகாரத்துவமான செயல்முறையாகும். கூடுதலாக, ஆபத்தான பயணங்களின்போது துன்புறுத்தப்படுதல், தொலைத்துவிடுதல் அல்லது கொள்ளையடிக்கப்படுதல் காரணமாக அதிகாரப்பூர்வமான அடையாள ஆவணங்கள் இல்லாமல் வருவதால் பலர் தங்குவதற்கான உரிமை மறுக்கப்படுகிறார்கள். அடைக்கலம் மறுக்கப்படுவதால் மக்கள் நாடற்றவர்களாக்கப்படுகிறார்கள், சுரண்டலுக்குப் பாதிக்கப் படக்கூடியவர்களாகிறார்கள். ஏனென்றால் அவர்கள் நாடு கடத்தப்படுவதைத் தவிர்க்க அரசிடமிருந்து ஒளிந்துகொள்ள வேண்டியிருக்கிறது.

உண்மையில், தொடர் குடியேற்றச் சோதனைகள் அத்தகைய மக்களையே குறிவைக்கிறது, அவர்களின் உடைமைகளைப் பறிக்கிறது, நாடு கடத்துவதற்காகத் தடுப்புக் காவலில் வைக்கிறது. அத்தகைய சோதனைகள் குடியிருப்புகளிலும் தொழிற்சாலைகளிலும் உணவகங்களிலும் முதலாளிகளின் ஒத்துழைப்புடன் *SOAS* (கிழக்காசிய மற்றும் ஆப்பிரிக்க படிப்புகளுக்கான) பல்கலைக்கழகம் முதல் பைரன் பர்கர்ஸ் (*Byron Burgers*) வரை நடக்கிறது.[3] கைது செய்யப்படுவோம் அல்லது நாடு கடத்தப்படுவோம் என்ற அச்சுறுத்தல் பாதிக்கப்படக்கூடிய மக்களை அச்சுறுத்துகிறது, ஆவணமில்லாத குடியேறிகளும் அகதிகளும் அநீதியான நில உடைமையாளர்களால் சுத்தம் செய்தல், காய்கனிகல் பறித்தல், சிப்பமிடுதல் போன்ற மிகவும்

3. https://theguardian.com/uk-news/2016/jul/28/it-was-a-fake-meeting-byron-hamburgers-staff-on-immigration-raid (accessed March 2021); and https://irr.org.uk/article/soas-occupied-after-cleaners-detained-and-forcibly-removed/ (accessed July 2021).

களைப்பை உண்டாக்கும் வேலைகளில் முதலாளிகளால் திணிக்கப்படும் அடக்குமுறை வேலை நடைமுறைகளுடன் இணங்கிச் செல்லவேண்டிய கட்டாயத்துக்குள்ளாகிறார்கள். எனவே, 'எல்லை' என்று நாம் அழைப்பது பிரிட்டன் என்று பெயரிடப்பட்ட நிலத்தின் விளிம்புகளை மட்டும் குறிக்கவில்லை, அது வேலை இடங்களிலும் வீடுகளிலும் கூட மக்களை அச்சுறுத்துகிறது. தற்போது நீங்கள் ஒரு வங்கிக் கணக்கைத் துவங்கும்போதும் வாடகைக்கு வீடு வாங்கும்போதும் அல்லது வேலைக்காக விண்ணப்பிக்கும்போதும் கூடச் கடவுச்சீட்டும் குடியுரிமை நிலையும் சோதனை செய்யப்படுகிறது.

இந்தப் பெரிதும் தொல்லையான அமைப்பு மேலும் தண்டனையாக மாறக்கூடும். நான் இதை எழுதும் நேரத்தில், உள்துறைச் செயலாளர், பிரிதி படேல், ஐக்கியப் பேரரசுக்குள் சட்டவிரோதமான வழிகளைப் பயன்படுத்தி நுழையும் அகதிகளுக்கு அடைக்கல உரிமையை மறுப்பதற்குத் திட்டமிடுகிறார். சரியான ஆவணங்கள் இல்லாதவர்களுக்கு நுழைவிற்கான பாதுகாப்பான வழிகள் சட்டவிரோதமாக்கப்பட்டுள்ளதால், சட்டப்பூர்வமான வழிகளைத் திறக்காமலிருப்பது பிரிட்டிஷ் கால்வாய் முழுவதும் உயிருக்கு ஆபத்தான பயணங்களை மேற்கொள்ளும் ஒரு அசாத்தியமான சூழ்நிலையை உருவாக்குகிறது. எனவே, பிரிட்டிஷ் அரசியல்வாதிகள் நீரில் மூழ்கிய அகதிகளுக்கு அனுதாபங்களைப் பகிர்ந்துகொள்ள விரும்பினாலும், அவர்கள் எடுக்கும் முடிவுகள்தான் அந்த மரணங்களை அவசியமாக்குகின்றன.

ஜூலை 2021இல் ஆங்கிலக் கால்வாயைக் கடக்கும் மக்களின் எண்ணிக்கை 2020 முழுவதும் கடந்தவர்களின் எண்ணிக்கையைத் தாண்டிவிட்ட போது,[4] பிரிட்டன் உள்துறை அலுவலகம் பிரான்சுக்கு அவர்களின் எல்லையைக் கடப்பவர்களைத் தடுக்க 54 மில்லியன் பவுண்ட் கொடுக்கப்போவதாக அறிவித்தது. 2020இல், ஆங்கிலக் கால்வாயைக் கடக்கும் குடியேறிகளின் படகுகளைக் கண்காணிக்கவும் இடைமறிக்கவும் பிரிட்டன் அரசாங்கம் ஏற்கெனவே 29 மில்லியன் டாலர் மதிப்புள்ள

---

4. https://news.sky.com/story/mps-back-new-immigration-bill-which-makes-arriving-in-uk-without-permission-a-criminal-offence-12359884 (accessed July 2021).

ஒரு இராணுவ ட்ரோனை வைத்திருக்கிறது.[5] தங்கள் சொந்த நாடுகளில் பயன்படுத்தப்படும் இதே மாதிரியான ட்ரோன் தொழில்நுட்பத்தின் பாதிப்புகளிலிருந்து தப்பியோடி வரும் பலர் உள்ளிட்ட ஆதரவற்ற மக்களுக்கு எதிரான இத்தகைய செலவீடும் விலையுயர்ந்த இராணுவத் தொழில்நுட்பத்தின் பயன்பாடும் எல்லை என்பது வெறுமனே உலகளாவிய இராணுவக் காவல் எந்திரத்தின் நீட்டிப்பு என்பதைக் காட்டுகிறது. இது உலகின் இனமாக்கப்பட்ட ஏழைகளை, ஐரோப்பா அவர்களிடமிருந்து திருடிய வளங்களிலிருந்து விலக்கி வைப்பதற்காக வடிவமைக்கப்பட்டிருக்கிறது.

எங்கும் எல்லை

ஐரோப்பிய எல்லைக் கட்டுப்பாடுகள் என்பது ஐரோப்பாவிற்கு மட்டுமானதாகச் சுருக்கப்படவில்லை. அரசுகள் அவர்களின் எல்லைகளை ஏற்றுமதி செய்வது அதிகரித்து வருகிறது, எனவே இடம்பெயர்வோர் அவர்கள் ஐரோப்பாவிற்கு வருவதற்கு முன்னரே தடுத்து நிறுத்தப்படுகிறார்கள். உதாரணமாக, உதவி என்ற போர்வையில், மத்திய மற்றும் மேற்கு ஆப்பிரிக்கக் குடியேறிகளை ஐரோப்பாவைக் கடக்க முயற்சி செய்வதற்கு முன்பே தடுத்து நிறுத்தவும் திருப்பி அனுப்பவும் ஐக்கியப் பேரரசு மொராக்கோ மற்றும் துனிசிய எல்லைப் படைகளுக்குத் தொழில்நுட்பத்தையும் நிதியையும் பயிற்சியையும் வழங்குகிறது.[6] புர்கினா பாசோ, சாட், மாலி, மொரிட்டானியா மற்றும் நைஜர் ஆகிய நாடுகளுக்கிடையே இராணுவமயப்படுத்தப்பட்ட பயங்கரவாத எதிர்ப்பு மற்றும் குடியேற்ற எதிர்ப்புப் படைகளின் கலவையான G5 சாஹெல் குறுக்கு எல்லைப் படையை நிறுவுவதற்கும் ஐரோப்பிய ஒன்றியம் உதவியுள்ளது. கறுப்பு ஆப்பிரிக்க இஸ்லாமியர்கள் வட ஆப்பிரிக்காவிற்குள் நுழைவதைத் தடுப்பதே அதன் வேலையாகும்.[7]

---

5. https://businessinsider.com/uk-deploys-military-drone-migrants-english-channel-record-crossings-2020-9?r=US&IR=T (accessed March 2021).

6. https://privacyinternational.org/long-read/2780/project-hunter-uk-programme-exporting-its-border-abroad (accessed January 2021).

7. Harsha Walia, *Border and Rule: Global Migration, Capitalism, and the Rise of Racist Nationalism* (UK: Haymarket Books, 2021), p. 221.

அத்தகைய ஆயுதமேந்திய படைகளைக் கடந்து, ஆயிரக் கணக்கான மைல்கள் பெரும்பாலும் தடமில்லாத பாலைவனத்தின் வழியாக, லிபியா போன்ற கடலோர நாடுகளுக்குச் செல்பவர்கள் அடிமைப்படுத்தப்படுகிறார்கள், கடத்தப்படுகிறார்கள், பாலியல் வன்முறைக்குள்ளாகிறார்கள், பல நேரங்களில் மரணத்துக்குள்ளாகிறார்கள்.[8] அவர்கள் அங்கிருந்து தப்பிப் பிழைத்துக் கடலை அடைந்தால், அங்கிருந்து மத்திய தரைக்கடல் வழியான ஐரோப்பாவிற்கான பயணம் ஒவ்வொரு ஆண்டும் தடயமே இல்லாத வகையில் ஆயிரக்கணக்கானோரை விழுங்குகிறது. இந்த நிலைமைகள் அகதிகளின் அனுபவங்கள் ஒரே மாதிரியானதாக இல்லை என்பதற்கான ஒரு கடுமையான நினைவூட்டலாகும். லிபியா போன்ற நாடுகளில், அரேபியர்கள் அவர்களே ஐரோப்பாவின் எல்லை வன்முறைகளையும் இஸ்லாமிய வெறுப்பையும் அனுபவிக்கும்போதும் கூட, கறுப்பர்களுக்கு எதிரான இனவெறி, அரேபியர்கள் கறுப்பு ஆப்பிரிக்கர்களின் உழைப்பைச் சுரண்டுவதற்கும் அவர்களை மனித மாண்பற்ற நிலைக்குத் தள்ளுவதற்கும் வழிவகுக்கிறது. எனவே இனரீதியான வன்முறையில் இஸ்லாமிய நாடுகளின் ஒன்றிணைவு, கறுப்பு இஸ்லாமியர்கள் ஐரோப்பாவிற்கு வருவதற்கு முன்பே எதிர்கொள்ளும் துன்புறுத்தல்களின் காரணிகளைப் பெருக்குகிறது.

பகைமைச் சூழலை உருவாக்குதல், நாடு கடத்துதல், ட்ரோன் தொழில்நுட்பம் மற்றும் வெளிநாட்டு எல்லைப் படைகளுக்கு பயிற்சியளிப்பது என குடியேறிகளை வெளியே தடுத்து நிறுத்துவதற்கு ஐரோப்பா பில்லியன் கணக்கான பவுண்ட்களை கொட்டுகிறது. ஆனால் இந்த நடவடிக்கைகள் எதுவும் 'வேலை' செய்வதில்லை ஏனென்றால் அவர்கள் இடம்பெயர்வதற்கான மூலக் காரணங்களைத் தீர்ப்பதில்லை, அவர்கள் வெறுமனே இடம்பெயர்பவர்களைக் குற்றவாளியாக்குகிறார்கள். எடுத்துக்காட்டாக, வறட்சி, வெள்ளம் மற்றும் காடுகள் அழிப்பு ஆகியவை ஒவ்வொரு ஒன்று முதல் இரண்டு நொடிகளுக்கும் ஒரு நபரை இடம்பெயரச் செய்கிறது.[9] வரலாற்று ரீதியாக ஐரோப்பியர்கள் காலனி நாடுகளிலிருந்து பயிர்களை எடுத்துக்கொண்டது, தற்போதைய பெருநிறுவனங்களின் நில

---

8. https://time.com/longform/african-slave-trade/ (accessed March 2021).
9. Walia, *Border and Rule*, p. 70–73.

அபகரிப்பு மற்றும் கட்டமைப்பு சரிசெய்தல் கொள்கைகள் ஆகியவைதான் *(structural-adjustment-policies)* இந்த காலநிலைப் பேரிடர்களுக்குக் காரணமாகும். இவற்றைக் கையாள்வதற்கு எல்லைக் கட்டுப்பாடுகள் எதுவும் செய்வதில்லை. அதே போல, குடியேற்றக் கட்டுப்பாடுகள் ஏகாதிபத்திய போர்களையும் அதைத் தொடர்ந்த மோதல்களையும் தீர்ப்பதில்லை, அது ஒவ்வொரு நாளும் மக்களை இடம்பெயரச் செய்கிறது.

சிறைப்படுத்தப்படுதலும் சமூகத்திலிருந்து ஒதுக்கப்படுதலும்

2019இல், அமெரிக்க ஐக்கிய அரசுகளின் அதிபர் டொனால்ட் டிரம்ப் அமெரிக்காவிற்கு வரும் ஆவணமில்லாத குடியேறிகள் அனைவரையும் எதிரிநாட்டுப் படைவீரர்களாகக் கருத வேண்டும் என்றும் அவர்களைக் குவாண்டனாமோ விரிகுடாவிற்கு அனுப்ப வேண்டும் என்றும் முன்மொழிந்தார்.[10] அகதிகளை அச்சுறுத்தும் இராணுவப் படையாகக் கருதுவது ஆச்சரியமூட்டுவதாக இருக்கலாம், ஆனால் அது பிரிட்டனில் ஏற்கெனவே நன்கு நிறுவப்பட்டுள்ள ஒன்றாகும்.[11] பிரிட்டனில் இராணுவப் பாதுகாப்புக் காவல் முகாம்களை மாதிரியாகக் கொண்ட தடுப்புக் காவல் மையங்கள் அடைக்கலம் கோரும் மக்களைக் கால வரையறையின்றித் தங்க வைக்கின்றன. பத்தாயிரக்கணக்கான அடைக்கலம் கோரும் மக்களும், விசாக்களைப் புதுப்பிப்போரும், தவறான ஆவணங்களை வைத்திருப்போரும் பிரிட்டனால் குடியுரிமை நீக்க மையங்கள் *(IRCs)* என்று அழைக்கப்படுபவைகளில் சிறைப்படுத்தப்பட்டுள்ளனர். அறிஞர் லிஸ் ஃபெகெட், குடியுரிமை நீக்க மையங்கள் அடைக்கலம் கோருபவர்களுக்கு ஒரு தனிச் சிறை ஆட்சியை நிறுவியுள்ளது, அவை தென்னாப்பிரிக்காவில் நடந்த பிரிட்டனின் போயர் போரின்போது ஆப்பிரிக்கர்களைச் சிறைப்படுத்த உருவாக்கப்பட்ட இராணுவ வதை முகாம்களின் அடிப்படையில் உருவாக்கப்பட்டது என்று சொல்கிறார்.[12]

---

10. https://theguardian.com/us-news/2019/nov/13/trump-proposed-sending-undocumented-migrants-to-guantanamo-anonymous-book-claims (accessed March 2021).

11. Liz Fekete, *A Suitable Enemy: Racism, Migration and Islamophobia in Europe* (London: Pluto, 2009), p. 148.

12. Ibid.

ஐக்கியப் பேரரசு மட்டும்தான் அத்தகைய சிறைப்படுத்துதலுக்கு உச்ச வரம்புகளைக் கொண்டிராத ஒரே ஐரோப்பிய நாடாகும். இது குடியுரிமை நீக்க மையங்களில் தாங்கள் எப்போது விடுவிக்கப்படுவோம் அல்லது அடுத்து என்ன நடக்கும் என்றே தெரியாத கைதிகளுக்கு மனக்கலக்கத்தை ஏற்படுத்துகிறது. அது அவர்களை மன அழுத்தம், கவலை, தன்னையே காயப்படுத்துதல், தற்கொலை ஆகிய நிலைமைகளுக்கு இட்டுச் செல்கிறது.

மேலும், யார்ல்ஸ் உட்தடுப்புக் காவல் மையத்தில் சிறைப்படுத்தப்பட்ட பெண்களும் குழந்தைகளும் பாலியல் ரீதியாகவும் பிற வடிவங்களிலும் துன்புறுத்தல்களை எதிர்கொண்டார்கள். கர்ப்பிணிப் பெண்களைச் சிறைப்படுத்தியது உள்துறை அலுவலகத்தின் வழிகாட்டுதல்களுக்கு எதிரானது என்பது அனைவரும் அறிந்ததாகும். மருத்துவர்களால் தங்கள் குறைகள் புறக்கணிக்கப்பட்டதால் பல மக்கள் இறந்தும் போயிருக்கிறார்கள்.[13] இந்த அமைப்பு மனித உரிமைகள் மீது எந்தக் கவனமும் கொண்டிருக்கவில்லை. இது நாடு கடத்துவதற்கு இணங்கச் செய்வதற்காக மக்களை அச்சுறுத்துவதுடன் அலட்சியப்படுத்துகிறது. அங்கு உடல் ரீதியான துன்புறுத்தல்களும் பொதுவாக இருக்கிறது. ஒரு முன்னாள் கைதியின் சொற்களில், 'நான் சிறையில் இருந்த நேரத்தில் எனக்கு ஒரு படுக்கை வழங்கப்பட்டிருந்தது. அது மெத்தை இல்லாத ஓர் இரும்புப் படுக்கை. அது குறித்து நான் புகார் செய்ய முயற்சித்த போது காவலாளிகளால் பயங்கரமாகத் தாக்கப்பட்டேன். ஒரு வார காலத்திற்கு நான் தனிமையில் வைக்கப்பட்டேன்... என்னால் சில விவரங்களைச் சொல்லக் கூட முடியவில்லை, அவை என்னை அழ வைக்கும்.'[14]

கைது செய்யப்பட்டவர்கள் இந்த நிலைமைகளை உண்ணாநிலைப் போராட்டங்கள் உள்ளிட்ட போராட்டங்கள் மூலம் தொடர்ந்து எதிர்த்து வருகிறார்கள், மற்றவர்களும் வெளியிலிருந்து ஆதரவுப் போராட்டங்களில் பங்கேற்கிறார்கள். இருப்பினும், தடுப்புக் காவல் வளாகம் என்பது தனியான அமைப்பு அல்ல, அது சிறை அமைப்பின் ஒரு பகுதியாகும். குறிப்பாக அது சட்டப்பூர்வமான விதிகளுக்குக் கட்டுப்படாமலிருப்பது பயங்கரவாத எதிர்ப்பு அமைப்புடன் ஒத்துப் போகிறது. எனவே, குடியேற்றத் தடுப்புக்

---
13. Leah Cowan, Border Nation: *A Story of Migration* (London: Pluto, 2021), p. 108.
14. https://detainedvoices.com/page/5/ (accessed March 2021).

காவல் மையங்களுக்கான எதிர்ப்பு என்பது பெரும்பாலும் அவை ஒரே பெருநிறுவனங்களால் நடத்தப்படுவதால், மக்களைச் சிறைப்படுத்தும் மற்றும் காவலில் வைக்கும் அனைத்து வடிவங்களுக்கும் நீட்டிக்கப்பட வேண்டும்.

முன்பு ஆப்கானிஸ்தானில் தனியார் இராணுவச் சேவை வழங்கும் ஒரு நிறுவனமாகக் குறிப்பிடப்பட்ட பன்னாட்டுப் பெருநிறுவனங்களில் ஒன்றான G4S, செர்கோ மற்றும் சொடெக்சோ உடன் சேர்ந்து ஐக்கியப் பேரரசின் 14 சிறைகளை நிர்வகிக்கிறது. அது சிறை மக்கள்தொகையில் 18% ஆகும். மேலும் அவர்கள் மிட்டி மற்றும் GEO குழுமத்துடன் சேர்ந்து, மார்டன் ஹாலைத் தவிர ஐக்கியப் பேரரசில் உள்ள அனைத்துத் தடுப்புக் காவல் மையங்களையும் நடத்துகிறார்கள். அவர்கள் பல மில்லியன் பவுண்ட் மதிப்புள்ள அரசாங்க ஒப்பந்தங்கள் மூலமாகவும் கைதிகளுக்கான சுகாதார மற்றும் மருத்துவ பாதுகாப்புக்கான செலவைக் குறைப்பதன் மூலமாகவும் கைதிகளுக்குச் சுத்தம் செய்வதற்கும் சமைப்பதற்கும் ஒரு மணி நேரத்திற்கு 1 பவுண்ட் அல்லது சிறையில் ஒரு வேலைவாரத்திற்கு 80 பவுண்ட் எனக் குறைவான ஊதியம் கொடுப்பதன் மூலமாகவும் இலாபமடைகிறார்கள்.[15] ஐக்கியப் பேரரசில் முந்நூறுக்கும் அதிகமான தொழில்நிறுவனங்கள் அத்தகைய தொழிலாளர் வளத்தைப் பயன்படுத்துகிறார்கள்.[16]

குடியுரிமை நீக்க மையங்களிலுள்ள கைதிகளை மதத்தின் அடிப்படையில் பிரிப்பது கடினம் என்றாலும், புரூக் ஹவுஸ் மற்றும் டின்ஸ்லி ஹவுஸ் தடுப்புக் காவல் மையத்தில் இருப்பவர்களில் 50 சதவீதத்திற்கும் மேல் இஸ்லாமியர்கள் என்பதை நாம் அறிவோம்.[17] ஐக்கியப் பேரரசின் சிறைகளில் உள்ள 15% இஸ்லாமியர்களைப் போலவே அவர்களும் தனித்த துன்புறுத்தல்களை எதிர்கொள்கிறார்கள். தடுப்புக் காவலில் உள்ள இஸ்லாமியர்களின் எண்ணிக்கை, பல குடியுரிமை நீக்க மையங்களில் ஜும்மா தொழுகைகளுக்குகூட இடமளிக்கப் போதுமான இடமில்லாத நிலையில் இருக்கிறது

15. Cowan, Border Nation, p. 12; and James Trafford, *The Empire at Home: Internal Colonies and the End of Britain* (London: Pluto, 2020), p. 78.

16. Trafford, *End of Empire*, p. 78.

17. https://law.ox.ac.uk/research-subject-groups/centre-criminology/centreborder-criminologies/blog/2020/01/religion (accessed March 2021).

என்று அரசாங்கத்தின் சொந்த ஆவணங்கள் காட்டுகின்றன.[18] சுகாதாரமற்ற நிலைமைகள் இஸ்லாமியர்களைத் திறந்தவெளிக் கழிப்பிடங்களுக்கு அருகில் தொழுக வேண்டிய நிலைக்குத் தள்ளியது. இது 2018இல் ஒரு உயர் நீதிமன்றத்தில் மனித உரிமைகள் மீறல் என்று தீர்ப்பளிக்கப்பட்டது.[19] எனவே இஸ்லாமிய வெறுப்பானது எல்லைக் கண்காணிப்பை நியாயப்படுத்துவதற்கு மட்டும் பயன்படுத்தப்படுவதில்லை, எல்லைக் கட்டுப்பாடுகள் கைது செய்யப்பட்டவர்களின் எண்ணிக்கையின் காரணமாக இஸ்லாமியர்களுக்குத் தனித்த, நியாயமற்ற வழிகளில் தீங்கு விளைவிக்கிறது. இது அகதிகளுக்கும் இடம்பெயர்பவர்களுக்கும் உதவும் எந்தவொரு இயக்கமும் கண்டிப்பாக இஸ்லாமிய வெறுப்பை அதன் அனைத்து வடிவங்களிலும் எதிர்த்துத் தீவிரமாக வேலை செய்ய வேண்டும் என்ற ஒரு நினைவூட்டலாகும்.

குடியுரிமை நீக்க மையங்களின் நோக்கம் இறுதியில் நாடு கடத்துவதற்காக மக்களை வைத்திருப்பதாகும். அரசாங்கம் நாடு கடத்தும் விமானங்களைத் தனியார் நிறுவனங்களிடமிருந்து வாடகைக்கு எடுப்பதன் மூலம் அந்த நிறுவனங்கள் ஒரு நபரை நாடு கடத்த 12,000 பவுண்டுகள் வரை ஈட்டுவதாக அறியப்படுகிறது.[20] அடிப்படையில் அத்தகைய வலுக்கட்டாய நீக்கங்கள் குடியுரிமை நீக்க மையங்களிலிருந்தும் குடியேற்றச் சோதனைகளிலிருந்தும் மக்களைக் கடத்திச் செல்கின்றன. மேலும், தங்களுக்குத் தொடர்பில்லாத குற்றங்களுக்காகத் தண்டிக்கப்பட்டவர்களும் வீடற்றவர்களாக்கப்பட்டவர்களும் மோசமானதாக வின்ட்ரஷ் தலைமுறையினரும் வன்முறையான நிலைமைகளில் வழக்கமாக அன்றாட விமானப் பயணிகளிடமிருந்து மறைக்கப்பட்டு இரகசிய விமானங்களில் ஏற்றிச் செல்லப்படுவது அதிகரித்து வருகின்றன.[21] சிலர் வழக்கறிஞர்களையோ நண்பர்களையோ தொடர்புகொள்ளக் கூட நேரம் இருப்பதில்லை. இந்த

---

18. Stephen Shaw, Review into the Welfare in Detention of Vulnerable Persons (London: Home Office, 2016), p. 138.

19. https://gardencourtchambers.co.uk/news/high-court-rules-on-discriminatory-and-unlawful-practices-at-brook-house-muslim-immigration-detainees-forced-to-worship-in-degrading-conditions (accessed March 2021).

20. https://theguardian.com/politics/2020/feb/12/deportation-flights-for-37-people-cost-home-office-443000 (accessed March 2021).

21. Trafford, *End of Empire*, p. 136.

விமானங்களில் கொண்டுவருவதற்காக அவர்கள் பெரும்பாலும் வாய் கட்டப்பட்டு, இருக்கையில் கட்டி வைக்கப்படுகிறார்கள், சில நேரங்களில் மயக்க மருந்துகள் கூடக் கொடுக்கப்படுகிறது. ஆயுதமேந்திய காவலர்கள், நாய்கள் எனப் பலவற்றையும் எதிர்கொள்கிறார்கள்.[22] 2010இல் மூன்று G4S காவலர்கள் ஜிம்மி முபெங்காவை அங்கோலாவிற்குச் செல்லும் ஒரு பிரிட்டிஷ் ஏர்வேஸ் விமானத்தில் கட்டுப்படுத்தி வைத்திருக்க மிக அதிகமான பலத்தைப் பயன்படுத்தியபோது அவர் கொலை செய்யப்பட்டார். அவருடைய இறப்பிற்கு G4S நிறுவனத்திலிருந்தோ அரசாங்கத்திலிருந்தோ ஒருவர் கூட பொறுப்பேற்றுக்கொள்ளவில்லை. எந்த நோக்கத்திற்காக அத்தகைய வன்முறைகள் தேவைப்படுகின்றன?

கொள்ளையடிக்கப்பட்ட வளங்களைப் பாதுகாத்தல்

நாடின் எல்-எனனி, பார்டரிங் பிரிட்டன் என்ற அவருடைய நூலில் பிரிட்டிஷ் குடியேற்றச் சட்டங்கள் எப்படி இனமாக்கப்பட்ட மக்களுக்கு ஒரு பகைமைச் சூழலை உருவாக்குவதை நோக்கமாகக் கொண்டுள்ளன என்பதை விளக்குகிறார்.[23] 1948 பிரிட்டிஷ் தேசியச் சட்டம் (BNA), அனைத்துப் பொதுநலவாயக் (Commonwealth) குடிமக்களுக்கும் பிரிட்டிஷ் குடியுரிமை வழங்கியது, கரீபியன் மற்றும் தெற்கு ஆசியாவிலிருந்து மக்கள் பிரிட்டனுக்குச் சென்று வேலை செய்வதற்கு உதவியது. அதுவே வின்ட்ரஷ் தலைமுறையினரும் என்னுடைய முன்னோர்கள் போன்றவர்களும் ஐக்கியப் பேரரசுக்கு வந்ததற்குப் பிரபலமான காரணமாகும். ஆனால் பிரிட்டிஷ் தேசியச் சட்டம் ஒருபோதும் நம்முடைய இடம்பெயர்விற்கு உதவுவதற்காக உருவாக்கப்படவில்லை.

மாறாக, நாடின் என்னிடம் சொன்னதைப் போல, சமீபத்திய இழப்புகள் இருந்தபோதிலும் பேரரசு இன்னமும் வலிமையாக இருக்கிறது என்பதைத் தெரிவிப்பதற்காகவும் காலனிகளில் குடியேறுவதற்காக வெள்ளை பிரித்தானியர்களின் வெளிநோக்கிய

22. Fekete, *Suitable Enemy*, p. 138

23. Nadine El-Enany, *(B)ordering Britain: Law, race and empire* (Manchester: Manchester University Press, 2020).

இடப்பெயர்விற்கு உதவுவதற்காகவும் அந்தச் சட்டம் இயற்றப்பட்டது. 'அங்கே யாரும் வருவார்கள் என்ற ஒரு எண்ணம் கூட இல்லை... எனவே வின்ட்ரஷ் தலைமுறை வந்தபோது அதிகாரிகள் அதிர்ச்சியடைந்தார்கள் என்பதுடன் மக்கள் வருவதைத் தடுக்க அவர்களால் முடிந்தவற்றைச் செய்தார்கள்'. அதாவது மக்கள் வெளியேறுவதைக் கடினமாக்கும்படி மக்கள் வெளியேறும் நாடுகளைக் கட்டாயப்படுத்துவது, வீட்டு வசதி மற்றும் வேலைவாய்ப்பு உரிமைகளை மறுப்பதன் மூலம் குடியேறுபவர்களைப் புறக்கணிப்பது மற்றும் குடியேறும் மக்களை வேறு இடங்களுக்கு நகர்த்துவதற்கான திட்டங்களைத் தீட்டுவது போன்ற இன்றும் பயன்படுத்தப்படும் நுட்பங்களைப் பயன்படுத்தினார்கள்.

எனவே, சமீபத்திய பிரெக்ஸிட்டுக்குப் பிறகான புதிய போக்குகளைக் குறிப்பிடுவதற்கு வெகுதொலைவில், இந்தப் பகைமைச் சூழல்களின் செயல்பாடுகள் பழைய கட்டுப்பாடுகளின் ஒரு தொடர்ச்சியே ஆகும். நாடினின் சொற்களில், 'குடியேற்றக் கட்டுப்பாடுகள் வெளிப்படையாக 'வெள்ளை பிரிட்டன் கொள்கை'[24] என்று அறிமுகப்படுத்தப்படவில்லையே தவிர, அவை எப்பொழுதும் பிரிட்டனை ஒரு வெள்ளை மேலாதிக்கவாதியாக உருவாக்கவே முடிந்தவரை முயற்சி செய்திருக்கின்றன.' உண்மையில், *1948* முதல் நிறைவேற்றப்பட்ட குடியேற்றச் சட்டங்களின் ஒவ்வொரு அங்கமும் வெள்ளையர்களுக்கு மட்டுமே குடியுரிமை கிடைக்கும் வகையில் முயற்சித்தன. அவை *1981* சட்டத்தில் உச்சத்தை அடைந்து, பிரிட்டனில் பிறந்த பெற்றோர்களைக் கொண்டவர்களுக்கு மட்டுமே குடியுரிமை வழங்கின. அந்தச் சமயத்தில் மக்கள் இனமாக்கப்பட்ட குடியேறிகளை விட வெள்ளையர்களாக இருக்கவே வாய்ப்புகள் அதிகம். அத்தகைய சட்டங்கள் பிரிட்டனுக்குள் உள்ள உலகம் முழுவதிலுமிருந்து கொள்ளையடிக்கப்பட்ட வளங்கள் பிரிட்டானியர்களுக்கு மட்டுமேயான உரிமை என்பதைக் குறிக்கிறது. இது குடியேற்றக் கொள்கையைக் காலனிய கொள்ளைப் பொருள்களுக்கு ஒரு நீட்டிக்கப்பட்ட பாதுகாப்பாக மாற்றுகிறது.

காலனியாக்கத்தின் மூலம் பிரிட்டன் பெற்ற செல்வ வளர்ச்சி என்பது கடந்த காலத்தில் மட்டுமல்ல, ஒவ்வொரு நாளும்

24. Ibid., p. 53.

அறுவடை செய்யப்பட்டு உணரப்படுவதை நாடின் எனக்கு நினைவுபடுத்துகிறார். உதாரணமாக, அடிமைத்தன ஒழிப்பிற்குப் பிறகு அடிமைகளின் முதலாளிகளுக்கு இழப்பீடு செய்வதற்காக அரசாங்கத்தின் பில்லியன் பவுண்ட் நிதியுதவியிலிருந்து வழங்கப்பட்ட பணம் இன்று வங்கிகள் முதல் பல்கலைக்கழகங்கள் வரை நம்மைச் சுற்றியுள்ள நிறுவனங்களிலும் வணிகங்களிலும் நலத்திட்டங்களிலும் பெருவணிக நிறுவனங்களிலும் முதலீடு செய்யப்பட்டுள்ளது. ஆனால், அதே சமயத்தில் பிரிட்டிஷ் மற்றும் சர்வதேசச் சந்தைகளுக்காகத் தேயிலை, சர்க்கரை, புகையிலை மற்றும் பருத்தி உற்பத்திக்காக நிலமும் நீரும் மறுசீரமைக்கப்பட்டு அடிமைப்படுத்தப்பட்ட மக்கள் வேலை செய்ய கட்டாயப்படுத்தப்பட்ட தோட்டங்களால் கரீபியன் மழைக்காடுகளும் மண்ணும் பாழடைந்திருக்கின்றன. அது இன்று பல கரீபியன் மக்களைப் புயல் மற்றும் வெள்ளத்தின் தாக்கத்திற்குப் பாதிப்புக்குள்ளாகும் நிலைமைக்குத் தள்ளியிருக்கிறது, அதுவே மில்லியன் கணக்கான மக்கள் இடம்பெயர்வதற்குக் காரணமாக இருக்கிறது. உலக வடக்கு நாடுகளால் ஏற்படும் உலக வெப்பமயமாதலின் விளைவாகக் கடல் வெப்பநிலையும் நீர்மட்டமும் உயர்வதால்தான் அத்தகைய பேரிடர்கள் ஏற்படுகின்றன.[25] எனவே, காலனியக் கொள்ளை, அடிமைத்தனம் மற்றும் ஏகாதிபத்தியம் ஆகியவற்றிலிருந்து பெறப்பட்ட செல்வம் பிரிட்டன் என்ற கட்டடத்தின் செங்கற்கள் மற்றும் கலவையுடன் சேர்க்கப்பட்டது மட்டுமல்ல, அந்தச் சுரண்டல்கள் இன்றைய உலகளாவிய இடப்பெயர்ச்சி நிலைகளுக்கு அடிப்படையாகவும் இருக்கின்றன.

எல்லைக் கட்டுப்பாடுகள் காலனியாதிக்கத்தின் மூலம் பெறப்பட்ட வளங்களை அதன் கொடிய விளைவுகளுக்குத் தள்ளப்பட்ட முன்னாள் காலனி மக்களிடமிருந்து 'பாதுகாக்க' முயற்சிக்கிறது. எனவே, அரசியல்வாதிகளும் பத்திரிகையாளர்களும் மேற்கத்திய நாடுகளின் விளிம்புகளில் காட்டுமிராண்டித்தனமான பயங்கரவாதிகள் நிறைந்து காணப்படுவதாகப் பேசும்போது, இன்று பிரிட்டனை வடிவமைக்கும் காலனித்துவ வெள்ளை மேலாதிக்கத்தின் பயங்கரவாதமாக்கல் மறைக்கப்படுகிறது. அம்பலவாணர் சிவானந்தனின் சொற்களில் இனவெறி

---

25. https://disasterdisplacement.org/portfolio-item/fma-caribbean (accessed March 2021).

என்பது குடியேறுபவரிடமிருந்து ஒரு குடியிருப்பவரை, ஒரு அடைக்கலம் கோருபவரிடமிருந்து ஒரு குடியேறுபவரை, ஒரு இஸ்லாமியரிடமிருந்து ஒரு அடைக்கலம் கோருபவரை, ஒரு பயங்கரவாதியிடமிருந்து ஒரு இஸ்லாமியர பிரித்தறிய முடியாத வகையில் உருவாக்கப்படுகிறது. வெள்ளையர் அல்லாத நாம் அனைவரும் முதல் பார்வையில், பயங்கரவாதிகளாக அல்லது சட்டவிரோதமானவர்களாகக் கருதப்படுகிறோம். நாம் நம்முடைய கடவுச் சீட்டுகளை நம் முகத்தில் அணிந்துகொள்கிறோம் அல்லது அவை இல்லாததால், நாம் முகமற்றவர்களாகவும், வறியவர்களாகவும் ஆகிறோம்...'[26]

பாலியல் உருவகங்கள்

குடியேறிகளும் அகதிகளும் வேலைகளுக்கும் பாதுகாப்பிற்கும் மட்டுமே அச்சுறுத்தலாகக் கருதப்படவில்லை, வெள்ளைப் பெண்களுக்கும் சிறுமிகளுக்கும் கூட அச்சுறுத்தலாகக் கருதப்பட்டார்கள். உதாரணமாக, ஜெர்மனியில் 2016இல் பாலியல் தாக்குதல்களில் ஈடுபடும் இஸ்லாமிய அடைக்கலம் கோருபவர்களின் கும்பல் பற்றிய உறுதிப்படுத்தப்படாத கதைகள் பரவலாகப் பரப்பப்பட்டபோது,[27] அவர்களை உடனடியாக நாடு கடத்துவதற்கான கோரிக்கைகள் எழுந்தன. ஸ்வீடனில், அறிக்கைகள் பாலியல் மற்றும் பாலினச் சமத்துவம் குறித்த வகுப்புகளைக் குறிப்பாக அகதிச் சிறுவர்களுக்கும் ஆண்களுக்கும் அறிமுகப்படுத்துவதற்கு வழிவகுத்தன.[28] பாலியல் வன்முறை என்பது ஐரோப்பிய வாழ்க்கையின் இயல்பான பகுதியாக இருந்தாலும், இந்த இரண்டு நிகழ்வுகளும் அது பெரும்பாலும் ஒரு தனித்துவமான இஸ்லாமியரின் அல்லது புலம்பெயர்ந்தவரின் இறக்குமதியாகக் கட்டமைக்கப்படுவதைப் பிரதிபலிக்கின்றன. ஐக்கியப் பேரரசில் இது ஆசிய 'க்ரூமிங் கேங்ஸ்' பற்றிய கதையில் மிகவும் தெளிவாக வெளிப்படுகிறது. அது வெளிநாட்டுத்

---

26. https://irr.org.uk/article/racism-liberty-and-the-war-on-terror/ (accessed March 2021).
27. https://welt.de/vermischtes/article150593304/Ploetzlich-spuerte-ich-eine-Hand-an-meinem-Po.html (accessed March 2021).
28. https://thelocal.se/20160118/swedish-campaigners-teach-refugee-boys-about-sex/ (accessed March 2021).

தன்மை கொண்ட பாலியல் வேட்டையாடும் இஸ்லாமிய ஆண்கள் என்ற சிந்தனையை உருவாக்குகிறது.

ரோச்டேல் மற்றும் ரோதர்ஹாம் க்ரூமிங் கேங் வழக்குகளில் இரட்டைக் குடியுரிமை கொண்டவர்களின் பிரிட்டிஷ் குடியுரிமை பறிக்கப்பட்டது. ஆனால் அதுபோன்ற பெரும்பாலான வழக்குகளில் வெள்ளையர்களால் குற்றம் செய்யப்பட்டிருந்த போதிலும், குழந்தைப் பாலியல் சுரண்டல் குற்றம் செய்த வெள்ளையர்களுக்கு ஒருபோதும் அத்தகைய தண்டனை வழங்கப்பட்டதில்லை. எனவே எல்லை என்பது தனித்த வழிகளில் இனமாக்கப்பட்ட பாலியல் குற்றவாளிகளைத் தண்டிப்பதற்கும் எல்லைக் கட்டுப்பாடுகளை நியாயப்படுத்த பாலியல் வன்முறைகள் ஐரோப்பாவுக்கு வெளிப்புறத்தைச் சேர்ந்தவை என்று கருதச் செய்யவும் பயன்படுத்தப்படுகிறது. இது குறிப்பாக உடல்நலக் குறைவால் பாதிக்கப்பட்டவர்களாக அல்லது குழந்தைகளாக நடிப்பதாக அடிக்கடி விவாதிக்கப்படும் ஆண் குடியேறிகளைக் கண்காணிப்பதை நியாயப்படுத்துகிறது. 2021இல், ப்ரிதி பட்டேல் கடந்த ஆண்டு ஐக்கியப் பேரரசுக்குள் படகு வழியாக நுழைந்தவர்களில் 87% பேர் ஆண்கள், அதில் 74% பேர் 18 இலிருந்து 39 வயதுக்குட்பட்டவர்கள் என்று குறிப்பிட்டார். குறிப்பாக அவர்களின் வீரியமுள்ள வயதைக் குறிப்பிடுவதன் மூலம் அடைக்கலம் கோரும் ஆண்கள் பாதிக்கப்படாதவர்கள் என்றும் உண்மையில் அச்சுறுத்தல்களாக இருக்கிறார்கள் என்றும் குறிக்கும் வகையில் 'பாதிக்கப்படக்கூடிய பெண்களும் குழந்தைகளும் எங்கே?'[29] என்று அவர் கேட்டார்.

பிரிட்டனில் பாலியல் வன்முறை நிலையானதாக இருக்கும்போது, அது தேர்ந்தெடுத்த அடிப்படையில் மட்டும் தீவிரமாக எடுத்துக்கொள்ளப்படுகிறது. லேபர் பார்ட்டி கட்சியின் அரசியல்வாதிகள் 'பாகிஸ்தானிய ஆண்கள் வெள்ளைச் சிறுமிகளை வன்புணர்வு செய்கிறார்கள்' என்று தலைப்புகளை எழுதுகிறார்கள் மற்றும் டோரி கட்சி நாடாளுமன்ற உறுப்பினர்கள் ஐக்கியப் பேரரசுக்கு இரக்கமற்ற, ஆசியக் குழந்தைகள் மீதான பாலுணர்வு நாட்டம் கொண்டவர்களால் ஒரு குறிப்பிட்ட பிரச்சினை இருப்பதாக வாதிடுகிறார்கள். ஆனால் ஐக்கியப் பேரரசின் சிறைகளில் இருக்கும் பெரும்பாலான பெண்கள்

29. https://gov.uk/government/speeches/home-secretarys-statement-on-the-new-plan-for-immigration (accessed March 2021).

குடும்ப வன்முறையையும் பாலியல் துன்புறுத்தல்களையும் அனுபவித்தவர்கள். யார்ல்ஸ் உட்தடுப்புக் காவல் மையத்தில் பெண் கைதிகள் காவலர்களால் பாலியல் ரீதியாகத் துன்புறுத்தப்படுகிறார்கள். தனியார் மற்றும் அரசுப் பள்ளிகளில் பாலியல் தாக்குதல் சாதாரணமாக்கப்பட்டிருக்கிறது.[30] 2021இல் சாரா எவரார்டின் காவல் படுகொலையும் அதைத் தொடர்ந்து நடந்த விழிப்புணர்வு கூட்டங்களில் காணப்பட்ட வன்முறைகளும் நமக்கு காண்பிப்பதைப் போல, காவல்துறையினர் நிறுவன ரீதியாகப் பாலியல் வன்முறையாளர்களாக இருக்கிறார்கள்.[31] குறிப்பாக, 'க்ரூமிங் கேங்ஸ்' கும்பல்களைப் பொருத்தவரை, 'குழு சார்ந்த குற்றவாளிகள் பெரும்பாலும் வெள்ளையர்களாக இருப்பதை' உள்துறை அலுவலகமே கண்டறிந்துள்ளது.[32] இருப்பினும் ரோச்டேல் மற்றும் ரோதர்ஹாமில் காணப்படும் அதே வழிமுறைகளைப் பயன்படுத்திய கார்ன்வால் மற்றும் டெவோன் குழந்தை பாலியல் துன்புறுத்தல்கள் செய்யும் சட்டவிரோதக் கும்பல்கள் ஒருபோதும் தேசிய வெளிச்சத்தைப் பெறவில்லை.

'வெள்ளை ஆண்களும் பெண்களைப் பாலியல் ரீதியாகத் துன்புறுத்துகிறார்கள்' என்று விவாதிப்பதில் அல்லது பாலியல் துன்புறுத்தலின் சாதாரணமாக்கப்பட்ட இயல்பு அதன் வன்முறைகளைக் குறைக்கிறது என்று பரிந்துரைப்பதில் எனக்கு விருப்பமில்லை. மாறாக, அசாதாரணமான பாலியல் ரீதியான வன்முறையாளர்களாக இஸ்லாமிய ஆண்களைப் பற்றிய கற்பிதம், ஓர் ஊகிக்கப்படும் பாலியல் அச்சுறுத்தலிலிருந்து வெள்ளைப் பெண்களையும் சிறுமிகளையும் பாதுகாக்கும் அடிப்படையிலான எல்லைக் காவலை நியாயப்படுத்த இழிந்த வகையில் பயன்படுத்தப்பட்டுவருவதைப் பற்றி நான் கவலைப்படுகிறேன். 'வெள்ளைப் பெண்கள்' மற்றும் 'குழந்தைகள் மீதான பாலுணர்வு நாட்டம் கொண்ட ஆசியர்கள்' போன்றவைகளின் மீதான கவனம், வன்புணர்வின் மூலம் வெள்ளைத் தன்மையினைக் களங்கப்படுத்தும் வெள்ளை

---

30. https://theguardian.com/society/2021/mar/27/sexual-abuse-rife-in-state-schools-say-police (accessed March 2021).
31. https://sistersuncut.org/2021/03/15/our-response-to-boris-statement-no-more-police/ (accessed March 2021).
32. https://theguardian.com/commentisfree/2020/dec/19/home-office-report-grooming-gangs-not-muslim (accessed March 2021).

அல்லாத ஆண் குடியேறிகளின் வரலாற்று உருவகங்களை எழுப்புகிறது. அந்த உருவகம் அமெரிக்க வரலாறு முழுவதும் பல கறுப்பர்கள் படுகொலை செய்யப்பட்டதையும், ஐக்கியப் பேரரசில் அதீதக் காவலுக்குள்ளாக்கப்பட்டதையும் பார்த்த ஓர் உருவகமாகும்.

இஸ்லாமியப் பெண்களின் உடல்கள் கறைபடிந்த நாட்டின் எதிர்காலம் பற்றிய கவலைகளைப் பிரதிபலிப்பதாக விவாதிக்கப் பட்டதைப் போலவே, வெள்ளைப் பெண்களின் உடல்களைப் பாதுகாப்பது என்பது 'அந்நியர்களிடமிருந்து' வெள்ளை பிரிட்டிஷ் தன்மையின் மறுஉருவாக்கத்தைப் பாதுகாப்பதாகக் கருதப்பட்டது. ஆனால் இது பாலியல் வன்முறையிலிருந்து தப்பிப் பிழைத்தவர்கள் மீதான ஒரு கவலையாக இல்லை. உண்மையில் 'க்ரூமிங் கேங்ஸ்' மீதான அதீதக் கவனத்தால் பாலியல் வன்முறையிலிருந்து தப்பிப் பிழைத்தவர்கள் பொதுவாகக் கவனிக்கப்படுவதில்லை. ரோதர்ஹாமில் தொடர் தீவிர வலதுசாரிப் பேரணிகளும் மசூதிகள், இஸ்லாமியத் தொழிலகங்கள் மற்றும் டாக்ஸி ஓட்டுநர்கள் மீது தாக்குதல்களும் நடந்துள்ளன, இஸ்லாமியச் சிறுமிகள் 'பழிவாங்குவதற்காக' வன்புணர்வு செய்யப்படுவதாக அச்சுறுத்தப்பட்டுள்ளனர். மேலும் 2015இல் 81 வயதுடைய முஹ்சின் அகமது அவரை 'க்ரூமர்' (குழந்தைகளை ஏமாற்றிப் பாலியல் சுரண்டல் செய்பவர்) என்று அழைத்த இரண்டு வெள்ளை ஆண்களால் படுகொலை செய்யப்பட்டார்.[33] பாலியல் துன்புறுத்தல் செய்தவர்களை நாடு கடத்துவது சிறுமிகளைப் பாதிப்புக்குள்ளாக்கிய நிலைமைகளை முதன்மையாகக் கையாளாதது போல, இவை எதுவுமே பாலியல் துன்புறுத்தலுக்கு ஆளானவர்களுக்கு நீதியையோ குணப்படுத்துதலையோ தருவதில்லை.

பாலியல் வன்முறையிலிருந்து தப்பிப்பிழைத்தவர்கள் மீதான உண்மையான கவலை என்பது பெண்களையும் சிறுமிகளையும் பாதிப்படையச் செய்யும் வறுமை மற்றும் ஆணாதிக்க நிலைமைகளை ஒழிப்பதற்கு வழிவகுக்கும். அது குழந்தைகள் மீதான துன்புறுத்தலை விட உடைமைக் குற்றங்கள் மீது அதிகக் கவனம் செலுத்தும் நீதி அமைப்பினைத் தகர்ப்பதற்கு வழிவகுக்கும். அதற்குக் குழந்தைகளின் பாதுகாப்பிற்கும் கடும் பற்றாக்குறையால் பாதிக்கப்பட்ட பாலியல் வன்முறைச்

33. Ibid.

சேவைகளுக்கும் நிதியளிப்பது தேவைப்படும். மேலும், அது உழைக்கும் வர்க்கக் குழந்தைகளை குற்றவாளிகளாக்குவதை முடிவுக்குக் கொண்டு வரும். தெற்கு யார்க்சிரில் ஒரு பாழடைந்த வீட்டில் சில ஆண்களுடன் துன்புறுத்தலால் பாதிக்கப்பட்ட ஒருவர் கண்டுபிடிக்கப்பட்டபோது, காவல்துறை அவர் 'குடித்துவிட்டு ஒழுங்கற்ற நிலையில்' இருக்கிறார் என்று கருதியது. பல ஆண்டுகள் துன்புறுத்தலுக்குப் பிறகு, அவர் 'பாதிக்கப்படக் கூடியவர்' என்று கண்டறியப்படும் வரை எந்த ஒரு நடவடிக்கையும் எடுக்கப்படவில்லை.[34] நேர்மையான கவலை என்பது வெள்ளையர் அல்லாத குழந்தைகளும் பாலியல் வன்முறைக்குப் பாதிக்கப்படுகிறார்கள் என்பதை அங்கீகரிக்கும், என்றாலும் ஓர் இஸ்லாமியச் சிறுவனும் ஆதரவு தேவைப்படக் கூடிய, பாலியல் துன்புறுத்தலினால் பாதிக்கப்பட்டவராக இருக்கக்கூடும் என்பதை பொதுப்புத்தியால் புரிந்துகொள்ள முடியவில்லை.

இஸ்லாமிய 'க்ரூமிங் கேங்ஸ்' மீதான கவனம் வெறுமனே பாலியல் வன்முறையை இனமாக்கப்பட்ட மற்றவர்களுக்குச் சொந்தமானதாகவும் அடிப்படையானதாகவும் ஆக்குகிறது. குற்றவாளிகளை நாடு கடத்துவது, பகைமைச் சூழல் என்பது நம்முடைய எல்லைகளிலுள்ள இஸ்லாமியர்களுக்கு எதிராக நம்மைப் பாதுகாப்பதற்கு மட்டுமல்லாமல், அரசு நினைத்தால் ஏற்கெனவே 'எல்லைக்குள் இருக்கும்' இஸ்லாமியர்களையும் வெளியேற்ற முடியும் என்று புரிந்துகொள்ளப்படுகிறது என்பதைக் காட்டுகிறது. எல்லையை அதன் உள்ளேயும் வெளியேயும் இருப்பவர்களுக்கான இனரீதியான கட்டாயப்படுத்துதலின் ஒரு கருவியாக நிலைநிறுத்துவதன் மூலம் குடியுரிமை என்பது தாராள மனப்பான்மையால் வழங்கப்படும் ஒரு பரிசாகவும், மோசமான நடத்தையின் காரணமாகப் பறிக்கப்படுவதாகவும் இருக்கிறது.

34. https://irr.org.uk/article/asian-grooming-gangs-media-state-and-the-far-right/ (accessed March 2021).

நாம் இப்போது பாதுகாப்பாக இருக்கிறோமோ?

இஸ்லாமியர்களைப் பயங்கரவாதிகளாகவும் ஆணாதிக்கவாத அந்நியர்களாகவும் கட்டமைப்பது, எல்லைகளை இராணுவ மயமாக்குதலில் செழித்தோங்கும் பெருநிறுவனங்களுக்கும் தங்களின் கட்டமைப்பு மற்றும் வரலாற்று ரீதியான வன்முறையை மறைக்க அதைப் பயன்படுத்தும் அரசுகளுக்கும் மிகவும் இலாபகரமானதாக இருப்பதை நிரூபித்துள்ளது. எனவே பாதுகாப்பு எந்திரத்தின் அனைத்துப் பகுதிகளையும் போல, எல்லைகளும் நம்மில் பெரும்பாலானோரை பாதுகாப்பாக ஆக்கவில்லை; பலருக்கு, அவை மரணத்தை அவசியமாக்கியிருக்கின்றன.

நமது சொந்த விதிகளில் பாதுகாப்பின் மொழியை நாம் திரும்பக் கைப்பற்ற வேண்டும். குடியேற்றச் சட்டங்களைச் சீர்திருத்துவது அல்லது 'பகைமைச் சூழலை' முடிவுக்குக் கொண்டுவருவது மட்டும் போதாது, மக்களை இடம்பெயரச் செய்வதில் முதன்மைக் காரணங்களாக இருக்கும் ஏகாதிபத்தியம், காவல் முறைகள், ஆயுத வர்த்தகம், உலக வெப்பமயமாதல் மற்றும் ட்ரோன் போர் ஆகியவற்றை முடிவுக்குக் கொண்டுவர வேண்டும். நாம் எல்லைகளின் கருத்தை முற்றிலுமாக மறுக்க வேண்டும். ஏனென்றால் 'இங்கே' ஐ 'அங்கே' உடனும், 'நம்' ஐ 'அவர்கள்' உடனும் 'இப்போது' ஐ 'அப்போது' உடனும் இணைக்கும்போது, நம்மில் பெரும்பாலானோருக்கு எல்லைகள் அவசியமானதாகவும் இல்லை பயனுள்ளதாகவும் இல்லை என்பது தெளிவாகிறது. அவை வெறுமனே காலனிய நாடுகளை அவர்களின் சுரண்டல்களின் விளைவுகளால் மிகவும் சேதமடைந்தவர்களிடமிருந்து வளங்களைப் பதுக்கி வைத்திருக்கவும் பன்னாட்டுப் பெருநிறுவனங்களுக்காக வருவாய் வழிகளை உருவாக்கவும் அனுமதிக்கிறது.

இஸ்லாமிய வெறுப்பு இந்தச் செயல்முறைகளால் நிலைநிறுத்தப்படுகிறது. மேலும் இந்தச் செயல்முறைகளை நிலைநிறுத்துகிறது, எனவே அதை ஒழிப்பதற்கு எல்லைகளையும், குடியேறி, அகதி, குடிமகன், அடைக்கலம் கோருபவர் முதலான பிரிவுகளையும் ஒழிக்க வேண்டும். பாதுகாப்புக்கான நமது போராட்டம் என்பது மிகவும் ஒடுக்கப்பட்ட, பழிசுமத்தப்பட்டு

வெளியேற்றப்பட்டவர்களிடம் தொடங்கி அனைவருக்குமான நிபந்தனைகளற்ற பாதுகாப்பாக இருக்க வேண்டும்.

சுக்ரி அப்டி, ஒரு 12 வயது சோமாலிய அகதி, எல்லையைக் கடக்கும்போது கொலை செய்யப்படாமல் இருக்கலாம், ஆனால் பின்காலனித்துவப் போரினால் ஏற்பட்ட இடம்பெயர்வு முதல், அகதிகள் முகாம் வரை, வெள்ளை மேலாதிக்க பிரிட்டிஷ் நிறுவனங்கள் வரை, கறுப்பு சமூகங்களைப் புறக்கணிப்பதற்குப் பெயர்பெற்ற காவல்துறை விசாரணை வரை மரணத்தின் முன்னறிகுறி அவரை அச்சுறுத்தியது. அவரின் இறப்பிற்கு நாம் நீதி கேட்பது என்பது நாம் வேறொரு உலகத்தைக் கேட்கிறோம் என்பதாகும். எனவே, கேள்வி என்பது 'எல்லைகள் இல்லாத ஓர் உலகை நாம் எப்படி உருவாக்குவது?' என்பதல்ல, மாறாக சுக்ரி அப்டி உயிர் வாழ்வதற்கு மட்டுமல்ல செழிப்பாக வாழ்வதற்கும் என்ன தேவைப்படுகிறது? என்பதாகும்.

அத்தியாயம் 9

பெண்ணிய, பால் புதுமையினர் நேய மேற்கும் ஆணாதிக்க மற்றவையும்

> முக்காடுகளையும் மற்றவர்களைக் காப்பாற்றுவதையும் பின்னால் விட்டுவிட்டு, மாறாக உலகத்தை ஒரு மிகவும் நீதியுடைய இடமாக மாற்றுவதற்கான வழிகளை நோக்கி நம் பார்வையைச் செலுத்த முடியாதா?
>
> – லிலா அபு–லுகோட்[1]

ஹிஜாப் மற்றும் நிகாப் அணிந்திருக்கும் இஸ்லாமியப் பெண்களின் படங்கள் நாள் முழுவதும் நம்மைச் சூழ்ந்திருக்கின்றன, செய்தித்தாள் தலைப்புகளின் கீழ் பரவிக் கிடக்கின்றன, தொலைக்காட்சி ஆவணப் படங்களின் காட்சிகள் வழியாகச் செல்கின்றன. கோவிட், பெண்களின் உரிமைகள், பயங்கரவாதம், ஐரோப்பிய ஒன்றியம், வேலைவாய்ப்பின்மை விகிதங்கள் முதலான பல்வேறு கதைகளுடன் வருகின்றன. இதுவரை இந்த நூலில், நமது வீடுகளிலும் மொழிகளிலும் உடைகளிலும் பிறப்பு விகிதங்களிலும் கட்டுப்பாடுகள் தேவைப்படுவதாகப் பார்க்கும் பயங்கரவாத எதிர்ப்பு, ஒருங்கிணைப்பு மற்றும் தீவிரவாத எதிர்ப்பு ஆகிய முயற்சிகளில் எப்படி இஸ்லாமியப் பெண்கள் முக்கியமான இணைப்பாகப் பார்க்கப்படுகிறார்கள் என்பதை நிறுவியுள்ளோம்.

இஸ்லாமிய வெறுப்பு எப்போதுமே பெண்களுக்குக் குறிப்பான தாக்கங்களையும் வெளிப்பாடுகளையும் கொண்டிருக்கிறது.

---

1. Lila Abu-Lughod, 'Do Muslim women really need saving? Anthropological reflections on cultural relativism and its Others', *American Anthropologist*, Vol. 104:3, 2002, 783–90, p. 789.

இருப்பினும், அது வெளிப்படையான தாக்குதல்களாக வெளிப்படும்போது மட்டும்தான் இஸ்லாமியப் பெண்களுக்குத் தீங்கிழைப்பதாகப் பொதுவாக ஏற்றுக்கொள்ளப்படுகிறது. அத்தகைய சமயங்களில், வழக்கமாக இஸ்லாமியப் பெண்களை மரபுகளை உடைக்கவும் கதைகளைக் கேள்வி கேட்கவும் அல்லது நைக் ஹிஜாப்கள் முதல் எச்&எம் விளம்பரங்கள், இசைக் காணொளிகள் வரை சந்தைப்படுத்தல் பிரச்சாரங்களில் நம்முடைய சேர்க்கையைக் கொண்டாடவும் வற்புறுத்துவது தாக்குதல்களுக்கான தீர்வாக முன்மொழியப்படுகிறது. அத்தகைய உரையாடல்களும் திட்டங்களும் நம்முடைய அன்றாட வாழ்வில் இஸ்லாமியப் பெண்கள் பாதுகாப்பாக இருக்க என்ன நிலைமைகள் தேவைப்படுகிறது என்பதைத் தீவிரமாக எடுத்துக்கொள்வதைத் தவிர்க்கிறது. இது அரசால் அனுமதிக்கப்பட்ட கண்காணிப்பும் நல்வாழ்வுச் சேவைகளைக் காவல்துறை நடவடிக்கைகளாக மாற்றுவதும்தான் நம்முடைய பாதுகாப்பைச் சாத்தியமற்றதாக்குகிறது என்கிற உண்மையிலிருந்து நம்முடைய கவனத்தைத் திசை திருப்புகிறது. வீதிகளில் நம்முடைய ஹிஜாப்கள் கழற்றப்படுகின்றன ஏனெனில் அவை அரசு அளவிலேயே குற்றங்களாக்கப்படுகின்றன. பேருந்தில் நாம் பயங்கரவாதிகள் என்று அழைக்கப்படுகிறோம் ஏனெனில் பொதுக்கொள்கையில் நாம் பயங்கரவாதிகளாகக் கட்டமைக்கப்படுகிறோம்.

ஆனால் இஸ்லாமியப் பெண்களின் வன்முறையின் அனுபவங்கள் வேண்டுமென்றே ஒருவகையில் நம்முடைய சொந்தத் தவறாகவும் கலாச்சார ரீதியான அடிபணிதல் மற்றும் கூச்சத்தன்மையிலிருந்து உருவானதாகவும் தவறாகப் புரிந்துகொள்ளப்படுகிறது. எனவே அமைப்புகளை விட மரபுகளை உடைப்பதில்தான் தொடர்ந்து கவனம் செலுத்தப்படுகிறது. மேலும், இஸ்லாமியப் பெண்கள் எதிர்கொள்ளும் வன்முறை அனைத்தும் வேறெந்த சூழல்களின் காரணமாகவோ அல்லது பொருளாதார நிலைமைகளின் காரணமாகவோ அல்லாமல், ஆணாதிக்க இஸ்லாமிய ஆண்கள் மற்றும் இஸ்லாமின் விளைவாகக் கருதப்படுகிறது. இதன் பொருள் நமக்குச் சுதந்திரம் அளிக்கும் பெயரில் நம் குடும்பங்களையும் சமூகங்களையும் குற்றவாளிகளாக்குவதை நியாயப்படுத்த நம் மீதான ஒடுக்குமுறை கூட நமக்கு எதிராக ஆயுதமாக்கப்படுகிறது. எனவே இஸ்லாமியப் பெண்களுக்கான

அனைத்து வாய்வழிக் கவலைகளிலும் முழுமையான அக்கறையின்மையைக் காண்கிறோம்.

இஸ்லாமியர்களை தனித்துவமாக ஆணாதிக்கவாதிகளாக இனமாக்குதல்

மேற்கில் இஸ்லாமியர்களின் இருப்புடனே வரும் ஹிஜாப்கள், நிகாப்கள், பெண் பிறப்புறுப்புச் சிதைவு, கட்டாயத் திருமணங்கள், ஆணவக் கொலைகள், கண்டிப்பான அப்பாக்கள், மிகையாக நடந்துகொள்ளும் சகோதரர்கள் ஆகிய சொல்லாடல்கள் வெளிப்படையான கலாச்சாரத் தனித்துவத்தையும் காட்டுமிராண்டித்தனமான ஆணாதிக்கத்தையும் குறிக்கப் பயன்படுத்தப்படுகின்றன. அன்றாட உரையாடல்களில் இந்தப் பிரச்சினைகள் 'உண்மையைப் போல' எழுப்பப்படுகிறது. பெரும்பாலும், அவற்றை எழுப்பும் மக்கள் இஸ்லாமியப் பெண்கள் மீதான தங்களது அக்கறையைப் போர்கள், குற்றவியல் நீதி அமைப்பு, தேசியப் பாதுகாப்புக் காவல், குடியேற்றத் தடுப்புக் காவல், வறுமை, சிக்கனம் ஆகியவற்றின் நம்முடைய அனுபவங்கள் வரை நீட்டிப்பதில்லை. மாறாக, இஸ்லாமியப் பெண்கள் எதிர்கொள்ளும் வன்முறை என்பது இஸ்லாமிய ஆண்களும் இஸ்லாமும் காரணமாக இருக்கும்போது மட்டுமே முக்கியமானதாகப் பார்க்கப்படுகிறது.

இதற்குக் காரணம் ஐரோப்பாவில் இஸ்லாமியர்களின் இருப்பானது 'இனம், மதம் அல்லது நாடு ஆகியவற்றின் மொழியில் சித்திரிக்கப்படவில்லை, மாறாகக் கலாச்சாரம் மற்றும் பாலினத்தின் மொழியில் சித்திரிக்கப்பட்டுள்ளது'[2] என்று பேராசிரியர் பாத்திமா எல்-தாயேப் வாதிடுகிறார். இஸ்லாமியர்களுக்கும் ஐரோப்பாவிற்கும் இடையேயான ஓர் அடிப்படை வேறுபாடு வன்முறையும் ஆணாதிக்கமும் இஸ்லாமியக் கலாச்சாரத்தை அல்லது இஸ்லாமைச் சேர்ந்தது என்றும், அது மேற்கிற்கு வெளிப்புறத்தைச் சேர்ந்தது என்றும் விளக்கப்படுகிறது. அதனால் மேற்கத்திய நாடுகள் தங்களை அமைதியானவையாக மட்டுமல்ல

---

2. Fatima El-Tayeb, *European Others: Queering Ethnicity in Postnational Europe* (Minnesota: University of Minnesota Press, 2011), p. 83.

இயல்பாகவே பெண்ணியவாதியாகவும் சமத்துவமானதாகவும் வரையறுக்கின்றன. ஏனென்றால் ஆணாதிக்கம் அதிகாரத்தின் செயல்பாடாக அல்லாமல் கலாச்சாரத்தின் குறைபாடாகச் சித்திரிக்கப்பட்டுள்ளது. விளைவாக, இஸ்லாமியப் பெண்களின் பாதிக்கப்பட்ட நிலை மற்றும் இஸ்லாமிய ஆண்களின் ஆணாதிக்கம் பற்றிய உரையாடல்கள் இஸ்லாமியர்களைப் பற்றியதை விட மேற்கைக் கட்டமைப்பதைப் பற்றியதே அதிகமாக இருக்கின்றன. மேலும் அவை இஸ்லாமியப் பெண்களின் வாழ்க்கையை மேம்படுத்தவில்லை, ஆனால் மாறாக வன்முறை பற்றிய புரிதல்களை முற்றிலுமாக மழுங்கடிக்கின்றன.

உதாரணமாக, 'ஆணவக் குற்றங்கள்' இஸ்லாமிய ஆண்களுக்கு மட்டுமே உரித்தானதாகவும் அவர்கள் ஏற்றுக்கொள்ளாத வழிகளில் இஸ்லாமியப் பெண்களும் சிறுமிகளும் நடந்துகொள்ளும் போது நடக்கும் பாலினம் சார்ந்த வன்முறையாகவும் சித்திரிக்கப்படுகின்றன. ஆனால் பொதுவாகக் குடும்ப வன்முறை என்பது பெண்களின் நடத்தைகளின் மீது கட்டுப்பாட்டை விதிக்க ஆண்கள் முயற்சிப்பதன் விளைவு என்றால், ஆணவக் குற்றங்களை மட்டும் ஆணாதிக்கத்தின் மற்ற வன்முறைச் செயல்களிலிருந்து வேறுபடுத்துவது எந்த அளவுக்குப் பயனுள்ளதாக இருக்கும்? ஐக்கியப் பேரரசில், தற்போதைய அல்லது முந்தைய இணையர்களைத் துன்புறுத்தும் ஆண்களால் ஒரு வாரத்திற்கு இரண்டு பெண்கள் கொல்லப்படுகிறார்கள், அதே சமயத்தில் 'ஆணவக் கொலைகளால்' ஒரு வருடத்திற்கு 12 பெண்கள் கொலை செய்யப்படுகிறார்கள்.[3] இரண்டு எண்ணிக்கையுமே நியாயப்படுத்தக் கூடியது அல்ல. ஆனால் சிறிய எண்ணிக்கையில் நடப்பது பரபரப்பாக்கப்படுகிறது, பெரிய எண்ணிக்கையில் நடப்பது உடனடி நடவடிக்கை தேவைப்படக் கூடியதாகக் கருதப்படுவதில்லை. மேலும் 'ஆணவக் கொலை' என்ற பதம் வன்முறைக்கு'ஆணவத்தின்' ஒரு கலாச்சார மனநிலையைக் காரணமாகக் குறிப்பிடுகிறது, அது ஆணாதிக்க வன்முறையும் பெண் கொலையும் எல்லா இடங்களிலும் இருக்கிறது என்பதையும் அவை அரசியல் சார்ந்தவை என்பதையும் மறைக்கிறது.

எடுத்துக்காட்டாக, வறுமை மற்றும் அரசின் புறக்கணிப்பு காரணமாகப் பல பெண்களும் துன்புறுத்தக்கூடிய இணையர்களைச்

3. https://lwa.org.uk/understanding-abuse/statistics/ (accessed March 2021).

சார்ந்திருக்கக் கட்டாயப்படுத்தப்படுகிறார்கள். ஐக்கியப் பேரரசின் சிறைகளில் உள்ள பெரும்பாலான பெண்கள் குடும்ப வன்முறையிலிருந்து தப்பிப் பிழைத்தவர்கள். அதாவது அவர்கள் அரசின் தலையீட்டைக் கோரும்போது மிகப் பெரும்பாலும் பாதுகாக்கப்பட்டதை விடத் தண்டிக்கப்பட்டிருக்கிறார்கள்.[4] உண்மையில் கறுப்பு மற்றும் பழுப்பு நிறப் பெண்களை அதிகமாகக் குற்றவாளிகளாக்கும், பாதிக்கப்பட்ட பெண்களின் மீதே பழிசுமத்தும் நீதி அமைப்பு, நாம் துன்புறுத்தலுக்குள்ளாகும் சூழ்நிலைகளில் அதன் பாதுகாப்பை நாட முடியாத நிலையில் நம்மை விட்டுவிடுகிறது, அது நமது இறப்புக்குக் கூட வழிவகுக்கும். கூடுதலாக, ஆவணமில்லாத, இடம்பெயர்ந்த பெண்கள் துன்புறுத்தலுக்கு உள்ளாகும் சூழ்நிலைகளில் வெளி நிறுவனங்களைத் தலையிட அழைக்கும்போது அவர்கள் அந்த நிறுவனங்களாலேயே நாடு கடத்தப்படலாம் அல்லது கைது செய்யப்படலாம்.[5]

குறிப்பாக இஸ்லாமியப் பெண்களைப் பொருத்தவரை, இஸ்லாமிய ஆண்களின் வன்முறை ஒரு பெரிய கவலையாக இருப்பதாக அரசு சொல்லிக்கொண்டாலும், கட்டமைக்கப்பட்ட இஸ்லாமிய வெறுப்பு பெரும்பாலும் இஸ்லாமிய ஆண்களின் கைகளில் குடும்ப வன்முறைகளை எதிர்கொள்ளும் இஸ்லாமியப் பெண்களை அந்தச் சூழ்நிலையிலேயே இருக்கக் கட்டாயப்படுத்துகிறது. இஸ்லாமியர்களை அச்சுறுத்தல்களாக இனமாக்குவதுதான் இதற்குக் காரணமாகும். அதாவது ஒரு பெண் காவல் துறை, சமூகப் பணியாளர்கள் அல்லது மற்ற சட்ட நிறுவனங்களை அவரது குடும்ப வாழ்க்கையில் ஈடுபடுத்தினால் அவரோ அல்லது அவருடைய இணையரோ தடுப்புத் திட்டத்திடம் புகார் அளிக்கப்படலாம், சிறைப்படுத்தப்படலாம் அல்லது அவர்களின் குழந்தைகள் பறிக்கப்படலாம் அல்லது அவரின் குடியுரிமை பறிக்கப்படலாம். இஸ்லாமியர்களைத் தனித்துவமாக ஆணாதிக்கவாதிகளாக இனமாக்குவது இனவெறி மட்டுமல்ல, அது தனிப்பட்ட மனிதர்களுக்கிடையேயான வன்முறைக்கும் அரசின் வன்முறைக்கும் இடையே உள்ள முக்கியமான தொடர்பை மறைக்கவும் செய்கிறது, அதன் பொருள் பாலியல் வன்முறையிலிருந்து 'காப்பாற்றுபவராக' இல்லாமல் அதற்கு

---

4. http://prisonreformtrust.org.uk/PressPolicy/News/vw/1/ItemID/494 (accessed July 2021).

5. Ibid.

ஓர் உடந்தையாக இருக்கும் குற்றவியல் நீதி அமைப்பின் வழியாக அரசு பெண்களின் படுகொலைகளில் நேரடியாகப் பங்கேற்கிறது.

இஸ்லாமிய ஆண்களின் பெண் வெறுப்பு பற்றிய சமூகப் பதற்றம் எதுவும், பெண் வெறுப்பு இருக்கும் இடங்களில், இஸ்லாமியப் பெண்களை அதன் பாதிப்பிலிருந்து காப்பாற்றுவதில்லை. உதாரணமாக, ஓர் இஸ்லாமியப் பெண் இஸ்லாமிய ஆண்களைப் பற்றி ஆணாதிக்கவாதிகள் என்று பேசினாலோ, பாலியல் அல்லது பெண் வெறுப்பு துன்புறுத்தல் வழக்குகளைப் பற்றி விவாதிக்க விரும்பினாலோ இஸ்லாமியர்கள் எந்த அளவுக்குக் குற்றவாளிகளாக்கப்படுவதற்குத் தகுதியானவர்களாக இருக்கிறார்கள் என்றும் நாம் எந்த அளவுக்கு நாகரீகப்படுத்தப்பட வேண்டிய தேவையில் இருக்கிறோம் என்றும் நிரூபிக்க நம்முடைய கூற்றுகளே நமக்கு எதிராக ஆயுதமாக்கப்படுகின்றன. அதாவது, இஸ்லாமியப் பெண்களை ஆணாதிக்கத்திலிருந்து விடுதலையடையச் செய்வதற்கு வெகு தொலைவில், இஸ்லாமிய வெறுப்பு ஆணாதிக்கத்துடன் இணைந்து பாலின அநீதிகளைப் பற்றி வெளியில் பேசாமலிருக்க இஸ்லாமியப் பெண்களைக் கட்டாயப்படுத்துகிறது. அப்போதுதான் அதை நம்முடைய சமூக வாழ்க்கையை மோசமாக்க ஆயுதமாக்க முடியாது.

ஒரு சொந்த அனுபவத்தைச் சொல்ல, ஒருமுறை என் தாயார், பெண்களுக்கான தொழுகை இடம் போதுமான தரத்தில் இல்லாததால் உள்ளூர் மசூதிக் குழுவுடன் கருத்து வேறுபாடுகள் கொண்டிருந்தார். அவர்களின் உரையாடலைப் பற்றி நான் சமூக வலைதளத்தில் பதிவிட்டபோது ஒரு பிபிசி நிருபர் உடனே என்னைத் தொடர்புகொண்டார். இனவெறி அல்லது இஸ்லாமிய வெறுப்பு பற்றிய எந்தப் பதிவுகளுக்காகவும் பிபிசியிடமிருந்து அத்தகைய வேகமான அழைப்பை நான் பெற்றதில்லை, எனவே அந்த நிருபர் என்னுடைய தாயின் அல்லது என்னுடைய தேவைகளை மனதில்கொண்டிருக்கவில்லை என்பது எனக்கு உடனடியாகத் தெரிந்தது. அவர்களின் செய்தி எங்களுக்குச் சிறந்த தரத்திலான தொழுகை இடத்தை தரப்போவதில்லை அல்லது எங்களுடைய வழிபாட்டை எளிதாக்கப் போவதில்லை ஏனென்றால் அத்தகைய முன்னுரிமைகள் இஸ்லாமியப் பெண்கள் முதலிடத்தில் வைக்க வேண்டிய சரியான கோரிக்கைகளாகக் கருதப்படாது. மாறாக,

இஸ்லாமியர்கள் எந்த அளவுக்கு ஆணாதிக்கவாதிகளாகவும் பிற்போக்குவாதிகளாகவும் இருக்கிறார்கள் என்பதற்கு இந்தச் செய்தி சான்றாக இருக்கும். அதாவது எங்களுடைய மசூதி வாரியத்தின் 'வெறுக்கத்தக்க' நம்பிக்கைகளைச் சமாளிக்கக் கடுமையான தீவிரவாத எதிர்ப்புக் காவல் தேவைப்படுகிறது என்பதற்கான சான்றாகும். அதாவது, மசூதி ஏற்கெனவே தடுப்புத் திட்டத்தால் நிதியளிக்கப்படாமல் இருந்தால் நிதி அளிக்கப்படும் மற்றும் எங்களுடைய வெள்ளிக்கிழமை குத்பா (சமயச் சொற்பொழிவு) அரசியலற்றதாக்கும் சொற்களுடன் நிறைந்திருக்கும்.

முடிவாக, இஸ்லாமியப் பெண்களுக்கு உதவுவதற்கு வெகு தொலைவில், 'ஆணாதிக்க இஸ்லாமிய ஆண்களின்' மீதான இஸ்லாமிய வெறுப்பு மோகம், குறிப்பாக இஸ்லாமியப் பெண்கள், பெண் வெறுப்பையும் பாலின அநீதியையும் எதிர்கொள்ளும்போது, நம்மைத் தண்டிக்கவும் ஒதுக்கி வைக்கவும் நம்முடைய குரல்களை அடக்கவும் ஆணாதிக்கப் போக்குகளுடன் ஒன்றிணைகிறது.

இஸ்லாமிய வெறுப்புடன் பெண்ணியவாதமும் இணைந்துகொள்ளுதல்

இஸ்லாமிய ஆண்களையும், இஸ்லாமையும் இயல்பாகவே ஆணாதிக்கமுடையதாகக் கருதுவதால், இஸ்லாமியப் பெண்களின் விடுதலை நாம் நம்முடைய சொந்த விதிகளில் நீதியை அடைவதற்குப் பதிலாக, ஐரோப்பிய மதச்சார்பற்ற வெள்ளைத்தன்மைக்குள் நாம் அங்கமாவதுடன் நேரடியாக இணைக்கப்பட்டுள்ளதாகக் கருதப்படுகிறது. எடுத்துக்காட்டாக, நம்முடைய விடுதலை பற்றிய பெரும்பான்மையான பெண்ணியக் கதைகள் வெள்ளை மேலாதிக்கத்தை வீழ்த்துவதை அரிதாகவே உள்ளடக்குகின்றன. மாறாக, அயன் ஹிர்சி அலி போன்ற முன்னாள் இஸ்லாமியப் பெண்களின் 'வெற்றிக் கதைகள்' நமக்கு வெள்ளைப் பெண்ணியக் கற்பனையின் உச்சத்தை எடுத்துக்காட்டுகின்றன, அதில் இஸ்லாமை விட்டு வெளியேறுவது நமது முழுச் சுதந்திரமாகக் குறிக்கப்படுகிறது, அது பெரும்பாலும் ஹிஜாபை அகற்றுவதன் மூலம் குறிப்பிடப்படுகிறது. உண்மையில்,

இது இஸ்லாமியப் பெண்களின் உடை நாம் எந்த அளவுக்குச் சுதந்திரமாகவும் நாகரீகமாகவும் இருக்கிறோம் என்பதற்கான மிக முக்கியமான அடையாளமாகக் கட்டமைக்கப்பட்டுள்ளதை வெளிப்படுத்துகிறது. நாம் அணியும் உடைகளுடனான நமது சொந்த உறவு முக்கியத்துவம் இல்லாததாக ஆக்கப்படுகிறது. மேலும், பெண்களின் ஹிஜாபை அகற்றும் இஸ்லாமிய வெறுப்பிற்கும் பெண்ணியவாத அல்லது ஒருங்கிணைப்புவாதக் கருத்துகளுக்கும் இடையேயான ஒற்றுமை பெரும்பாலும் மறைக்கப்படுகிறது.

ஐக்கியப் பேரரசின் பிரதம அமைச்சர் போரிஸ் ஜான்சன், நிகாப் அணியும் பெண்களை 'தபால் பெட்டிகளுடனும்' 'வங்கிக் கொள்ளையர்களுடனும்' ஒப்பிட்டு நிறைய பேசியிருக்கிறார். அவருடைய இஸ்லாமியப் பெண்களைப் பொருள்களாக்கும் மற்றும் குற்றவாளியாக்கும் பேச்சுகள், பெண்கள் மீதான பதிவு செய்யப்பட்ட இஸ்லாமிய வெறுப்புத் தாக்குதல்கள் 375% அதிகரிப்பதற்கு வித்திட்டன.[6] இந்த அரசு அனுமதித்த வன்முறை பல மக்களால் கண்டிக்கப்பட்டிருந்தாலும், அது சட்டத்தின் மூலமாகவே எளிதாக்கப்படுவதால் வழக்கமாக ஏற்றுக்கொள்ளப்படுகிறது. உதாரணமாக, தடுப்பு மற்றும் தீவிரவாத எதிர்ப்புத் திட்டங்கள் அனைத்துப் பொதுத் துறைகளையும் இஸ்லாமியப் பெண்களை அவர்கள் அணியும் ஆடைக்காகக் குறிவைக்கவும் குற்றவாளியாக்கவும் ஒதுக்கி வைக்கவும் செய்கின்றன. அதிகம் வெளியே தெரியக்கூடிய தெரு வன்முறைகளையும் வாய்வழிச் சண்டைகளையும் போல ஒரே வரிசைத் தொகுதிக்குள் இருந்தபோதிலும் இன்னமும் இந்தக் கட்டமைக்கப்பட்ட வன்முறை, பெண் வெறுப்பு அல்லது இஸ்லாமிய வெறுப்பு பற்றிய சிறிய பொதுச் சீற்றத்தைக் கூடத் தூண்டவில்லை. இதைப் பற்றிய பொது மக்களின் அலட்சியம், இஸ்லாமியப் பெண்களின் உடைகளை அகற்றுவது ஒரு விடுதலையாகக் கட்டமைக்கப்பட்டுள்ள ஒரு நீண்ட வரலாற்றால் வடிவமைக்கப்படுகிறது.

1950 களின் பிற்பகுதியில் சுதந்திரத்திற்கான அல்ஜீரியப் போரில், பிரெஞ்சு காலனியாதிக்கவாதிகள் 'இஸ்லாமிய உடைகளை அகற்றும் விழாக்களை' ஒருங்கிணைத்தார்கள். அதில் அல்ஜீரிய ஆண்கள் சுற்றி வளைக்கப்பட்டு, பிரெஞ்சு

6. Mustafa, *Gendered Islamophobia in Europe*, p. 6.

இராணுவ அதிகாரிகளின் இணையர்களால் அல்ஜீரியப் பெண்களின் உடைகள் அவிழ்க்கப்படுவதைக் காண அழைத்துவரப்பட்டார்கள். இந்த விழாக்கள் பிரெஞ்சுப் படைகளின் வெற்றியைக் குறிக்கும் சின்னமாக நடத்தப்பட்டன.[7] மேலும், அவர்கள் இஸ்லாமியப் பெண்களின் உடல்களை 'அடையும்' ஆணாதிக்கக் கற்பனையையும் நிறைவேற்றினார்கள். மேலும் அவர்கள் அதைச் செய்வதன் மூலம் இஸ்லாமிய ஆண்களைப் பலவீனப்படுத்தினார்கள். பெண்களின் குரல்களும் அவசியங்களும் தேவைகளும் முக்கியத்துவமற்றவையாக இருந்தன, சிலருக்கு அந்த விழாக்களில் பங்கேற்பதற்குப் பணம் கூடக் கொடுக்கப்பட்டது.[8]

ஐரோப்பியர்கள் மத்திய கிழக்கு, உதுமானியப் பேரரசு, வட ஆப்பிரிக்கா மற்றும் தெற்கு ஆசியா என்று அழைக்கப்படும் பகுதிகளுக்குப் பயணம் செய்யவும் காலனித்துவப்படுத்தவும் தொடங்கியதிலிருந்து, 'கிழக்கைப்' பற்றிய சித்திரிப்புகள் வெளிப்படையாகப் பாலினம் மற்றும் பாலியல் சார்ந்தவையாக இருந்தன. ஐரோப்பிய ஆண்கள் பெரும்பாலும் பெண்கள் சமூகமயப்பட்ட இடங்களை அணுக முடியவில்லை, எனவே அவர்கள் 'ஹரேம்' மற்றும் 'ஹம்மாம்'களைக் கட்டுப்பாடுகளை மீறும் பாலியல் விடுதலைக்கான இடங்களாகக் கற்பனை செய்துகொண்டார்கள். புகைப்படக்காரர்கள் கிழக்கைப் பற்றிய அவர்களுடைய சொந்தக் கற்பனையின் அடிப்படையிலான உடைகளுடனும் அலங்காரப் பொருட்களுடனும் காட்சி அளிக்க பெண்களுக்குப் பணம் கொடுத்தார்கள். பிறகு அதை அவர்கள் ஐரோப்பா முழுவதும் பரப்பினார்கள்.[9] இஸ்லாமியப் பெண்களை அவர்களின் சொந்த வீடுகளில் சந்தித்து மத போதனைகள் செய்த ஐரோப்பியப் பெண்கள் கூட இஸ்லாமியப் பெண்களைக் கவர்ச்சியான மர்மம் என்ற மேலோங்கிய பிம்பத்தை வலுப்படுத்தினார்கள்.[10] அதனால், பத்தொன்பதாம் நூற்றாண்டின் ஐரோப்பியக் குறிப்புகள்

---

7. Abu-Lughod, *Do Muslim women need saving?*
8. https://newyorker.com/books/second-read/colonial-postcards-and-women-as-props-for-war-making (accessed February 2021).
9. Ibid.
10. Thisaranie Herath, 'Women and Orientalism: 19th Century representations of the harem by European female travellers and Ottoman women', Constellations, Vol. 7:10, 2016, p. 32.

இஸ்லாமியப் பெண்களை இரக்கத்திற்குரிய பொருட்களாகவும் சுதந்திரம் பறிக்கப்பட்டவர்களாகவும் ஆனால் அதே நேரத்தில் காம இயல்புடையவர்களாகவும் சித்திரித்தன.

2001இல் பெண்கள் மற்றும் சிறுமிகளுக்கு எதிரான வன்முறையை ஒழிப்பதற்கான ஒரு நிகழ்வின் ஒரு பகுதியாக நியூயார்க் நகரில் ஒரு மேடையில் ஓப்ரா வின்ஃப்ரே ஓர் ஆப்கானியப் பெண்ணின் புர்காவை அகற்றினார். இஸ்லாமியப் பெண்களை விடுதலை பெறச் செய்யும் என்று நமக்குச் சொல்லப்பட்ட இந்த புர்கா அகற்றல் நிகழ்வு மற்றொரு ஏகாதிபத்திய வெற்றியின் அடையாளக் குறியீடாகும். ஆப்கானிஸ்தானின் மீதான படையெடுப்புக்காகப் பொது மக்களின் ஆர்வத்தைத் தூண்டுவதற்காக அந்த ஆண்டு புர்கா அணிந்த பெண்களின் படங்கள் பரவலாகப் பரப்பப்பட்டன. அது பெண்களின் விடுதலைக்கான ஒரு படையாகவும் கட்டமைக்கப்பட்டது.[11] ஆனால், படையெடுப்புக்குப் பிறகான பத்தாண்டு கணக்கான போரும் இடம்பெயர்வும் அழிவும் இஸ்லாமியப் பெண்களை ஒடுக்கும், பாழ்படுத்தும் செயல்முறைகளாக அரிதாகவே விவாதிக்கப்படுகின்றன.

உண்மையில், பெரும்பான்மை பெண்ணியவாதம் பெரும்பாலும் சமத்துவத்தைப் புதிய தாராளவாத, ஏகாதிபத்திய மற்றும் இனத் தேசியவாத அடிப்படையில் முன்வைக்கிறது. அது அரசின் இராணுவங்களுக்காகச் சண்டையிடும், ஏகாதிபத்திய அரசின் நிர்வாகத்தின் பதவிகளை ஏற்றுக்கொள்ளும் அல்லது உலகளாவிய தெற்கில் பெண்களின் உழைப்பைச் சுரண்டும் பெருநிறுவனங்களின் தலைமைச் செயல் அதிகாரிகளாகும் பெண்களைக் கொண்டாடுகிறது. இந்த வகைகளிலான 'சமத்துவம்' உலகிலுள்ள பெரும்பாலான பெண்களைச் சுரண்டப்பட்டவர்களாகவும் வஞ்சிக்கப்பட்டவர்களாகவும் இடம்பெயர்ந்தவர்களாகவும் ஆக்கிரமிக்கப்பட்டவர்களாகவும் ஆவணப்படுத்தப்பட்டவர்களாகவும் துன்புறுத்தப் பட்டவர்களாகவும் விட்டுவிடுகிறது. இது வெறுமனே ஒரு காலனியாதிக்கவாதியை இன்னொரு காலனியாதிக்கவாதியுடன் இடமாற்றம் செய்கிறது, 1950களில் பிரெஞ்சு இராணுவத்தினரின் இணையர்கள் செய்ததைப் போல இன ரீதியான வன்முறைகளுடன் கூட்டு சேர்கிறது.

---

11. Abu-Lughod, *Do Muslim women really need saving?*

கூடுதலாக, உடைகளின் மீதான இந்த கவனத்தில், ஹிஜாப் அல்லது அவர்களின் இஸ்லாமியத் தன்மையை குறிக்கும் மற்ற வெளியே தெரியக்கூடிய அடையாளங்களை அணியாத இஸ்லாமியப் பெண்கள் மறைக்கப்படுகிறார்கள். அதே நேரத்தில், ஹிஜாப் சித்திரிக்கப்படும் ஒரு நிலையான விதம், பல்வேறு ஆப்பிரிக்க மரபுகளில் இருக்கும் ஹிஜாப் நடைகளை ஒதுக்கிவிடுகிறது. அதாவது, இஸ்லாமியர்களும் இஸ்லாமியர் அல்லாதவர்களும் பல கறுப்பு இஸ்லாமியப் பெண்களை, அவர்களின் முக்காடுகளைப் பரவலாக 'ஆப்பிரிக்காவைச் சேர்ந்தது' என்று இன ரீதியாக வகைப்படுத்துவதன் மூலம் அவர்கள் இஸ்லாமியர் என்பதை அழித்துவிடுகிறார்கள். இந்த அழிப்பு 'ஆப்பிரிக்கர்கள்' 'இஸ்லாமியர் அல்லாதவர்கள்' என்ற முற்றிலும் வரலாறற்ற கட்டமைப்பைச் சார்ந்துள்ளது. முரட்டுத்தனமானவர்கள், ஆண்பால் இயல்பு கொண்டவர்கள், பாலுணர்ச்சியற்றவர்கள், அதே சமயம் பாலியல் கட்டுப்பாடற்றவர்கள், இயல்பாகவே பாலியல் ஒழுக்கமற்றவர்கள் என்ற கறுப்புப் பெண்களின் வரலாற்றுக் கட்டமைப்புகளுடன் சேர்த்து மேலே குறிப்பிடப்பட்ட உருவகங்களையும் கறுப்பு இஸ்லாமியப் பெண்கள் எதிர்கொள்கிறார்கள். எனவே, அவர்களின் ஹிஜாப் அல்லது நிகாப் அகற்றப்படுவது, கறுப்புப் பெண்களின் உடல்கள் வெள்ளையர்களின் நுகர்வு, பார்வை மோகம் மற்றும் இலாபத்திற்காக திட்டமிட்டு அத்துமீறப்பட்ட வரலாற்று முறையை மறுஉருவாக்கம் செய்கிறது.

பெண்களின் விடுதலை நம்முடைய பொருளாதார நிலைமைகளிலிருந்து பிரிக்கப்படும்போது, நம்முடைய வாழ்க்கைகள் மேம்படுத்தப்படுவதில்லை, மாறாகப் பெண்கள் குறியீடுகளாகச் சுருக்கப்படுகிறார்கள். இது பெல்ஜியம், பல்கேரியா, டென்மார்க், பிரான்ஸ், லக்சம்பர்க், ஆஸ்திரியா, நார்வே, நெதர்லாந்து மற்றும் சுவிட்சர்லாந்து ஆகிய நாடுகளில் ஹிஜாப் மற்றும் நிகாப் அணிவதைத் தடை செய்யும் சட்டங்களை அறிமுகப்படுத்துவதற்கு அடிகோலுகிறது.[12] சில நேரங்களில் இந்தத் தடைகள் ஒரு 'பொதுத் தடையால்' மறைக்கப்படுகின்றன. எடுத்துக்காட்டாக, 2021இல் ஐரோப்பிய ஒன்றியத்தின் உச்ச நீதிமன்றம் ஐரோப்பிய ஒன்றியம் முழுவதும் தனியார் நிறுவனங்கள் 'மதச்சார்புடைய உடைகளை'த் தடை

---

12. Mustafa, *Gendered Islamophobia in Europe*, p. 8.

செய்துகொள்ளலாம் என்று தீர்ப்பளித்தது[13], ஆனால் நடைமுறையில் அத்தகைய தடைகள் மதச்சார்பின்மை, நடுநிலையைப் பேணுதல், பாதுகாப்பு நடவடிக்கை அல்லது இஸ்லாமியப் பெண்களைப் பதுகாத்தல் என்கிற பெயரில் இஸ்லாமியப் பெண்களைப் பெருமளவில் குறிவைக்கின்றன. சுவிட்சர்லாந்தின் பொது இடங்களில் நிகாப்களின் மீதான தடை 2021இல் சர்வதேசப் பெண்கள் தினத்தன்று நிறைவேற்றப்பட்டது மற்றும் அது 51% ஸ்விஸ் வாக்களர்களால் ஆதரிக்கப்பட்டது. ஆனால் அந்த நாட்டில் கிட்டத்தட்ட 30 பெண்கள் மட்டுமே நிகாப் அணிகிறார்கள்.[14] இதற்கிடையில், அந்த நேரத்தில் கோவிட்-19 காரணமாக முகக் கவசங்களை அணிவது கட்டாயமாக்கப்பட்டது. இது இந்தத் தடைகள் எந்த அளவுக்குச் சுதந்திரம், பாதுகாப்பு அல்லது பெண்ணியத்துடன் தொடர்பற்றதாக இருக்கிறது என்பதை வலுப்படுத்துகிறது. மாறாக, வெளிப்படையான இன தேசியவாதத்தின் மூலமாகவும் இஸ்லாமிய வெறுப்பின் மூலமாகவும் மக்களிடையே அரசாங்களுக்கான ஆதரவை அதிகரிப்பதே இதன் நோக்கமாகும்.

தங்களின் உடைகளைத் தேர்ந்தெடுக்கும் உரிமையைப் பறிக்கும் அரசால் பாதிக்கப்பட்ட பெண்களின் வாழ்க்கைகள் அடிப்படையில் மாற்றியமைக்கப்படுகிறது. அத்தகைய தடைகள் முரண்பாடாக இஸ்லாமியப் பெண்களைப் பொது பங்கேற்பிலிருந்தும் வேலைவாய்ப்பிலிருந்தும் ஒதுக்கி வைக்கிறது. ஒரு நிகாப் தடை அனைத்து இஸ்லாமியப் பெண்களையும் குறிவைக்காதபோதும் கூட நாம் அனைவரும் பிரச்சினைகளாக மிகைப்படுத்தப்பட்ட கவனத்தைப் பெறுகிறோம். தடைகளைப் பற்றிய பொது விவாதங்கள் கூட நமது பார்வையில் தாக்கத்தை ஏற்படுத்துகின்றன, அதனால் ஆதரவு, இடம் மற்றும் பாதுகாப்பு ஆகியவற்றை அணுகுவதிலும் தாக்கத்தை ஏற்படுத்துகின்றன. 2017இல், ஆஃப்ஸ்டட் என்ற ஐக்கியப் பேரரசு பள்ளிகளின் திறனாய்வு அலுவலகம், ஆரம்பப் பள்ளிக் குழந்தைகளிடம் அவர்கள் ‘பாலின ரீதியாக’ இருக்கிறார்களா என்பதைக் கண்டறிய அவர்கள் ஏன் தலையில் முக்காடு அணிந்தார்கள் என்று கேட்கத் தொடங்கப்போவதாக அறிவித்தது. அதன்

13. https://hrw.org/news/2021/07/19/european-union-court-oks-bans-religious-dress-work (accessed July 2021).

14. https://metro.co.uk/2021/03/08/switzerland-to-ban-the-burqa-and-niqab-in-public-places-14205555/ (accessed March 2021).

விளைவாக, தடுப்புத் திட்டத்தின் மூலம் ஏற்கெனவே சந்தேகத்திற்குரியவர்களாகப் பார்க்கப்பட்ட இஸ்லாமியச் சிறுமிகள், பள்ளியை ஒரு கற்றலுக்கான இடமாக அனுபவிப்பதை விடக் கண்காணிப்புக்கான இடமாக அனுபவிப்பதே அதிகமாக இருந்தது. முக்காடுகளின் மீதான அத்தகைய தனிப்பட்ட குறிவைத்தல் பாலியல்மயமாக்கல் பற்றிய கவலையின் காரணமாக அல்ல. ஏனெனில் வாதத்திற்கு ஒவ்வொரு பாலினம் சார்ந்த உடையையும் பாலியல்மயமாக்குவதாகக் கருதலாம். (பாவாடைகள்? மேலங்கிகள்? நீச்சல் உடைகள்?). இது வெறுமனே இஸ்லாமியர்களைப் பிரச்சினைக்குள்ளாக்குவதற்கும் கண்காணிப்பதற்குமான மற்றொரு முயற்சியாகும்.

மேற்கைப் பற்றியதோர் ஆழ்ந்த கவலையே இஸ்லாமியப் பெண்களுடைய உடைகளின் மீதான இந்தத் தலையீடுகளுக்கு அடிகோலுகிறது. நம் உடல்களை நாம் மறைத்துக்கொள்ள வேண்டும் என்ற எண்ணமே நினைத்துப் பார்க்க முடியாதது, ஏனென்றால் அது 'சுதந்திரத்தின்' மதச்சார்பற்ற, தாராளவாதச் கருத்துகள் அனைவருக்கும் பொதுவானவை என்ற கருத்தைச் சிதைத்துவிடுகிறது. ஒரு பாலியல்மயமாக்கும் வெள்ளை ஆணின் பார்வைக்குப் புரிந்துகொள்ளக் கூடியவர்களாக இருப்பதை நம்முடைய சுதந்திரத்திற்கு சமமானதாகக் கருதாததால் நாம் 'சகிக்க முடியாதவர்கள்' ஆகிறோம்.[15] விடுதலை இயக்கங்கள் என்று அழைக்கப்படுபவை இதை எதிர்கொள்ள முடியாவிட்டால், அவர்கள் அநீதியிலிருந்து நம் விடுதலையைத் தேடுவதில்லை, மாறாகக் காலனித்துவத்திற்குள் நம் விடுதலையைத் தேடுகின்றன என்று பொருளாகும்.

மாறுபட்ட பாலியல் ஆர்வம் கொண்டவர்கள்

ஆணாதிக்கத்துடன் சேர்த்து, தன்பாலீர்ப்பு மீதான வெறுப்பும் ஒரு தனித்துவமான இஸ்லாமியப் பண்புக் கூறாகவும் இஸ்லாமியப் பிற்போக்குத்தனத்திற்கு மற்றொரு சான்றாகவும் கருதப்படுகிறது. 2019இல் பிர்மிங்காமில் பள்ளிகளை மையமாகக் கொண்ட, நீண்ட காலமாகப் பரவலாகக் கவனிக்கப்பட்ட சச்சரவுகளின்

15. Sahar Ghumkhor, *The Political Psychology of the Veil: The Impossible Body* (UK: Palgrave Macmillan, 2020).

மீதான ஊடக வெளிச்சத்தைக் கவனியுங்கள். அந்தச் சூழ்நிலைகள் 2015ஆம் ஆண்டின் ட்ரோஜன் குதிரை விவகாரத்தையும் அதன் 'கடுமையான இஸ்லாமிய ஆண்' உருவத்தையும் நினைவூட்டியது. ஆனால் இந்த முறை, அந்த ஆண்கள் 'நோ அவுட்சைடர்ஸ்' திட்டத்திற்கு எதிர்ப்பு தெரிவிக்கும் பெற்றோர்களாக முன்வைக்கப்பட்டனர். 'நோ அவுட்சைடர்ஸ்' என்பது 2010 சமத்துவச் சட்டத்தின் 'பாதுகாக்கப்பட்ட பண்புகள்' பற்றிக் குழந்தைகளுக்குக் கற்பிப்பதற்காக ஆண்ட்ரூ மொஃபாட் என்ற பள்ளி ஆசிரியரால் தொடர் கதைப் புத்தகங்களாக உருவாக்கப்பட்ட ஒரு கல்வித் திட்டமாகும். அவற்றில் ஒன்று பாலியல் நாட்டத்தை உள்ளடக்கியிருந்தது. எனவே ஊடக வெளிச்சம் பள்ளிகளில் 'நோ அவுட்சைடர்ஸ்' திட்டத்தை எதிர்க்கும் பெரும்பாலான மாணவர்களும் பெற்றோர்களும் இஸ்லாமியர்கள் என்பதையே மையமாகக்கொண்டிருந்தன. அவை இந்த சச்சரவுகளைச் சகிப்புத்தன்மையையும் பால் புதுமையினர் உரிமைகளையும் உள்ளடக்கிய இலட்சியங்களை எதிர்க்கும் கடுமையான இஸ்லாமிய ஆணாதிக்கத்தின் ஒரு பிரச்சினையாக முன்வைத்தன. ஆஃப்ஸ்டடின் முன்னாள் தலைவரின் சொற்களில், 'அவர்கள் இந்த நாட்டில் வாழ்கிறார்கள்' - 'நாம் ஒரு சுதந்திர நாடு' என்பதை அவர்கள் உணர வேண்டும்.[16]

போராட்டங்களில் தன்பாலீர்ப்பு வெறுப்பு இருப்பதை நாம் மறுக்கத் தேவையில்லை. ஆனால் சச்சரவுகளின் இந்தக் காட்சிப்படுத்துதல்கள் பால்புதுமைக் கருத்தியலாளர் ஜஸ்பீர் புவார் அழைப்பதைப் போல 'ஓரினத் தேசியவாதம்' என்ற கருத்தியலைப் பயன்படுத்துகின்றன என்பதை அறிந்துகொள்ள வேண்டும். அதாவது, இது *LGBTQ+* உரிமைகளை தேசியவாத, இனவாதக் குறிக்கோள்களுக்காகப் பயன்படுத்தும் செயல்முறையாகும். எடுத்துக்காட்டாக, அது வன்முறையான எல்லைக் கட்டுப்பாடுகளை, 'தன்பாலீர்ப்புக்கு எதிரான குடியேறிகளுக்கும் இஸ்லாமியர்களுக்கும் எதிரான' பால் புதுமையினர் நேயக் கொள்கைகள் என்று சித்திரிப்பதற்குப் பயன்படுத்தப்படுகிறது. நோ அவுட்சைடர்ஸ் சச்சரவுகளைப் பொருத்தவரை, அதைக் குறிப்பிட்டு, பல *LGBTQ+* நபர்களும்

16. https://blogs.soas.ac.uk/gender-studies/2019/05/30/its-ok-to-be-different-prevent-british-values-and-the-birmingham-lgbt-lessons-row/ (accessed March 2021).

அமைப்புகளும் 'என்னுடைய பெயரில் வேண்டாம்' (*not-in-my-name*) என்று கடிதங்களை எழுதினார்கள்.

இஸ்லாமியச் சமூகங்களின் மீதான இந்தக் கவனமும் சமூகப் பதற்றமும் இஸ்லாமியர்கள் தன்பாலீர்ப்பு வெறுப்பிற்காகக் குற்றம் சுமத்துவதற்கு எளிதான இலக்குகள் என்பதை நிரூபிக்கிறது, அது ஒட்டுமொத்தச் சமூகத்தையும் கொடியவர்களாகக் காட்ட பயன்படுத்தப்படலாம்... வெளியே தெரியாத இனவெறியின் ஒரு வடிவமாக, நம்முடைய அடையாளங்களை இழிந்த முறையில் பயன்படுத்துவதை நாம் கண்டிக்கிறோம், அது அரசின் தீங்கான கண்காணிப்புக் கொள்கைகளையும் இஸ்லாமியச் சமூகங்களைக் குற்றமயமாக்குதலையும் நியாயப்படுத்தப் பயன்படுத்தப்படுகிறது.[17]

கல்வியாளர் மற்றும் எழுத்தாளர், லதீஃபா அகே, 'பிரிட்டிஷ் சமுதாயத்தில் கடுமையான பழமைவாதமும் தன்பாலீர்ப்பு வெறுப்பும் இருக்கிறது' என்றும் தன்பாலீர்ப்பு வெறுப்பை வெளிப்புறத்தைச் சேர்ந்ததாக இஸ்லாமியர்களின் மீது கட்டமைப்பது நாகரிகப்படுத்தல் தேவைப்படும் 'மற்றவர்களை' விட பிரிட்டன் 'அதிக முற்போக்கானது' என்று காட்டிக் கொள்வதற்கான மற்றொரு முயற்சி என்றும் விளக்குகிறார். மேலும் அவர், இந்த வழக்கில் தொடர்புடைய சில பள்ளிகள் தங்களின் தீவிரவாத எதிர்ப்புப் பணியின் ஒரு பகுதியாக, தடுப்புத் திட்டத்தின் கடமையின் கீழ், *LGBTQ* ஐ உள்ளடக்கிய பாடத்திட்டங்களைக் கற்பிப்பதன் மூலம் தங்கள் இஸ்லாமியச் சமூகங்களை அந்நியப்படுத்தின என்றும் குறிப்பிட்டார். பார்க்ஃபீல்ட் பள்ளியில் இது 'தீவிரமயமாக்கலைக் குறைக்கும்' உத்தியின் ஒரு பகுதியாக மூத்த தலைமையால் விவரிக்கப்பட்டது. இந்த முரண் அசாதாரணமானதாக இருக்கிறது. 'வேறுபட்டவர்கள்' என்று இனமாக்கப்பட்டவர்களைக் குற்றவாளிகளாக்கும் அதேசமயத்தில் 'வேறுபட்டவர்களாக இருப்பது பரவாயில்லை' என்று குழந்தைகளுக்குக் கற்பிப்பது இந்தத் திட்டத்தின் மேலோட்டமான தன்மையைப் பிரதிபலிக்கிறது.

அரசு வெள்ளைத் தேசியவாத 'பிரிட்டிஷ் மதிப்புகளாலும் ஒரு காவல் எந்திரத்தாலும் உள்வாங்கப்பட்ட *LGBTQ+*

17. https://independent.co.uk/voices/letters/lgbt-no-outsiders-rse-birmingham-muslim-prevent-values-a9092781.html (accessed January 2021).

உரிமைகளின் ஒரு வடிவத்தை ஊக்குவிக்கிறது. லதீஃப்பாவின் சொற்களில், எனவே அவை 'அரசின் தொடர்ந்து சுருங்கிக் கொண்டேயிருக்கும், இனவெறியுடைய குடியுரிமைக் கட்டமைப்பிற்குள் பொருந்தக்கூடிய *LGBTQ+* மக்களுக்காக ஒதுக்கப்பட்டவை... பிரிட்டிஷ் அரசின் வன்முறையை அனுபவிப்பவர்களுக்கு அல்ல.' உதாரணமாக, பாலியல் நாட்டத்தின் அடிப்படையில் அடைக்கலம் கோரும் மக்கள் தொடர்ந்து நாடு கடத்தப்படுகிறார்கள், பிரிட்டிஷ் அரசால் கைது செய்யப்படுகிறார்கள். எனவே, இஸ்லாமியப் பெண்களுக்கான போலியான கவலை போல, தன்பாலீர்ப்பு வெறுப்பு மீதான அரசின் கவலை அதன் இனத்தேசியவாத வன்முறையை மறைக்கிறது. மேலும், பல மக்கள் பாலியல் நாட்டத்தின் அடிப்படையில் அடைக்கலம் கோருவதற்கான காரணம், உலகளவில் பெரும்பாலான இடங்களிலுள்ள பிரிட்டிஷ் காலனித்துவத்திலிருந்து வரும் தன்பாலீர்ப்பிற்குத் தடை விதிக்கும் சட்டங்களாகும். இருப்பினும் தன்பாலீர்ப்பிற்கான தடை தற்போது மேற்கல்லாத நாடுகளின் பிற்போக்குத்தன்மையை எடுத்துக்காட்டவே பயன்படுத்தப்படுகிறது.

அத்தகைய காலனியச் சட்டங்கள் நிறைவேற்றப்பட்டதற்குக் காரணம், ஐரோப்பியர்கள் இஸ்லாமியப் பெண்களை இயல்பாகவே பாலியல் உணர்வு கொண்டவர்களாகப் பார்த்ததைப் போல, இஸ்லாமிய ஆண்களைக் கட்டுப்படுத்த முடியாதவர்களாகவும் கட்டுப்பாடுகள் தேவைப்படும் மாறுபட்ட பாலியல் ஆர்வங்கள் கொண்டவர்களாகவும் பார்த்ததாகும். உண்மையில், கிழக்கத்திய கட்டுக் கதைகளின் படி, 'இஸ்லாமிய உலகம்' தன்பாலீர்ப்புச் செயல்பாடுகளின் தளமாகப் பார்க்கப்பட்டது. 'பத்தொன்பதாவது மற்றும் இருபதாம் நூற்றாண்டுகளில் ஆண்டரே கிட், ஆஸ்கார் வைல்ட், எட்வர்ட் எம் ஃபார்ஸ்டர் மற்றும் ஜீன் ஜெனெட் போன்ற எண்ணற்ற எழுத்தாளர்களும் கலைஞர்களும் தன்பாலீர்ப்பு வெறுப்பு ஐரோப்பாவிலிருந்து அல்ஜீரியா, மொராக்கோ, எகிப்து மற்றும் பல்வேறு அரபு நாடுகளுக்குப் பயணங்களை மேற்கொண்டார்கள்', அங்கே அவர்களின் தன்பாலீர்ப்பிற்காக அவர்கள் ஐரோப்பாவில் இருப்பதைப் போல ஒதுக்கி வைக்கப்படுதலையும் பாகுபாட்டையும் எதிர்கொள்ளப் போவதில்லை என்பதை உணர்ந்தார்கள் என்று ஜார்ஜ் கிளாடா

எழுதுகிறார். உண்மையில், அவர்கள் அந்த இடங்களைத் தன்பாலீர்ப்பை அனுமதிக்கும் இடங்களாகவே பார்த்தார்கள்.[18]

தெளிவாக, இஸ்லாமியர்களை அந்நியர்களாக்குவதைப் பற்றிய ஐரோப்பியக் கதைகள் தொடர்ந்து மாறிக்கொண்டே இருக்கின்றன. முன்னர், மாறுபட்ட பாலியல் ஆர்வம் கொண்டவர்களாக நம்மை இனமாக்கும்போது அது நம்மைப் பின்தங்கியவர்களாகக் குறித்தது, நாம் கடுமையான ஓரினச்சேர்க்கையாளர்களாகக் கருதப்பட்டோம், ஆனால் தற்போது தன்பாலீர்ப்பு மீதான வெறுப்பு பின்தங்கிய தன்மையின் குறியீடாக இருக்கிறது, நாம் அதனுடனும் தொடர்புபடுத்தப்படுகிறோம். இரண்டிலும், இஸ்லாமிய மற்றும் LGBTQ மக்களை நடத்தும் விதம் மேற்கத்திய நாடுகள் தங்களின் வன்முறைகளை மறைக்கும் விதமாகத் தங்களைத் தாங்களே வரையறுத்துக்கொள்வதில் நாம் உண்மையில் முக்கியமல்லாதவர்கள் என்பதைக் காட்டுகிறது.

தங்கள் வசதிக்கேற்ப அக்கறைப்படுதல்

'வன்புணர்வாளர்கள்', 'ஆணவக் கொலையாளர்கள்', 'தன்பாலீர்ப்பு வெறுப்பாளர்கள்' என்றோ 'பாலியல் ரீதியாக ஒடுக்கப்பட்டவர்கள்' என்றோ சொல்வதன் மூலம் இஸ்லாமிய ஆண்களைக் காட்டுமிராண்டிகளாகக் கட்டமைப்பதும் இஸ்லாமியப் பெண்களை இயல்பாகவே ஒடுக்கப்பட்டவர்களாகக் கட்டமைப்பதும் இஸ்லாமியர்களுடனோ அல்லது பாலின அல்லது பாலியல் நீதிக்கான ஒரு அக்கறையுடனோ எந்தத் தொடர்பையும் கொண்டிருக்கவில்லை. மாறாக, இந்த விவாதங்கள் வறுமை, நாடு கடத்தல், கைது, கண்காணிப்பு, ஏகாதிபத்தியம், இராணுவமயம் ஆகியவற்றின் கைகளில் சிக்கியிருக்கும் பெண்களுக்கும் பால் புதுமையினருக்கும் எதிரான பிரிட்டன் மற்றும் மற்ற மேற்கத்திய நாடுகளின் பெண் வெறுப்பு, வன்புணர்வுக் கலாச்சாரம் மற்றும் கட்டமைக்கப்பட்ட வன்முறை ஆகியவற்றின் உண்மை நிலைகளை மறைக்கப் பாலின மற்றும் பாலியல் வன்முறைகளை வெளிப்புறத்தைச் சேர்ந்ததாகக்

---

18. https://mronline.org/2010/12/08/globalizing-homophobia/ (accessed November 2020).

கட்டமைக்கிறது. பயங்கரவாதத்தைப் போலவே, பாலின மற்றும் பாலியல் வன்முறையின் தோற்றுவாயை இஸ்லாமிய மதம் அல்லது கலாச்சாரத்திற்குள் வைப்பதன் மூலம், அதன் மூலக் காரணங்கள் அரசியலற்றதாக்கப்படுகின்றன. மேலும் இஸ்லாமியர்கள் மட்டும் அதற்குப் பொறுப்பாக்கப்படுகிறார்கள்.

நாம் தவறாகப் பயன்படுத்தப்படுகிறோம், பழி சுமத்தப் படுகிறோம், உடைமையாக்கப்படுகிறோம், மறைக்கப்படுகிறோம், வெளிப்படுத்தப்படுகிறோம், நம்முடைய பேச்சுக்கள் அடக்கப் படுகிறது, நாம் மற்றவர்களால் பேசப்படுகிறோம், ஆனால் ஒருபோதும் நம்முடைய சொந்த விதிகளில் வாழ்வதற்கும் நாம் மேலும் பாதிக்கப்படுவோம் என்ற பயமில்லாமல் நாம் பாதிக்கப்படும் விதங்களைப் பற்றிப் பேசுவதற்கு அனுமதிக்கப்படுவதில்லை. பாலின மற்றும் பாலியல் வன்முறை இல்லாத ஓர் உலகத்தை உருவாக்க, நாம் அரசு, முதலாளித்துவம் மற்றும் காலனியாதிக்கம் ஆகியவை முதன்மைக் குற்றவாளிகள் என்பதைப் புரிந்துகொள்ள வேண்டும். மிகவும் விளிம்புநிலைப்படுத்தப்பட்ட, வெளியே தெரியாத, 'சாத்தியங்களற்ற' இஸ்லாமியப் பெண்கள் மற்றும் சிறுமிகளின் தேவைகளையும் பாதுகாப்பையும் மையப்படுத்தும்போது, நாம் இதை மிகத் தெளிவாகப் பார்க்கத் தொடங்குகிறோம்.

அத்தியாயம் 10

இஸ்லாமிய வெறுப்பின் பயனாளிகள்

நவம்பர் 2020இல் இந்த அத்தியாயத்திற்கான என்னுடைய ஆராய்ச்சியை நான் தொடங்கியபோது, நான் ஆய்வு செய்ய நினைத்திருந்த சக்திகளால் குறுக்கிடப்பட்டேன். ரூபர்ட் முர்டோக் என்ற பெரும் பணக்காரருக்குச் சொந்தமான ஒரு வலதுசாரி பிரிட்டிஷ் செய்தித்தாள் நிறுவனமான டைம்ஸ்-இன் 'குற்றம் மற்றும் பாதுகாப்பு'ப் பிரிவின் ஆசிரியர் பியோனா ஹாமில்டனிடமிருந்து எனக்கு ஒரு மின்னஞ்சல் வந்தது. ஹாமில்டன், அந்த வாரம் பிபிசி வானொலி 4இல் கவிதைகள் மீதான ஒரு நிகழ்ச்சியை வழங்குவதற்கான என்னுடைய தகுதியைக் 'கேள்விக்குள்ளாக்கிய' புதிய பழமைவாத சிந்தனைக் குழுவான ஹென்றி ஜாக்சன் சங்கத்தால் (HJS) எழுப்பப்பட்ட கவலைகளைப் பற்றி அவர் எழுத விரும்பிய ஒரு கட்டுரைக்கு என்னிடம் கருத்து கேட்டார். ஹென்றி ஜாக்சன் சங்கம் என்பவர்கள் யார்? அவர்கள் ஏன் என்னுடைய வானொலி நிகழ்ச்சியைப் பற்றி அக்கறைப்பட்டார்கள்? 'குற்றம் மற்றும் பாதுகாப்பு'ப் பிரிவின் ஆசிரியர் ஏன் அதைப் பற்றி எழுதுமளவு கவலைப்பட்டார்?

ஹென்றி ஜாக்சன் சங்கம் என்னுடைய நிகழ்ச்சியுடன் எந்தப் பிரச்சினையையும் கொண்டிருக்கவில்லை, ஆனால் ஆதரவுக் குழு கேஜ் (CAGE) உடனான என்னுடைய 'தொடர்பு' நான் பிபிசியில் இருப்பதற்குப் பொருத்தமற்றதாக இருப்பதாக அவர்கள் உணர்ந்தார்கள் (கேஜ் அமைப்பு அவர்களே பலமுறை பிபிசியில் பங்கேற்றிருந்த போதிலும்) என்று ஹாமில்டன் என்னிடம் சொன்னார். அத்தியாயம் 6இல் விவாதிக்கப்பட்டபடி, கேஜ் என்பது பயங்கரவாதத்தின் மீதான போரின் அநீதிகளுக்கு எதிராகச் செயல்படும் இஸ்லாமியர்களால் நடத்தப்படும்

அடித்தள மக்களுக்கான மனித உரிமைகள் அமைப்பாகும். எனவே அது ‘பயங்கரவாதிகளுக்கு மன்னிப்பு கேட்டவர்களாக இருந்ததற்காக கடந்த காலத்தில் குற்றம் சாட்டப்பட்ட ஒரு அமைப்பு’ என்ற ஹாமில்டனின் வரையறையைப் போன்ற குற்றச்சாட்டுகளை அடிக்கடி எதிர்கொள்கிறது. அவை என்னைப் பயங்கரவாத ஆதரவாளர்களின் சார்புகொண்டவராகவும் அதனால் வானொலி 4 கேட்பவர்களுக்கு அதுவொரு ஆபத்தாகவும் கருதியது என்றுதான் என்னால் ஊகிக்க முடிகிறது.

நான் ஒருபோதும் ஹாமில்டனுக்குப் பதிலளிக்கவும் இல்லை, எந்தக் கட்டுரையும் வெளிவரவும் இல்லை. நன்கு நிறுவப்பட்டதொரு சிந்தனைக் குழு மற்றும் ஒரு வலதுசாரி செய்திக் குழுமத்தால் ஒருங்கிணைந்ததொரு இஸ்லாமிய வெறுப்பு அவதூறைப் பெறும் இடத்தில் என்னை உணர்ந்தது, என்னை அதிவிழிப்புடனே இருக்கச் செய்தது. நான் அந்த மின்னஞ்சலைப் பெற்றபோது, என்னுடைய உடல் அதீத பதற்ற நிலைக்குச் சென்றுவிட்டது, என்னுடைய இரத்த ஓட்டத்தில் அட்ரினலின் அளவு அதிகரித்தது. நடுங்கும் என் கைகளுடன், இதுவரை வெளிவராத ஒரு கட்டுரைக்கான வரைவு பதிலை எழுதுவதற்கு மணிக்கணக்கில் செலவிட்டேன். ஒரு வாரம் அல்லது அதற்குப் பிறகு அது வெளியிடப்படும் என்ற எதிர்பார்ப்பில் செலவழித்தேன். அந்தத் தருணங்களில், இஸ்லாமிய வெறுப்பைப் பயன்படுத்திச் செழிப்படையும், இலாபம் ஈட்டும் பெருநிறுவனங்கள் மற்றும் உலகளாவியத் தொழில் நிறுவனங்களின் நோக்கங்கள் என்னுடைய நரம்பு மண்டலத்திலும் இதயத் துடிப்பிலும் ஓடிக்கொண்டிருந்தன.

சிந்தனைக் குழுக்கள்

*2005*இல் நான் படித்த கல்லூரியான, நல்ல உடையணிந்த தாராளவாத இனவெறியின் தாயகமான கேம்பிரிட்ஜ் பல்கலைக் கழகத்தில் ஹென்றி ஜாக்சன் சங்கம் உருவாக்கப்பட்டது. ஹென்றி ஜாக்சன் சங்க அலுவலகங்கள் தற்போது மில்பேங்கில் மத்திய அரசாங்க அலுவலகங்களுக்கு அருகில் இருக்கின்றன. ஹென்றி ஜாக்சன் சங்கம் கொள்கை உருவாக்கத்தில் எல்லாக் கட்சி நாடாளுமன்றக் குழுக்களுக்கும் (*APPGs*) தலைமை தாங்கியுள்ளது, அமெரிக்க ஐக்கிய அரசு மற்றும் ஐக்கியப் பேரரசு முழுவதும்

மில்லியன் கணக்கான நிதியைப் பெற்றுள்ளது. அவர்களின் உறுப்பினர்களில் மைக்கேல் கோவ் போன்ற அரசாங்க அமைச்சர்களும் மத்தியப் புலனாய்வு முகமையின் (*CIA*) முன்னாள் தலைவர்களும் உள்ளனர். இவ்வாறு அதிகாரத்திற்கு மிகவும் நெருக்கமானதொரு நிறுவனமயமாக்கப்பட்ட அமைப்பாக இருக்கும்போது, என்னைப் போன்ற ஒருவர் என்ன சொல்கிறார் அல்லது நான் யாருடன் தொடர்பில் இருக்கிறேன் என்பது குறித்து அவர்கள் ஏன் கவலைப்படுகிறார்கள்?

'வாரியம் முழுவதும் இஸ்லாமியர்களுக்கு நிலைமைகள் கடினமாக்கப்பட வேண்டும்' என்று அழைப்பு விடுத்த டக்ளஸ் முர்ரே போன்றவர்களை உறுப்பினர்களாக வைத்திருப்பது முதல் குறிப்பாகும். அதில் தற்போது தடுப்புத் திட்டத்தின் தேர்ந்தெடுக்கப்பட்ட விமர்சகராக இருக்கும் வில்லியம் ஷாக்ராசும் உள்ளார். அவர் குவாண்டானமோ விரிகுடாவை நீதியின் ஒரு 'மாதிரி' என்று அழைத்தவர் மற்றும் நீர் சித்திரவதையைப் (*water-boarding*) பயன்படுத்துவதை ஆதரித்தவர்.[1] ஹென்றி ஜாக்சன் சங்கத்தின் இணை நிறுவனர், அவர் விலகிய பிறகு ஹென்றி ஜாக்சன் சங்கத்தைத் 'தீவிர-வலது, இஸ்லாமியர் எதிர்ப்பு இனவெறிடையது' என்று அழைத்திருப்பது[2] ஆச்சரியமில்லை. மேலும் ஹென்றி ஜாக்சன் சங்கத்தின் கொள்கை அறிக்கை டைம்ஸ் பத்திரிகையுடன் தொடர்புடைய பல பத்திரிகையாளர்களாலும் அந்தப் பத்திரிகையின் உரிமையாளரான ரூபர்ட் முர்டோக்கின் நெருங்கிய ஆலோசகர் இர்வின் ஸ்டெல்சராலும் கையெழுத்திடப்பட்டுள்ளது.[3] இது ஏன் ஹாமில்டன் ஒரு கட்டுரைக்கான சட்டப்பூர்வமான அடிப்படையாக அத்தகைய இஸ்லாமிய வெறுப்புக் குழுவின் கவலைகளை எடுத்துக்கொண்டார் என்பதைப் பகுதியளவு விளக்குகிறது. செய்தி ஊடக நிறுவனங்கள், சிந்தனைக் குழுக்கள், அரசாங்க அமைச்சர்கள், பத்திரிகையாளர்கள்

---

1. https://standpointmag.co.uk/counterpoints-may-11-model-justice-william-shawcross-guantanamo-bay-military-courts/ (accessed March 2021); https://amp.thenationalnews.com/arts-culture/books/justice-and-the-enemy-due-process-must-yield-to-terror-fight-1.407912 (accessed March 2021).

2. https://linkedin.com/pulse/brendan-simms-racist-corrupt-henry-jackson-society-matthew (accessed March 2021).

3. https://medium.com/insurge-intelligence/the-american-far-right-s-trojan-horse-in-westminster-6799f442d6ce (accessed March 2021).

மற்றும் சர்வதேச மேல்நிலை மக்கள் ஆகியோருக்கிடையேயான இந்தத் தொடர்புகள், நான் மிரட்டப்பட்ட ஒரு நிறுவனத்தைப் போன்ற பல பங்குதாரர்களின் ஒரு வலையமைப்பு, இஸ்லாமிய வெறுப்புக் கதைகளை உருவாக்குவதில் முதலீடு செய்திருக்கிறது என்பதை எடுத்துக்காட்டுகிறது. இது ஏன் என்பதைப் புரிந்துகொள்ள, யாருக்கு இவை பயன் தருகின்றன என்பதை நாம் புரிந்துகொள்ள வேண்டும்.

ஹென்றி ஜாக்சன் சங்கம், பாலிசி எக்ஸ்சேஞ் (கொள்கை பரிமாற்றம்) மற்றும் சென்டர் ஃபார் சோசியல் கொஹிஸன் (சமூகக் கலப்பிற்கான மையம்) போன்ற ஒரே மாதிரியான சிந்தனைக் குழுக்கள் தங்களைச் 'சார்பில்லாத' ஆராய்ச்சி அமைப்புகளாக அழைத்துக்கொள்கின்றன, அவை துல்லியமாக எதிலிருந்து சார்பில்லாமல் இருக்கிறார்கள் என்பது தெளிவில்லாமல் இருக்கிறது. அவர்களின் செயல்பாடுகள் தனிப்பட்ட நோக்கங்களால் நிதியளிக்கப்படுகிறது, இராணுவமயப்படுத்தப்பட்ட காலனியக் கோட்பாடுகளைச் சார்ந்திருக்கிறது, அரசாங்கத்தின் இதயத்திற்குள் தாக்கத்தை ஏற்படுத்துகிறது.[4] எடுத்துக்காட்டாக, ஹென்றி ஜாக்சன் சங்கம் டொனால்ட் டிரம்பின் இஸ்லாம் தடைக்கான நடைமுறை உண்மைகளுக்குப் புறம்பான நியாயப்படுத்துதல்களின் பெரும்பகுதியை உருவாக்கியது.[5] அவர்கள் உலகளாவிய தீவிரவாத எதிர்ப்புத் தொழில்களுக்கு அடித்தளமாக இருக்கும் கோட்பாடுகளின் பெரிய கூறுகளையும் உருவாக்கினர். அதிகாரப்பூர்வத் தடுப்புத் திட்ட உத்திகளின் ஆவணம் கூட சென்டர் ஃபார் சோசியல் கொஹிஸன் (CSC) அமைப்பை ஐந்து முறை குறிப்பிடுகிறது. (2011இல் CSC ஹென்றி ஜாக்சன் சங்கத்திற்குள் சேர்க்கப்பட்டது).[6]

இத்தகைய நேரடி அரசியல் செல்வாக்குடன் இருக்கும் இத்தகைய சிந்தனைக் குழுக்களுக்கு யாரால் நிதியளிக்கப்படுகின்றன

---

4. Tom Griffin, David Miller and Tom Mills, 'The Neoconservative Movement: Think Tanks as Elite Elements of Social Movements from Above' in ed. Narzanin Massoumi, Tom Mills and David Miller, *What is Islamophobia? Racism, Social Movements and the state* (London: Pluto, 2017), p. 220.
5. https://bylinetimes.com/2020/10/26/trumpocracy-in-the-uk-government-links-with-steve-bannon-and-the-mercers/ (accessed March 2021).
6. Griffin, Miller and Mills, 'The Neoconservative Movement', pp. 224-5.

என்பதைக் கேட்க வேண்டியது அவசியம். ஹென்றி ஜாக்சன் சங்கத்திற்கு நிதியளிப்பவர்கள் பெரும்பாலும் வெளிப்படுத்தப் படாதவர்களாக இருந்தபோதிலும், விசாரணைகள் அவர்கள் அமெரிக்க ஐக்கிய அரசின் குடியுரிமைக் கட்சி, ஐக்கியப் பேரரசின் பழமைவாதக் கட்சி, புதிய பழமைவாதக் கட்சி மற்றும் டேவிட் ஹோரோவிட்ஸ் சுதந்திர மையம் போன்ற இஸ்லாமிய வெறுப்பு அமைப்புகளுக்கும் பத்தாயிரக் கணக்கில் நிதியளிப்பவர்களாக இருந்தது கண்டறியப்பட்டது.[7] அறிஞர் சாரா மாருசெக், இஸ்லாமிய வெறுப்புக் கதைகளை உலகளவில் பரப்புவதில் அதிகம் ஈடுபட்டிருக்கும் ஹென்றி ஜாக்சன் சங்கம் உள்ளிட்ட 14 சிந்தனைக் குழுக்கள் அமெரிக்க ஐக்கிய அரசைச் சார்ந்த ஒரே 60 குடும்ப நிதி நிறுவனங்களாலும் தொண்டு நிறுவனங்களாலும் நிதியளிக்கப்பட்டுள்ளன என்பதைக் கண்டறிந்தார்.[8] அதன் பொருள், ஒரு சிறு எண்ணிக்கையிலான உலகளாவிய முதலாளித்துவ வர்க்கம் தேசிய மற்றும் சர்வதேசக் கொள்கைகளுக்கு அடித்தளம் அமைக்கும் கருத்துக்களுக்கு நிதியளிக்கின்றன. பிரிட்டன் அல்லது மற்ற மேற்கத்திய நாடுகள் சொல்லிக்கொள்ளும் 'ஜனநாயக நிர்வாகம்' என்பதை இது குறைமதிப்பிற்கு உட்படுத்துகிறது. ஆனால் அவர்கள் வேறு இடங்களில் இத்தகைய சூழ்நிலையைச் சிறு குழு ஆட்சி (oligarchy) என்று அழைப்பார்கள்.

மேலும், இஸ்லாமிய வெறுப்பு சிந்தனைக் குழுக்களின் முன்னணி 60 கொடையாளர்களில் 75% பேர், 2009 மற்றும் 2013க்கு இடையில், 'இஸ்ரேலின் ஆக்கிரமிப்பு அல்லது குடியேற்றங்களை ஆதரிப்பவைகளாக அடையாளம் காணப்பட்ட அமைப்புகளுக்குக் கிட்டத்தட்ட 169 மில்லியன் டாலர்கள் கொடுத்திருக்கிறார்கள் என்பதையும் மாருசெக்கின் விசாரணை கண்டுபிடித்தது.[9] அத்தகைய குடியேற்றங்கள் சர்வதேச நீதிமன்றம் மற்றும் ஐக்கிய நாடுகள் சபை போன்ற உலகளாவிய அமைப்புகளால் சட்டவிரோதமானவையாக அறிவிக்கப்பட்டுள்ளன. பாலஸ்தீனத்தின் மீதான சட்ட விரோத ஆக்கிரமிப்பிற்கு ஹென்றி ஜாக்சன் சங்கத்திற்கு

---

7. https://bylinetimes.com/2020/11/03/trumpocracy-in-the-uk-boris-johnsons-lobby-group-us-dark-money/ (accessed March 2021).
8. Sarah Marusek, 'The Transatlantic Network: Funding Islamophobia and Israeli Settlements' in ed. Massoumi et al, *What is Islamophobia* (London: Pluto Press, 2017).
9. Ibid., p. 200.

நிதியளிப்பவர்களும் முக்கியப் பங்களிப்பாளர்களாக இருப்பது, ஹென்றி ஜாக்சன் சங்கத்தின் இஸ்லாமிய வெறுப்புக் கதைகளின் உருவாக்கம், குடியேற்றக் காலனித்துவம் போன்ற நிஜ உலகத் திட்டங்களை நியாயப்படுத்துவதில் முக்கியப் பங்கினை வகிப்பதை நமக்குக் காட்டுகிறது. உண்மையில், இஸ்லாமிய வெறுப்புக் கோட்பாடுகளும் கேலிச்சித்திரங்களும் காலனியாதிக்க ஆக்கிரமிப்பிற்கான பாலஸ்தீனயர்களின் எதிர்ப்பை வெறுமனே பகுத்தறிவற்ற இஸ்லாமியப் பயங்கரவாதம் என்று அரசியலற்றதாக்குவதற்குப் பயன்படுத்தப்படுகிறது.

பாதுகாப்புத் தொழில்

சிந்தனைக் குழுக்களும் அவர்களுக்கு நிதியளிப்பவர்களும் மட்டும் இஸ்லாமிய வெறுப்புக் கதைகளை உருவாக்குவதிலிருந்து பயனடைவதில்லை. இந்த நூல் முழுவதும் ஆராயப்பட்டது போல, தனியார் பாதுகாப்பு மற்றும் இராணுவ நிறுவனங்களும் கூடப் பயங்கரவாதம், தீவிரவாதம் மற்றும் பாதுகாப்பு பற்றிய ஊகக் கோட்பாடுகளால் வானளவில் இலாபம் அடைந்திருக்கின்றன. அது ட்ரோன் தொழில்நுட்பங்கள், எல்லைக் கண்காணிப்பு, இராணுவ மையப்படுத்தப்பட்ட காவலுக்கான ஆயுதங்கள் மற்றும் எதிர்ப்புகளை அடக்குதல் ஆகியவற்றிற்கான தேவையை அதிகரித்திருக்கிறது.

எனவே சிந்தனைக் குழுக்கள் என்பவை பொதுமக்களையும் அரசியல் கருத்துகளையும் பாதுகாப்புமயமாக்கலை நோக்கி வளைக்கும் அறிவை உருவாக்குவதற்காகப் பணம் கொடுக்கப்படும் ஒரு பெருந்திரளான அமைப்புகளின் ஒரு பகுதி மட்டுமே ஆகும். எடுத்துக்காட்டாக, ஐக்கியப் பேரரசில் கவர்ன்மென்ட் கம்யூனிகேஷன்ஸ் ஹெட் குவாட்டர்ஸ் *(GCHQ)* என்ற பிரிட்டிஷ் உளவு நிறுவனமும் தேசியத் தற்கட்டுப்பாட்டுப் பாதுகாப்பு மையமும் *(National Cyber Security Centre)*, அவர்களின் செயல்பாடுகளின் விரிவாக்கத்தை நியாயப்படுத்தும் அமைப்புகளை உருவாக்க முனைபவர்களுக்கும் கல்வி ஆராய்ச்சியாளர்களுக்கும் நிதியளிக்கிறது. மற்றொரு எடுத்துக்காட்டு, இலண்டன் பல்கலைக்கழகத்தின் கிங்ஸ் கல்லூரியில் உள்ள தீவிரமயமாக்கல் பற்றிய ஆய்விற்கான சர்வதேச மையம், பயங்கரவாதம் மற்றும் பாதுகாப்பு

மீதான நிர்வாகத்திற்காக வெளிப்படையாக ஆராய்ச்சியை வழங்குவதற்காகவே இருக்கிறது. எனவே, காலனியாதிக்கக் காலங்களில் நடந்ததைப் போலவே, பங்குதாரர்களால் நிதியளிக்கப்பட்ட ஆராய்ச்சி அவர்களின் சொந்த நலன்களுக்காக ஒரு அறிவுத்துறையை உருவாக்கியது. சிந்தனைக் குழுக்கள் இதன் ஒரு பகுதி மட்டுமே ஆகும். சில அறிஞர்கள் ஹென்றி ஜாக்சன் சங்கம் போன்ற கொள்கை சிந்தனைக் குழுக்களுக்கும் தீவிரவாத எதிர்ப்பில் செயல்படுபவர்களுக்கும் இடையில் ஒரு 'சுழலும் கதவு' இருப்பதாக விவரிக்கிறார்கள்.[10]

இந்தத் தொடர்புகள், 'முதலாளித்துவ வர்க்கத்தின் அதிகாரம் என்பது அரசைக் கட்டுப்படுத்தும் அதன் திறனைச் சார்ந்துள்ளது' என்பதையும் 'முதலாளித்துவ வர்க்கத்தின் ஆதிக்கத்தை நிலைநிறுத்துவதில் அரசு ஒரு முக்கிய அங்கம்' என்பதையும் எடுத்துக்காட்டுகிறது.[11] எனவே புதிய தாராளவாதக் கொள்கையின் கீழ், அரசு பின்னோக்கிச் செல்கிறது என்று நமக்குச் சொல்லப்பட்டாலும், அது விளிம்புநிலை மக்களைக் கைவிடக்கூடும் என்றாலும், அது முதலாளித்துவப் பெருநிறுவனங்களின் சார்பாகத் தலையிடுவதற்கு கடினமாக வேலை செய்கிறது. உதாரணமாக 2009 மற்றும் 2014க்கு இடையில் ஹென்ட்ரி ஜாக்சன் சங்கம் நாடாளுமன்றத்தில் 'ஹோம்லேண்ட் செக்யூரிட்டி' என்ற அனைத்துக் கட்சி நாடாளுமன்றக் குழுவை நடத்தியபோது, அதன் ஆலோசக உறுப்பினர்களில் அமெரிக்க உள்நாட்டுப் பாதுகாப்புத் துறையின் (DHS) முன்னாள் தலைவரும் இருந்தார், அவர் அந்த நேரத்தில் (2012-2015) BAE நிறுவனத்தின் தலைவராகவும் இருந்தார்.[12] BAE சிஸ்டம்ஸ் என்பது உலகின் மிகப்பெரிய ஆயுத உற்பத்தியாளர்களில் ஒன்றாகும். அமெரிக்க ஐக்கிய அரசின் பாதுகாப்புத் துறை, இந்தியா மற்றும் சவுதி அரேபியா ஆகியவை அதன் மூன்று முன்னணிச் சந்தைகள் ஆகும். அந்த மூன்றுமே தங்கள் சொந்தக் குடிமக்களுக்கு எதிராகக் கொடூரமான வன்முறை, வெளிநாட்டு ஆக்கிரமிப்பு மற்றும் போர் ஆகியவற்றில் ஈடுபட்டுள்ளன. குறிப்பாக சவுதி அரேபியா போரில் ஏமன் குடிமக்களைக்

---

10. https://cage.ngo/imperialists-like-the-hjs-are-dangerously-out-of-touch-with-reality-its-time-to-call-them-out (accessed February 2021).
11. Norman Fairclough, *Language and Power* (London: Routledge, 2015).
12. Tobias Ellwood and Mark Phillips, *Improving Efficiency, Interoperability and Resilience of our Blue Light Services* (London: APPG on Homeland Security, 2013).

கொல்ல BAE சிஸ்டம்ஸ் அமைப்பின் போர் விமானங்களைப் பயன்படுத்துகிறது. பிரிட்டிஷ் அரசாங்கம், அந்தப் போரைக் 'கண்டிப்பதாகச்' சொன்னபோதிலும், ஓர் இராணுவமய சிந்தனைக் குழுவின் தலைமையில் நடத்தப்பட்ட கொள்கை உருவாக்க விவாதங்களில் பங்கேற்க BAE சிஸ்டம்ஸ் அமைப்பின் தலைவரை நாடாளுமன்ற அரங்குகளுக்குள் வரவேற்கிறது.

தெளிவாக, ஹென்றி ஜாக்சன் சங்கம் உருவாக்கும் ஆய்வுகள் அதற்கு நிதியளிப்பவர்களுக்குப் பயனளிக்கும் விதத்தில் பாதுகாப்புமயமாக்கலையும் இராணுவமயமாக்கலையும் வலுப்படுத்துகிறது. மேலும், அத்தகைய ஆய்வுகள் அத்தகைய கதைகளை உருவாக்குவதற்காக அவர்களுக்கான பொது மதிப்பையும் உருவாக்குகிறது. இது இந்த அமைப்புகளை ஐக்கியப் பேரரசு போன்ற நாடுகளிலுள்ள அரசாங்கங்களை அவர்களின் சொந்த இஸ்லாமிய வெறுப்புக் கொள்கைகளுக்காகப் பணியமர்த்துவதற்கு வழிவகுக்கிறது. 2015 மற்றும் 2017க்கு இடையில் உள்துறை அலுவலகம் ஹென்றி ஜாக்சன் சங்கத்திற்கு 'இஸ்லாமிய பயங்கரவாதம்' பற்றிய ஓர் அறிக்கையை உருவாக்குவதற்கு 83,452.32 பவுண்ட்கள் வழங்கியது.[13] இவை அனைத்தும் தனியார் பாதுகாப்புத் தொழில்களுக்கு பயனளிக்கின்றன, அரசுகளுக்குத் தேவைப்படுவதாக ஆய்வுகள் பரிந்துரைக்கும் பயங்கரவாத ஆயுதங்களைப் பின்னர் அரசுகளுக்கே விற்பனை செய்வதன் மூலம் அவை இலாபமடைகின்றன. இந்தச் சுழற்சி முறையிலான உறவுகள் 'பாதுகாப்பு-தொழில்-கூட்டு' (SIC) என்பதை உருவாக்குகின்றன. அத்தகைய பெருநிறுவனங்களும் சுயநல நோக்கங்களும் அவர்களுடன் இணைந்திருக்கும் ஆராய்ச்சி நிறுவனங்களும் இருக்கும்போது, நம்முடைய சமூகங்களில் நீதியும் அமைதியின் சாயலும் இருக்க முடியாது.

---

13. https://opendemocracy.net/en/opendemocracyuk/revealed-uk-home-office-paid-80000-to-a-lobby-group-which-has-funded-conservative-mps/ (accessed January 2021).

செய்தி ஊடகங்கள்

பாதுகாப்பு-தொழில்-கூட்டமைவை நிலைநிறுத்துவதில் ஊடகத்தின் பங்கு என்ன? ஐக்கியப் பேரரசில் உள்ள பெரும்பாலான செய்தித்தாள் நிறுவனங்கள் தங்களின் பெரும் பணக்கார முதலாளிகளின் இலாபத்திற்காக நடத்தப்படும் நிறுவனங்களாகும். உதாரணமாக, *டைம்ஸ்* முழுவதுமாக ரூபர்ட் முர்டோக்கின் தனியார் நிறுவனமான நியூஸ் கார்பரேஷனுக்குச் சொந்தமானது. உண்மையில், *சன்*, *தி டைம்ஸ்*, *தி சண்டே டைம்ஸ்*, *தி பிரஸ் அசோசியேஷன்* மற்றும் *டைம்ஸ் லிட்டரரி சப்ளிமெண்ட்* உள்ளிட்ட ஐக்கியப் பேரரசின் 70% செய்தித்தாள் நிறுவனங்கள் முர்டோக்கிற்குச் சொந்தமானவை. மற்ற 30% செய்தித்தாள் நிறுவனங்களில், *டெய்லி மெயில்* முழுவதும் விஸ்கவுண்ட் ரோதர்மியருக்குச் சொந்தமானது, *தி டெலிகிராப்* பார்க்லேஸ் சகோதரர்களுக்கும் *தி எக்ஸ்பிரஸ்* ரிச்சர்ட் டெஸ்மண்டுக்கும் சொந்தமானது. துல்லியமான பத்திரிகையியலை வழங்கவோ அறநெறித் தரங்களை நிலைநிறுத்தவோ நாம் எதிர்பார்க்க இவை ஜனநாயக அமைப்புகள் அல்ல. அவர்களின் வேலை என்பது இலாபம் ஈட்டுவதும் கருத்துருவாக்கம் செய்வதுமாகும். சார்லஸ் உம்னியின் சொற்களில், முதலீடுகள், மக்களின் சிந்தனைகளிலும் முதலாளித்துவச் சமூகத்தில் என்ன கருத்துகள் ஏற்றுக்கொள்ளக்கூடியவை என்பதிலும் பெரும் தாக்கத்தை ஏற்படுத்துகின்றன. அவை ஒரு மிகவும் நேரடியான காரணத்திற்காக அதைச் செய்யலாம். ஏனென்றால் அவை (பண்ட) உற்பத்தியின் வழிமுறைகளைக் கட்டுப்படுத்துவதைப் போலவே, மனநிலை உருவாக்கத்தின் வழிமுறைகளையும் கட்டுப்படுத்துகின்றன.[14] பெரும்பாலான செய்தித்தாள் நிறுவனங்கள் தங்களுக்குப் பயனளிக்கும் முதலாளித்துவம், ஏகாதிபத்தியம் அல்லது இனவெறியின் கட்டமைப்பு ஆகியவற்றை ஆராயும் செய்திகளை வெளியிடுவதில்லை என்பது ஆச்சரியமில்லை அல்லது நான் பார்த்தது போல அவர்கள் ஹென்றி ஜாக்சன் சங்கம் போன்ற தனிநலன் குழுக்களுடன் இணைவதில் மகிழ்ச்சியடைகிறார்கள்.

---

14. Charles Umney, *Class Matters: Inequality and Exploitation in 21st Century Britain* (London: Pluto, 2018), p. 154.

தொலைக்காட்சியும் திரைப்படங்களும் பத்திரிகைத் துறையை ஒரு புலனாய்வு பணிகள் நிரம்பிய தொழிலாகச் சித்திரித்தாலும், உண்மையில் அது பெரும்பாலும் மந்தமானதாகவே இருக்கிறது. தனியார் சிந்தனைக் குழுக்களின் கவலைகளிலிருந்து செய்திகளை உருவாக்குவதுடன் சேர்த்து, இன்றைய முதன்மைச் செய்திகளின் முக்கிய அம்சங்களில் ஒன்று இணையத்தில் என்ன பேசுபொருளாக இருக்கிறது என்பதன் அடிப்படையில் செய்திகளை உருவாக்குவதாகும். ஏனென்றால் அது அதிக விற்பனையையும் பார்வைகளையும் பெறுவதற்கான வாய்ப்புள்ளது.[15] பத்திரிக்கையாளர் ஃபைமா பக்கர் என்னிடம் சொன்னதைப் போல, 'இஸ்லாமைப் பயங்கரவாதத்துடன் இணைப்பது... ஊடகங்களுக்கு ஓரளவுக்கு பணம் தரும் பசுவாக மாறிவிட்டது. மக்கள் அந்த வகையான செய்திகளைப் பார்க்கப் போகிறார்கள் அல்லது அச்சுப் பிரதியில் அவற்றை வாங்கப் போகிறார்கள் ஏனென்றால் அது இஸ்லாமியர்களைப் பற்றிய அவர்களுடைய முன்முடிவுகளுடன் ஒத்துப்போகிறது அல்லது அது மிகவும் சர்ச்சைக்குரியதாக இருக்கிறது. மக்கள் பெரும் எண்ணிக்கையில் இந்தச் செய்திகளை உள்வாங்கினால், அது ஊடகத் தலைமைகளுக்கு இந்த வகையான செய்திகளுக்கு மிகப்பெரிய ஆர்வம் இருக்கிறது என்று செய்தி அனுப்புகிறது. எனவே, உறுதியாக, அவர்கள் அதைத் தொடர்ந்து பரப்புவார்கள்... மற்றும் அவற்றை விமர்சிப்பதற்காக மக்கள் அந்தச் செய்திகளைப் பகிர்வதும் மேலும் அவற்றைப் பரப்புவதிலேயே முடிகிறது. அது ஆசிரியர்களை அத்தகைய செய்திகளை வெளியிடுவதை நிறுத்துவதற்கு ஊக்கப்படுத்துவதில்லை.' இதன் பொருள் உலகளாவிய முதலாளித்துவ வர்க்கத்தின் கைகளிலுள்ள அதிகாரத்தின் ஆபத்தான தனியுரிமையை அல்லது 'பாதுகாப்பு-தொழில்-கூட்டு கருத்துருவின் வன்முறையான விரிவாக்கத்தை ஆராய்பவர்களாக இருக்க வேண்டிய பத்திரிகையாளர்கள், மாறாக அதே நோக்கங்களுக்குப் பயனளிக்கும் இஸ்லாமிய வெறுப்பை உமிழ்கிறார்கள்.

ஊடகங்களில் இஸ்லாமிய வெறுப்பை எதிர்கொள்வதைப் பற்றிய பல உரையாடல்கள் இந்தக் கட்டமைக்கப்பட்ட போக்கைத் தவறிவிடுகின்றன. மாறாக அவை பிரதிநிதித்துவத்தைச் சுற்றிச்

---

15. Nathan Lean, *The Islamophobia Industry: How the right manufactures hatred of Muslims* (London: Pluto, 2017), p. 88.

சுழல்கின்றன, இஸ்லாமியர்களின் மேம்பட்ட பிரதிநிதித்துவமே இனவெறிக்கான மருந்து என்று பரிந்துரைக்கின்றன. ஆனால் இந்தப் பரிந்துரை இஸ்லாமிய வெறுப்பு என்பது தவறான தகவல்களின் அல்லது எதிர்மறையான கருத்துகளின் விளைவு என்றும் செய்திக் கதைகளின் கட்டமைப்பு, பரிசீலிக்கப்படும் கேள்விகள் மற்றும் புறக்கணிக்கப்படும் சூழ்நிலைகளின் விளைவு அல்ல என்றும் கருதுகிறது. எனவே சிலர் ஊடகத்தின் தவறுகளைப் பற்றி சுதந்திரப் பத்திரிகைத் தர நிர்ணய அமைப்பிடம் (IPSO) புகார்களைத் தாக்கல் செய்கிறார்கள். ஆனால் சுதந்திரப் பத்திரிகைத் தர நிர்ணய அமைப்பு உண்மைக்குப் புறம்பான தவறுகளை மட்டுமே கணக்கில் எடுத்துக்கொள்கிறது. செய்தித்தாள் நிறுவனங்களும் அவர்களின் 'திருத்தங்களை' அவர்களின் செய்தி ஏற்கெனவே ஒரு தாக்கத்தை ஏற்படுத்திய பல வாரங்களுக்குப் பிறகு ஒரு உள்பக்கத்தில் சிறிய எழுத்துகளாக அச்சிடுகிறார்கள். எனவே, நாம் கட்டமைக்கப்பட்ட இஸ்லாமிய வெறுப்பிற்கான பொறுப்பேற்பை எப்படிக் கோருவது என்ற கேள்வியுடன் விடப்படுகிறோம்.[16]

உதாரணமாக, 2017இல் தி டைம்ஸ் தொடர் முதல் பக்கக் கட்டுரைகளை வெளியிட்டது, அதில் 'கிறிஸ்தவக் குழந்தை இஸ்லாமியக் குழந்தை பராமரிப்பு மையத்திற்குள் கட்டாயப்படுத்தப்பட்டது' என்ற மிக மோசமான செய்தி வெளிவந்தது. குழந்தைப் பராமரிப்பு வழக்கு நடந்த டவர் ஹேம்லெட்ஸ் கழகம், கிட்டத்தட்ட செய்தியில் இருந்த அனைத்து விவரங்களும் தவறாக இருந்ததால், IPSO வில் ஒரு புகாரை அளித்தது. அவர்களின் புகார் ஏற்றுக்கொள்ளப்பட்டதால் டைம்ஸ் பத்திரிகை அவர்களின் செய்தித்தாளின் உள்பக்கத்தில் ஒரு சிறிய திருத்தத்தை அச்சிட்டது. இருந்தபோதிலும், அந்த நேரத்தில் முதலில் வந்த தவறான செய்தி அதன் மீது ஆயிரக் கணக்கான இனவெறி விமர்சனங்களைப் பெற்றிருந்தது, பரவலாகப் பரப்பப்பட்டிருந்தது மற்றும் வெள்ளை மேலாதிக்க மன்றங்களில் மறுவெளியீடு செய்யப்பட்டது, அங்கு இது உண்மையாகக் கருதப்பட்டு மேலும் விமர்சனங்களை உருவாக்கியது. அதன் பிறகு, நீதிமன்றத் தீர்ப்பு செய்தியின் முழு

---

16. Hacked Off, Hate, White supremacism, the press and the absence of regulation 2017–2020, (London: Hacked Off, 2020).

அடிப்படையும் பொய்யானதாக இருப்பதைக் கண்டறிந்தது. ஆனால் எந்தத் திருத்தமும் செய்யப்படவில்லை அல்லது செய்ய முடியாது என்று சொல்லலாம்.[17]

இது, செய்தி ஊடகத்தின் வழியாக நீதி கோருவதன் வரம்புகளை நமக்குக் காட்டுகிறது. IPSO அதன் உறுப்பினர்களாக இருக்கும் பதிப்பாளர்களால் நிதியளிக்கப்படுகிறது என்பதுடன் அதன் வாரிய உறுப்பினர்கள் அச்சுப் பத்திரிகைத் தொழில்களைக் கொண்டுள்ளனர். அவர்கள் பத்திரிக்கை நெறிகளுக்கான தர நிர்ணயம் எதையும் கொண்டிருக்கவில்லை. ஆனால் அது அந்தத் துறைக்குள் இருப்பவர்களாலே உருவாக்கப்பட்ட 'ஆசிரியர்களின் விதி' பின்பற்றப்படுவதை உறுதிப்படுத்திக் கொள்ள முயற்சிக்கிறார்கள். ஃபைமா சொன்னதைப் போல, 'பதிப்பகங்கள்' IPSO வை தீவிரமாக எடுத்துக்கொண்டாலும்... சில பதிப்பகங்கள் தவறான செய்திகளை வெளியிடும் முடிவை எடுக்கக்கூடும், ஏனென்றால், கடைசியில் சட்ட ரீதியான விளைவுகள் இருந்தாலும், அவர்கள் பெறும் பார்வைகளை வைத்து அல்லது அவர்கள் விற்பனை செய்யும் பிரதிகளின் எண்ணிக்கையை வைத்து அதை ஈடுசெய்ய முடியும், அவர்கள் புதிய பார்வையாளர்களையும் நேயர்களையும் கூடப் பெறக்கூடும். எனவே, எத்தனையோ சிறிய அச்சுத் திருத்தங்கள் அச்சிடப்படலாம், அவைகளால் இஸ்லாமிய வெறுப்பு பெருநிறுவன எந்திரத்தைப் பலவீனப்படுத்த முடியாது. அவர்களின் எண்ணம் செய்திகளைச் சரியாகச் சொல்வது அல்ல, மாறாக அவர்களின் முதலாளித்துவ உரிமையாளர்களுக்கு வணிக ரீதியாகவும் சித்தாந்த ரீதியாகவும் சேவை செய்வதாகும்.

மேலும், இந்த அமைப்பில் இஸ்லாமியர்களின் மேம்பட்ட பிரதிநிதித்துவம் என்பதும் உள்வாங்கப்படக் கூடும். அத்தியாயம் 6இல் வோக் இதழின் தீவிரவாத எதிர்ப்புத் தொழிலில் உள்ள இஸ்லாமியப் பெண்கள் மீதான வெளிச்சத்தை நாம் பார்த்தோம். அந்த வெளிச்சம் பெண்களை 'எதிர்மறையாகச்' சித்தரிக்கவில்லை, ஆனால் அது உலகம் முழுவதும் உள்ள இஸ்லாமியப் பெண்களை ஒவ்வொரு நாளும் கண்காணிக்கும், தண்டிக்கும்; தீங்கு விளைவிக்கும் 'பாதுகாப்பு- தொழில்-கூட்டு' (SIC) முறையை ஊக்குவித்தது. அப்போது, அந்த வகையிலான

---

17. https://newstatesman.com/politics/media/2018/09/the-times-muslim-christian-child-foster-care-tower-hamlets-court-ruling-ipso (accessed February 2021).

மேம்பட்ட பிரதிநிதித்துவம் என்பது நல்லதல்ல. உதாரணமாக, கோவிட்-19 ஆல் இறந்த இஸ்லாமிய மருத்துவர்களின் உயிர்களைக் கொண்டாடும் செய்திகள், 'பயங்கரவாதி' பிம்பத்திலிருந்து குறிப்பிடத்தக்க வகையில் வேறுபட்டிருந்தன, ஆனால் அவற்றின் பரிவிலும் கூட அவை நாட்டிற்குச் சேவை செய்யும்போது இறக்கும் இஸ்லாமியர்களின் உயிர்கள் மட்டுமே மதிப்புடையவை என்பதைக் குறித்தன. ஆவணமில்லாத, சிறைப்படுத்தப்பட்ட இஸ்லாமியர்களின் உயிர்களோ பிரிட்டனின் ஏகாதிபத்திய போர்களில் கொல்லப்பட்டவர்களின் உயிர்களோ மதிப்புடையவை அல்ல என்ற கருத்தை மறைமுகமாக வெளிப்படுத்தின.

நாம் நமது கோரிக்கைகளைப் பொது மைய ஊடகப் பிரதிநிதித்துவம் கோருவதைத் தாண்டி நகர்த்த வேண்டும். செய்தி ஊடகங்கள் அரசையும் கட்டமைக்கப்பட்ட வன்முறையையும் தீவிரமாகவும் விமர்சன ரீதியாகவும் விசாரித்து வெளிப்படுத்தும் வரை அது நமக்கு நீதியைக் கொண்டுவர முடியாது. அவை அத்தகைய வன்முறையிலிருந்து பயனடைபவர்களின் இலாபத்திற்காக நடத்தப்படும் வரை அதைச் செய்ய முடியாது.

இஸ்லாமிய வெறுப்பைக் கக்குதல்

நாதன் லீன், அவருடைய தி இஸ்லாமோபோபியா இண்டஸ்ட்ரி (இஸ்லாமிய வெறுப்புத் தொழில்) என்ற நூலில், செய்திகள் தொடர்ந்து இஸ்லாமிய வெறுப்பு நிறைந்ததாக இருப்பதற்கு மற்றொரு காரணம் தீவிர வலதுசாரி முக்கியப் பிரமுகர்கள் சமூக ஊடகங்களில் இஸ்லாமியர்களைப் பற்றிய சமூகப் பதற்றத்தை உருவாக்குவதுதான் என்று காட்டுகிறார்.[18] அவர்களின் பரபரப்பான பதிவுகளும் காணொளிகளும் விமர்சனங்களும் பெரும்பாலும் சமூக ஊடகம் முழுவதும் மறுபதிவிடப்படுகின்றன, அங்கிருந்து அவை பொது மைய ஊடக நிறுவனங்களால் எடுத்துக்கொள்ளப்படுகின்றன. லீன் அமெரிக்காவிலுள்ள பமீலா கெல்லர் மற்றும் ரிச்சர்ட் ஸ்பென்சர் ஆகியோரின் மீது கவனத்தைச் செலுத்துகிறார், ஆனால் நாம் ஐக்கிய பேரரசில் பிரிட்டன் ஃபர்ஸ்ட் கட்சியின்

---

18. Lean, Islamophobia Industry.

பால் கோல்டிங், இங்கிலிஷ் டிஃபென்ஸ் லீக்-இன் முன்னாள் தலைவர் டாமி ராபின்சன், கேட்டி ஹாப்கின்ஸ் அல்லது கார்ல் பெஞ்சமின் ஆகியோரைப் பார்க்கலாம். அவர்களின் காணொளிகளும் பதிவுகளின் தொகுப்புகளும் வெறுமனே அவை உருவாக்கும் சர்ச்சைகளின் காரணமாகச் சில நேரங்களில் செய்தி நிறுவனங்களால் வெளியிடப்படுகின்றன.

உதாரணமாக, 2017இல் மான்செஸ்டர் அரீனா குண்டு வெடிப்பிற்குப் பிறகு, கேட்டி ஹாப்கின்ஸ் ஒரு நீண்ட இஸ்லாமிய வெறுப்புக் கண்டனப் பதிவில் 'நமக்கு ஒரு இறுதித் தீர்வு தேவைப்படுகிறது' என்று பதிவிட்டார். அந்தப் பதிவு உடனே நீக்கப்பட்டது ஆனால் அது சேமிக்கப்பட்டு மறுபதிவு செய்யப்பட்டது, ஊடக நிறுவனங்களால் எடுத்துக் கொள்ளப்பட்டது.[19] பெரும்பாலான செய்திகள் அவரைக் கண்டித்தபோதிலும், அவருடைய பதிவை அடிப்படையாகக் கொண்டு, அவருடைய 'இறுதித் தீர்வு' கற்பிதம் ஒரு விவாதத்திற்கான தலைப்பாக நம்பகத்தன்மை பெற்றது. பின்தொடர்பவர்களிடமிருந்தும் எதிர்ப்பவர்களிடமிருந்தும் கிடைத்த அத்தகைய கவனம் ஹாப்கின்ஸுக்குப் பல ஆண்டுகளாகப் பல்வேறு செய்தித்தாள் பத்திகளை எழுதவும், தனது கருத்துகளை விவாதிக்கப் பொதுத் தளங்களுக்கு அழைக்கப்படவும் வழிவகுத்தது. மெயில் ஆன்லைன் இணையதளத்தில் ஒரு பத்திரிகையாளராக அவர், ஒரு பிரிட்டிஷ் இஸ்லாமியக் குடும்பம் அல்கொய்தாவுடன் தொடர்புகளைக் கொண்டிருந்ததால் அமெரிக்க ஐக்கிய அரசின் அதிகாரிகளால் டிஸ்னி லேண்ட் கேளிக்கைப் பூங்காவைப் பார்வையிடுவதிலிருந்து தடுக்கப்பட்டதாக ஒரு பொய்யான செய்தியை உருவாக்கினார்.[20] அதற்கு அவர் மன்னிப்பு கேட்க வேண்டியிருந்த நேரத்திற்குள் அந்தச் செய்தி அதுவாகவே ஒரு உயிர்ப்பைப் பெற்றிருந்தது.

இஸ்லாமியர்களால் பாதிக்கப்பட்ட சமூகங்களின் உறுப்பினர்களாகத் தங்களைச் சித்தரித்துக் கொண்டாலும், ஹாப்கின்ஸ் மற்றும் ராபின்சன் போன்றவர்கள் மேலாதிக்கத்தை

---

19. https://theguardian.com/uk-news/2017/may/23/manchester-attack-police-investigate-katie-hopkins-final-solution-tweet (accessed December 2020).
20. https://theguardian.com/media/2016/dec/19/mail-pays-out-150k-to-muslim-family-over-katie-hopkins-column (accessed February 2020).

எதிர்க்கும் அடித்தள மக்களின் முகங்கள் அல்ல. அவர்கள் இஸ்லாமிய வெறுப்பிலிருந்து இலாபகரமான வாழ்க்கையை உருவாக்குகிறார்கள். அவர்களின் பெரும்பாலான நிதி தனியார் அமெரிக்கக் கொடையாளர்களிடமிருந்து வருகிறது, பெரும்பாலான நேரங்களில் இஸ்லாமிய வெறுப்புச் சிந்தனைக் குழுக்களுக்கு நிதியளிக்கும் அதே கொடையாளர்களிடமிருந்து அல்லது சிந்தனைக் குழுக்களிடமிருந்து வருகிறது.[21] சிந்தனைக் குழுக்கள் இஸ்லாமிய வெறுப்பிற்கான 'கல்விசார்' பகுத்தறிவை உருவாக்கும் அதேவேளையில், இந்த முக்கியப் பிரமுகர்களும் ஒரு பரந்த பொது மக்களிடையே இஸ்லாமிய வெறுப்பைத் தூண்டினர். அவர்கள் கண்டிக்கப்படும்போதும் கூட, 'பாதுகாப்பு-தொழில்-கூட்டு' முறைக்குப் பயனளிக்கும் கற்பிதங்களை வடிவமைக்கிறார்கள். அதைச் செய்வதற்காக அவர்களுக்குப் பணமும் கொடுக்கப்படுகிறது.

துன்புறுத்தலிலிருந்து இலாபமடைதல்

2011இல், நார்வேயில், ஆண்டர்ஸ் ப்ரீவிக் 77 பேரை படுகொலை செய்தான். அதில் வெடிகுண்டை வெடிக்கச் செய்ததில் எட்டு பேரும் லேபர்பார்ட்டியின் இளைஞர் முகாமில் தனித்தனியாகச் சுடப்பட்டதில் மற்ற 69 பேரும் கொல்லப்பட்டனர். தாக்குதல்கள் நடந்த அன்று காலையில், ப்ரீவிக் தன்னுடைய நோக்கங்களை விளக்கும் ஓர் அறிக்கையை வெளியிட்டான். அது முதன்மையாக மற்றவர்களின் எழுத்துகளின் தொகுப்பாக இருந்தது. ரிச்சர்ட் ஸ்பென்சரின் செயல்பாடு 162 முறை குறிப்பிடப்பட்டிருந்தது, மேலும் ப்ரீவிக், பமீலா கெல்லரின் வலைப்பதிவைப் புகழ்ந்தான். ப்ரீவிக், பமீலா கெல்லர் போன்றவர்களின் பேச்சுக்களை அவற்றின் தர்க்க ரீதியான முடிவான படுகொலைக்கு எடுத்துச் சென்றதாக மக்கள் சுட்டிக்காட்டியபோது, கெல்லர் 'அவன் ஒருங்கிணைய மறுக்கும், நார்வே பூர்வகுடி மக்களுக்கு எதிராக, தண்டனை இல்லாமல் கும்பல் பாலியல் வன்புணர்வு உள்ளிட்ட பெரும்பாலான வன்முறைகளைச் செய்யும், அரசு உதவித் தொகையில் வாழும் இஸ்லாமியர்களால் நார்வேவை நிரப்புவதற்குப் பொறுப்பான

---

21. Lean, *Islamophobia Industry*.

கட்சியின் எதிர்காலத் தலைவர்களைக் குறிவைத்தான்' என்று பதிலளித்தார்.

பமீலா கெல்லர், இந்தத் திரள் படுகொலையினை நியாயப்படுத்திய போதிலும், அவரைப் பற்றிய டைம்ஸ் நிறுவனத்தின் செய்திகளில் அவர் எப்போதும் 'சமூக ஆர்வலர்' அல்லது 'பிரச்சாரகர்' என்றே குறிப்பிடப்பட்டார். அவரைப் பயங்கரவாதத்திற்கு ஆதரவாக பேசுபவராக அவர்கள் கருதவில்லை. டைம்ஸ் பத்திரிகையிலிருந்து எனக்கு வந்த மின்னஞ்சலைக் கருத்தில் கொண்டு, யார் பயங்கரவாதத்திற்கு ஆதரவாளராகக் கருதப்படுகிறார்கள், யார் கருதப்படுவதில்லை என்பதைக் கவனிப்பது முக்கியமாகும். என்னைப் பற்றிய அவர்களுடைய கவலைகள் 'கடந்த காலத்தில் பயங்கரவாதிகளுக்கு ஆதரவாளர்களாக இருந்தவர்கள்' என்று அவர்கள் வரையறுத்த ஓர் அமைப்பான கேஜ் உடனான தொடர்புகளைச் சூழ்ந்திருந்தன. இது 2015இல், முகமது எம்வாசி *ISIS* இன் மரண தண்டனையை நிறைவேற்றும் 'ஜிஹாதி ஜான்' என்று கண்டுபிடிக்கப்பட்டபோது, அவர் குறித்து கேஜ் நடத்திய செய்தியாளர் சந்திப்பைக் குறிக்கிறது. கடந்த காலத்தில், கேஜ் அமைப்பு எந்தவொரு பயங்கரவாதம் தொடர்பான குற்றத்திற்காகவும் குற்றஞ்சாட்டப்படுவதற்கு முன்பு, எம்வாசியை ஒரு தகவலாளியாக நியமிக்க எடுக்கப்பட்ட முயற்சிகள் உட்பட, ஐக்கியப் பேரரசின் பாதுகாப்புச் சேவைகளிடமிருந்து அவர் அனுபவித்த துன்புறுத்தல்கள் பற்றித் தெரிவிக்கும் பொருட்டு எம்வாசி கேஜ் அமைப்புடன் தொடர்பில் இருந்துள்ளார். இந்தச் சான்றுகளை எம்வாசியைச் சுற்றிய உரையாடல்களுக்கு ஒரு முக்கியமான சூழல் விளக்கமாகப் பகிர்வதற்காக கேஜ் அழைத்த ஒரு பத்திரிகையாளர் சந்திப்பு நடத்தப்பட்டது. அந்தப் பத்திரிகையாளர் சந்திப்பில் கேஜ் அமைப்பின் ஆராய்ச்சி இயக்குநர் அசிம் குரேஷி, எம்வாசி முதன்முதலில் அமைப்பைத் தொடர்புகொண்டபோது 'மிகவும் மென்மையானவராக' இருந்தார் என்று நினைவு கூர்ந்தார், 'ஜிஹாதி ஜான்' ஆக அவருடைய மாற்றத்திற்குக் குறிப்பிடத்தக்க நிகழ்வுகள் பங்களித்திருக்க வேண்டும் என்று முன்னிலைப்படுத்திக் காட்டினார்.

இருப்பினும், வலதுசாரி பத்திரிகைகள் இந்தக் கருத்தைப் பற்றிக்கொண்டு, சூழலை மறைத்து, கேஜ் 'கொலையாளி ஓர் அழகான மனிதன்' என்று அவர் சொன்னதாகச்

செய்தி வெளியிட்டன.[22] எம்வாசியின் வாழ்க்கையில் உளவு அமைப்புகளின் பங்களிப்பைப் பற்றிய ஆதாரங்களின் மீது கவனம் செலுத்துவதற்குப் பதிலாக, கேஜ் பயங்கரவாதத்திற்கு ஆதரவாக இருக்கிறார்கள் என்ற கதை பத்திரிகையாளர் சந்திப்பிலிருந்து வெளிவந்தது. பயங்கரவாதத்தின் மீதான போர்ச் சட்டங்களால் பாதிக்கப்பட்டவர்களின் உரிமைகளுக்காகப் போராடும் ஓர் இஸ்லாமியர்களால் நடத்தப்படும் அமைப்பின் மீது அவதூறு ஒட்டிக்கொள்வதற்கு எளிதாக இருந்தது. இது பொது மைய வட்டாரங்களில் அவர்களின் செயல்பாடுகளைச் செல்லாததாக்குவதற்காகப் பயன்படுத்தப்பட்டது. கேஜ் அமைப்பை ஆதரிப்பவர்களாகப் பார்க்கப்படும் அச்ச உணர்வு ஒரு வற்புறுத்தும் கருவியாக மாறிச் சிலரை கேஜ் அமைப்புடனான அவர்களது தொடர்புகளை நிறுத்திக்கொள்ளச் செய்தது, பலநிதி ஆதரவாளர்களை விலகிச் செல்வதற்குத் தள்ளியது.

ஹென்றி ஜாக்சன் சங்கமும் டைம்ஸ் நிறுவனமும் என்னை வானொலி 4 நிகழ்ச்சி வழங்குபவராக இருக்க தகுதியற்றவர் என்று சொல்ல இந்த அவதூறைப் பயன்படுத்தியது, அரசைக் கேள்வி கேட்கும் குரல்கள் எந்த அளவுக்கு முக்கியமானவை என்பதைக் காட்டுகிறது. அரசின் தேசியப் பாதுகாப்பு அமைப்பின் வன்முறைகளை அல்லது ஐக்கியப் பேரரசில் உள்ள பயங்கரவாதத்தின் மீதான போரின் வன்முறைகளைப் பேசத் துணியும் எந்த இஸ்லாமியரையும் அடிப்பதற்கான ஒரு தடியாக கேஜ் மாறியது. எனக்கு நடந்ததைப் போலவே, பல செயற்பாட்டாளர்களுக்கு அவர்களைப் பற்றி இந்த வகையான அவதூறுச் செய்திகள் வெளியிடப்பட்டிருக்கின்றன அல்லது அவர்கள் மிரட்டப்பட்டிருக்கிறார்கள். இது ஏனென்றால், இந்த அத்தியாயம் காட்டியுள்ளதைப் போல, இங்கு ஏகாதிபத்தியம், இராணுவமயம் மற்றும் பாதுகாப்புமயமாக்கல் ஆகியவற்றை வலுப்படுத்தும் இஸ்லாமிய வெறுப்புக் கதைகளை உருவாக்குவதில் சக்திவாய்ந்த நிதிப் பங்குதாரர்கள் முதலீடு செய்திருக்கிறார்கள். மேலும் அவர்களை எதிர்க்கும் அனைத்துக் கதைகளையும் அழிப்பதிலும் அவர்கள் முதலீடு செய்திருக்கிறார்கள்.

---

22. https://www.opendemocracy.net/en/opendemocracyuk/apologists-for-terror-or-defenders-of-human-righ/ (accessed March 2021).

ஆனால் பல பில்லியன் மதிப்புடைய உலகளாவிய பெருநிறுவன வலையமைப்புகள் அடித்தள மக்களுக்கான தனிநபர்க் குரல்களையும் கூட ஒவ்வொன்றாகக் கைக்கொள்ள வேண்டிய அவசியத்தை உணர்கின்றன என்பது நம்முடைய குரல்கள் நாம் நினைப்பதை விட அதிக அச்சுறுத்தலாக இருக்கின்றன என்பதைக் காட்டுகிறது. அவர்களின் நன்மைகளுக்காக அவர்கள் மிகவும் நுட்பமாக வடிவமைத்துக்கொண்ட ஒரு அமைப்பை வெளிப்படுத்துவதாக நாம் அச்சுறுத்துகிறோம். அதாவது, தனிப்பட்ட நிதிசார் நோக்கங்கள் அவர்களின் பாதுகாப்பு நிறுவனங்களுக்கும் காலனியாதிக்க, இராணுவமயச் செயல்திட்டங்களுக்கும் இலாபமளிக்கும் 'ஆதாரங்களை' உருவாக்கும் அமைப்புகளுக்கு நிதியளிக்கும் ஓர் அமைப்பாகும். அது இனப்படுகொலைத் திட்டத்திற்காகப் பெருமளவில் அதன் ஒப்புதல்களை உருவாக்க இஸ்லாமிய வெறுப்புக் கதைகளைக் கல்விசார் தளங்களிலும் பொது மையச் செய்தி ஊடகங்களிலும் இணையதளங்களிலும் திரும்பத் திரும்பப் பரப்புகிறது. அதிகப் பங்கேற்பு அல்லது பிரதிநிதித்துவம் கிடைக்கும் என்ற நம்பிக்கையில் இந்த அமைப்பை நாம் வெறுமனே 'எதிர்த்துக்கொண்டே' இருக்க முடியாது. நாம் இதை முற்றிலும் அழித்தொழிக்க வேண்டும். இது சித்தாந்தம், பொருளாதாரம் ஆகிய இரண்டும் உள்ளடங்கிய ஒரு திட்டமாகும்; நாம் இந்த அமைப்பை நிலைநிறுத்தும் கதைகளையும் இந்த அமைப்பையும் ஒழித்தாக வேண்டும்.

முடிவு: நம்முடைய சொந்த விதிகளில் ஒரு பாதுகாப்பான உலகம்

நான் அதிகாலையின் இறைவனிடத்தில் பாதுகாப்புத் தேடுகிறேன் என்று சொல்வீராக! - குர்ஆன் 113:1

மக்களுக்கு அவர்கள் எதிர்கொள்வது என்ன, அதை உருவாக்கும் அடிப்படைக் காரணங்கள் எவை என்பதைப் பற்றிய ஒரு முழுமையான புரிதலைக் கொடுத்தால், அவர்கள் தங்களுக்கென ஒரு சொந்தத் திட்டத்தை உருவாக்குவார்கள்; மக்கள் ஒரு திட்டத்தை உருவாக்கும்போது, உங்களுக்குச் செயல்பாடு கிடைக்குமென்று நான் நம்புகிறேன்.[1]

– மால்கம் எக்ஸ்

இஸ்லாமிய வெறுப்பு என்பது இஸ்லாமியர்களைப் பற்றியது அல்ல, அது ஒருபோதும் இஸ்லாமியர்களைப் பற்றியதாக இருந்ததும் அல்ல. அப்படிச் சொல்வது 'இஸ்லாமிய அச்சுறுத்தல்' என்ற ஒரு மாயத் தோற்றத்தை உருவாக்கியுள்ளது, அது பாதுகாப்பு என்ற பெயரில் சர்வதேச, தேசிய மற்றும் எல்லை வன்முறைகளின் ஒரு வலையமைப்பை நியாயப்படுத்தவும் மறைக்கவும் பயன்படுத்தப்படுகிறது. இது கருத்து வேறுபாடு, விமர்சனம், பொறுப்புக் கூறல் மற்றும் மறுபகிர்வு ஆகியவற்றிற்கு எதிராக அரசுகளையும் மூலதனத்தையும் பாதுகாத்துள்ள அதேநேரத்தில் உலகத்தின் விளிம்புநிலைப்படுத்தப்பட்ட, இனமாக்கப்பட்ட, உடைமையற்றவர்களாக்கப்பட்ட மக்கள் குறைந்த பாதுகாப்புடையவர்களாக மாறியிருக்கிறார்கள். பாதுகாப்பு என்ற பெயரில் நாம் குண்டு வீசப்படுகிறோம், ஆக்கிரமிக்கப்படுகிறோம், சிறைப்படுத்தப்படுகிறோம்,

---

1. https://teachingamericanhistory.org/library/document/at-the-audubon/ (accessed July 2021).

காவல்படுத்தப்படுகிறோம், நாடு கடத்தப்படுகிறோம், முடக்கப்படுகிறோம், இடம்பெயரச் செய்யப்படுகிறோம், சித்திரவதைப்படுத்தப்படுகிறோம், கண்காணிக்கப்படுகிறோம் மற்றும் கொல்லப்படுகிறோம். ஆனால் இஸ்லாமிய வெறுப்பு என்பது 'புதிய இனவெறி' அல்ல அல்லது பழங்காலத்திலிருந்தே இருந்து வந்ததும் அல்ல. மேலும், அமைப்பிற்கு வெளிப்புறத்தைச் சேர்ந்த, அமைப்பின் வழக்கமான இயக்கத்தை பாதிக்கச் செய்யும் ஒரு சக்தி என்பதற்கு வெகுதொலைவில், இஸ்லாமிய வெறுப்பு என்பது ஐரோப்பியக் காலனியாதிக்க வன்முறை, தாராளவாத இன உருவாக்கல் மற்றும் வெள்ளை மேலாதிக்கத்தின் மதச்சார்பின்மை ஆகியவை தொடர்ந்து நீடிப்பதன் ஓர் அறிகுறியாகும்.

பயங்கரவாதத்தின் மீதான போர் சர்வதேசச் சட்ட விதிகள் அலட்சியப்படுத்தப்பட்டிருப்பதை நமக்குக் காட்டவில்லை, அது வளங்களைச் சுரண்டும் காலனியாதிக்கத் திட்டங்களின் தொடர்ச்சியை நமக்குக் காட்டுகிறது. தேசியப் பாதுகாப்புக் கொள்கைகள் ஆரோக்கியமான தாராளமய ஜனநாயகத்தை அச்சுறுத்துவதில்லை, அத்தகைய ஜனநாயகம் எப்பொழுதும் இனமாக்கப்பட்ட மற்றும் சுரண்டப்பட்ட மக்களைக் கட்டாயப்படுத்திக் காவல்படுத்துவதற்கான ஒரு வெளிப்பூச்சாகவே இருந்தது. தீவிரவாத எதிர்ப்புக் கண்காணிப்பு மட்டுமே தனியாகப் பேச்சுரிமையைக் குறைமதிப்பிற்கு உட்படுத்தவில்லை, இனவெறி மற்றும் முதலாளித்துவ மேலாதிக்கத்திற்கு அச்சுறுத்தல் இல்லாதபோது மட்டும்தான் பேச்சு சுதந்திரமாக இருந்திருக்கிறது. மேலும், மதச்சார்பின்மை தோல்வியடையவில்லை, அது எப்பொழுதுமே வெள்ளை மேலாதிக்கத்தின் இனரீதியாக வகைப்படுத்தும் அமைப்பின் ஒரு பகுதியாக இருந்தது. எனவே, நேர்மறையான பிரதிநிதித்துவம், அதிகமான வெறுப்புக் குற்றச் சட்டங்கள் மற்றும் உணரப்படாத-சார்பு குறித்த பயிற்சிகள் ஆகியவற்றிற்கான அழைப்புகள் தவறான வழிகாட்டுதலாக இருந்துள்ளன. இஸ்லாமிய வெறுப்பை முடிவுக்குக் கொண்டுவருவதைப் பற்றி நாம் தீவிரமாக இருக்கிறோம் என்றால், நம்முடைய கோரிக்கைகள் கண்டிப்பாக அதன் அடிப்படைக் காரணங்களைக் கையாள வேண்டும்.

சிவானந்தனின் சொற்களில்,

நம் தனிப்பட்ட பிரச்சினைகளுக்காகப் போராடுவதில், அவையனைத்தும் உருவாகும் பொதுவான காரணத்தையும் நாம் அறிந்திருக்க வேண்டும். இரண்டையும் ஒரே நேரத்தில் கையாண்டால், வெற்றி பெறத் தேவையான கூட்டணிகளை உருவாக்க முடியும். உலகமயமாக்கல் என்பது ஒரு முழுமையான அமைப்பு, ஒரு நேரத்தில் அதன் ஒரு இழையை அவிழ்ப்பது முழுவதையும் வெளிப்படுத்தாது. தனிப் பிரச்சினைகளும் போராட்டங்களும் சிறிது சிறிதான சீர்திருத்தத்திற்கு வழிவகுக்கலாம் ஆனால் தீவிரமான மாற்றத்திற்கு வழிவகுக்காது.[2]

எனவே, இஸ்லாமிய வெறுப்பை வெறுமனே குறைப்பதில் அல்லாமல், அழித்தொழிப்பதில் கவனம் செலுத்துவதன் மூலம், இந்த ஆழமான மாற்றத்தை நோக்கி நாம் நகர்கிறோம்.

இஸ்லாமிய வெறுப்பின் கட்டமைப்பு ரீதியான பகுப்பாய்வுகள், இடதுசாரிகள் தேசியப் பாதுகாப்புக் கொள்கைகளுக்கான தேவைகளுக்கு ஆதரவளிக்கும் வரை அல்லது தொழிலாளர்களைப் பிரிக்கும் குடியேறிகளுக்கு எதிரான பேச்சுக்கு ஒப்புதல் அளிக்கும் வரை அது தொழிலாளர்களுக்கு ஆதரவானதோ அல்லது முதலாளிகளுக்கு எதிரானதோ அல்ல என்பதைப் புரிந்துகொள்ள உதவுகிறது. மாறாக, இது அரசுகளும் முதலாளிகளும் உலகின் பெரும்பாலான இனமாக்கப்பட்ட மற்றும் உடைமைகளற்றவர்களாக்கப்பட்ட உழைக்கும் வர்க்கத்தை அடக்குவதற்கும் சுரண்டுவதற்கும் பயன்படுத்தும் தர்க்கங்களை நிலைநிறுத்துகிறது. அதே போல, பாலின மற்றும் பாலியல் வன்முறைகளுக்கு எதிரான போராட்டங்கள் அரசுக்கு அதிக காவல் அதிகாரங்களை வழங்கக் கோரும்வரை, பெண்களின் மீது 'சுதந்திரத்தைப்' பற்றிய ஒரு மதச்சார்பற்ற புரிதலைத் திணிக்கும் வரை, அவர்கள் ஆணாதிக்கத்தை எதிர்க்கவில்லை, மாறாக, அதனுடன் இணைந்து விளிம்புநிலைப்படுத்தப்பட்ட பெண்களை மேலும் பாதிக்கப்படக் கூடியவர்களாக ஆக்குகிறார்கள். கறுப்பர்களுக்கு எதிரான இனவெறியைத் தீவிரமாக நிலைநிறுத்தும் வெள்ளை மேலாதிக்கம் முழுமையாக அழிக்கப்பட்டால் மட்டுமே இஸ்லாமிய வெறுப்பை முடிவுக்குக் கொண்டுவர முடியும் என்பதையும் இந்த

---

2. https://irr.org.uk/article/racism-liberty-and-the-war-on-terror/ (accessed January 2021).

ஆய்வுகள் தெளிவாக்குகின்றன. அதாவது, 'கறுப்பு உயிர்கள் முக்கியம்' போராட்டமும் வெள்ளை மேலாதிக்கத்தையும் இன ரீதியான படிநிலையையும் ஒழிப்பதற்கான மற்ற அனைத்துப் போராட்டங்களும் இஸ்லாமிய வெறுப்பை அழித்தொழிப்பதற்கு மையமாக இருக்கின்றன. கறுப்பு அல்லாத இஸ்லாமியர்கள் அதற்குத் தீவிரமாக எதிர்வினையாற்றாத வரை, நாம் இஸ்லாமிய வெறுப்பையும் தொடர்ந்து நிலைநிறுத்திக்கொண்டே இருப்போம்.

தேசிய மாற்றத்தைத் தங்கள் இலக்காகக் கருதும் 'ஐரோப்பிய பசுமை ஒப்பந்தம்' மற்றும் காலநிலை மாற்றம் குறித்த செயல்பாடுகள், சுற்றுச்சூழல் பேரிடர்களின் முதன்மைக் காரணங்களாக இஸ்லாமிய வெறுப்பு ஏகாதிபத்தியத்தையும் இனவெறி முதலாளித்துவத்தையும் அடையாளப்படுத்தத் தவறுகின்றன. அதன் பொருள், அவர்கள் மேற்கத்திய நாடுகளின் பொருளாதார வளர்ச்சியின் சுற்றுச்சூழல் தாக்கத்தினால் இடம்பெயர்ந்த மக்களைத் தொடர்ந்து ஒதுக்குவதிலேயே கவனம் செலுத்துகிறார்கள் என்பதாகும். அத்தகைய மக்கள் எல்லை வன்முறைகளிலிருந்து சுதந்திரமாக வாழவும் இயங்கவும் முடிந்தால் மற்றும் முதலாளித்துவத்தாலும் அதன் காலநிலைப் பேரிடர்களாலும் இடம்பெயரச் செய்யப்படாமல் இருந்தால் மட்டுமே இஸ்லாமிய வெறுப்பு முடிவுக்கு வரும். அதனால், இஸ்லாமிய வெறுப்பை அழித்தொழிப்பது என்பது போர் முதல் வணிகம், உலக வங்கியின் செயல்பாடு மற்றும் நாடு கடந்த பெருநிறுவனங்கள் வரை அனைத்து ஏகாதிபத்திய போக்கையும் எதிர்ப்பதைக் கோருகிறது. மேலும், 'இஸ்லாமிய நாடுகள்' என்று அழைக்கப்படுபவைகள் உள்ளிட்ட, உலகம் முழுவதுமுள்ள நாடுகளில் அரசின் அடக்குமுறையை எதிர்ப்பவர்களுக்கு உதவுவதையும் கோருகிறது.

உலகத்தை மறுஉருவாக்கம் செய்ய வேண்டிய அவசியத்தை எதிர்கொள்வது கடினமானதாக இருக்கலாம், ஆனால், இந்த நூல் விளக்கியிருப்பதைப் போல, அதுவே நம்முடைய ஒரே வழியாகும். மேலும், காபாவின் சொற்களில் அதன் பொருள் 'இங்கு தொடங்குவதற்குப் பல இடங்கள் இருக்கின்றன, இணைந்து செயல்பட எண்ணற்ற வாய்ப்புகளும் முடிவற்ற கற்பனை உள்ளீடுகளும் சோதனைகளும் இருக்கின்றன... எனவே 'தற்போது நம்மிடம் என்ன இருக்கிறது, நாம் அதை எப்படி மேம்படுத்துவது?' என்பதல்ல கேள்வி. மாறாக, 'நமக்காகவும்

உலகத்திற்காகவும் நாம் என்ன கற்பனை செய்ய முடியும்?' என்பதாகும்.³

வேறு உலகத்தைக் கற்பனை செய்வதற்கு உடனடியாக நாம் அனைவரும் செய்யக்கூடிய ஒன்று, நாம் பயன்படுத்தும் மொழியை மாற்றுவதாகும். இந்த நூலைப் படிக்கும் அனைவரும் அரசு சாரா அமைப்புகளின் வன்முறையை விவரிக்க 'தீவிரவாதம்' என்ற சொல்லையும் அரசின் வன்முறையை விவரிக்க 'பாதுகாப்பு' என்ற சொல்லையும் பயன்படுத்துவதை நிறுத்த உறுதிகொண்டால், விளிம்புநிலைப்படுத்தப்பட்ட மக்களின் கலாச்சாரங்களிலும் சிந்தனைகளிலும் மொழிகளிலும் மதங்களிலும் இல்லாத, நம்மைச் சுற்றியுள்ள வரலாறுகளிலும் கட்டமைப்புகளிலும் இருக்கும் வன்முறைகளின் அடிப்படைக் காரணங்களைப் பற்றிய விழிப்புணர்வை நாம் கூட்டாக ஏற்படுத்த முடியும். வன்முறையின் தோற்றுவாய்களைக் காலனித்துவத்தின் வெள்ளை மேலாதிக்கம், மதச்சார்பின்மை மற்றும் முதலாளித்துவம் என்று பெயரிடுவதற்கு நாம் வெட்கப்படாமல் இருக்க வேண்டும். இது வெறுமனே 'விழிப்படைந்தவர்களாக' இருப்பதற்கு அல்ல, அதன் உண்மையை ஆழமாகப் புரிந்துகொள்ள வேண்டும். இந்த வேலையில் அனைவருக்கும் ஓர் இடம் இருக்கிறது.

அரசும் காவலும் நம்மைப் பாதுகாப்பாக வைத்திருப்பதில்லை என்ற ஒரு பரந்த கூட்டான கருத்தொற்றுமையை நம்மால் வெற்றிகரமாக உருவாக்க முடியும். இஸ்லாமிய வெறுப்பைத் திறனாய்வு செய்வது சிறைகளும் காவல்துறையும் தண்டனை அமைப்புகளும் வன்முறையையோ சமூக அநீதியையோ தீர்ப்பதில்லை, அவை ஒடுக்குமுறையின் கருவிகள் என்பதைத் தெரிந்துகொள்ள நமக்கு உதவுகிறது. இஸ்லாமியர்களை அச்சுறுத்தும் பயங்கரவாத எதிர்ப்புக் காவல் முதல் குடியேறிகளையும் ஆவணமில்லாத மக்களையும் கொடூரமாக நடத்தும் எல்லைக் காவல் வரை, இனமாக்கப்பட்டவர்களுக்கும் மாற்றுத்திறனாளிகளுக்கும் ஏழைகளுக்கும் குறிப்பாகக் கறுப்பு மக்களுக்கும் வாழ்க்கையை வாழ முடியாததாக்கும் 'வழக்கமான' காவல் வரை அனைத்துமே ஒடுக்குமுறையின் கருவிகளாகும். இதன் பொருள், நாம் அனைத்துப் பயங்கரவாத எதிர்ப்புச் சட்டங்களையும் இரத்து செய்யக் கோர வேண்டும், அதனுடன்

---

3. Mariame Kaba, *We Do This 'til We Free Us: Abolitionist Organizing and Transforming Justice*, (Chicago: Haymarket Books, 2021), p. 5.

இணைந்த அவர்களின் இலாப வெறி பாதுகாப்பு-தொழில்-கூட்டு முறையைக் கவிழ்க்க வேண்டும். நாம் சிறப்புக் குடியேற்ற முறையீட்டு ஆணையத்தின் 'இரகசிய ஆதாரங்கள்' முறையை ஒழிப்பதற்குக் கோருவதற்கு அதை வெளிப்படுத்த வேண்டும். குடியேறிகளுக்கும் அகதிகளுக்குமான விதிமுறைகளுக்கு இணங்க மறுக்க வேண்டும். ஒருவருக்கொருவர் குற்றவாளியாக்குவதை ஏற்றுக்கொள்ளாமல் நம்முடைய சமூகங்களுக்குக் கூட்டாக ஆதரவளிக்கும் வழிகளைக் கண்டுபிடிப்பதன் மூலம் நம்மைத் தீவிரவாத எதிர்ப்பு நிதியை சார்ந்திருக்கச் செய்யும் அரசின் முயற்சிகளை நாம் எதிர்க்க வேண்டும். மேலும், தடுப்புத் திட்டக் கடைமையுடன் இணைந்திருக்கும் அனைவரும், சந்தேகத்திற்குரியவர்களாகப் பார்ப்பதற்கு நமக்குப் பழக்கப்படுத்தப்பட்டவர்களைக் குற்றவாளியாக்கும் கடமையை மறுக்க வேண்டும். மாறாக, அவர்களைச் சுற்றியுள்ள மக்களின் பாதிப்புக்கான காரணங்களை அவர்கள் கவனத்தில் கொள்ள வேண்டும்.

இத்தகைய கோரிக்கைகளையும் முயற்சிகளையும் முன்கூட்டிய காவல் உள்ளிட்ட அனைத்துக் காவல் வடிவங்களையும் எதிர்ப்பதை உள்ளடக்கும் வகையில் விரிவுபடுத்தவும் வேண்டும். அனைத்து வகையான காவல் முறைகளையும் குறிப்பிடாத, காவல் அமைப்புகளை 'ஒழிப்பதற்கான' அழைப்புகள் பயனற்றவையாகும். இதுவரையிலான காவல் ஒழிப்பு பற்றிய பல உரையாடல்கள் பயங்கரவாத எதிர்ப்பைக் கவனிக்கத் தவறிவிட்டன. அது பரந்த காவல் எந்திரத்தை அப்படியே விட்டுவிடும் ஆபத்தை மட்டுமல்லாமல், தடுப்புத் திட்டம், பயங்கரவாத எதிர்ப்புத் திட்டம் மற்றும் ஒருங்கிணைப்புத் திட்டம் ஆகியவற்றில் இஸ்லாமியர்களின் அனுபவங்களைக் கவனிக்காமல் இருப்பதற்கான ஆபத்தையும் கொண்டுள்ளது. அந்த அனுபவங்கள் காவலை 'சமூக மாற்று வழிகளுடன்' மாற்றுவது தீர்வாக இல்லை, மாறாக அவை காவல்முறை தொடர்ந்து நீடிப்பதற்கான வழியாகவே இருக்கிறது என்பதைக் காட்டுகிறது. அந்த மாற்றுகளைத் தேடுவதற்குப் பதிலாக, முதலில் தீங்கு, சுரண்டல் மற்றும் அநீதியிலிருந்து பாதுகாப்பாக இருப்பதற்கு நமக்கு எந்த நிலைமைகள் தேவைப்படும் என்று நாம் கேட்போம். நாம் அரசுகளையோ பாதுகாப்பு-தொழில்-கூட்டு முறையையோ அச்சுறுத்தவில்லை, வன்முறையை முடிவுக்குக் கொண்டு வருவதற்கான சிறந்த வழிமுறைகளைக்

இஸ்லாமோஃபோபியா | 227

கொண்டிருக்கிறோம், அவை அரசு மற்றும் முதலாளித்துவ வன்முறையை முடிவுக்குக் கொண்டுவந்து முற்றிலும் வேறொரு நீதி அமைப்பை அடைவதிலிருந்து தொடங்கும் என்று உறுதிப்படுத்திக்கொள்வோம்.

எனவே நாம் உடல்நலம், கல்வி, வீட்டு வசதி மற்றும் நல்வாழ்வு வளங்களில் முழு பொது முதலீட்டைக் கோருவோம், அது காவல்துறை கையாள்வதாகச் சொல்லும் பிரச்சினைகளைச் சிறப்பாகக் கையாளும். இந்தப் பார்வைக்குள் நாம் குடியேற்றத் தடுப்புக் காவல், நாடு கடத்துதல்கள், இராணுவக் கொள்கை, பாதுகாப்பு மற்றும் ஆயுத வணிகங்கள் ஆகியவற்றைப் பாதுகாப்பான சட்டப்பூர்வமான வழிகளை அமைத்தல், அடைக்கலம் கோரும் மக்களுக்குச் சமூக நிலையை வழங்குதல் மற்றும் வீட்டு வசதிகள் செய்து தருதல் ஆகியவற்றின் மூலம் மாற்றுவதையும் காலநிலை மாற்றம், இடப்பெயர்வு ஆகியவற்றிற்குக் காரணமாகவும் மற்ற எல்லாவற்றின் அழிவிற்கும் துன்பத்திற்கும் அடிப்படையாகவும் இருக்கும் ஏகாதிபத்தியப் போர்கள், கொத்தடிமை முறை மற்றும் முதலாளித்துவ உறவுகள் ஆகியவற்றை முடிவுக்குக் கொண்டுவருவதையும் கோர முடியும். நமக்குத் தெரிந்தவாறு, உலகத்தை மாற்றியமைப்பதன் மூலம் மட்டுமே இஸ்லாமிய வெறுப்பை முற்றிலுமாக அழிக்க முடியும்.

இஸ்லாமிய வெறுப்பிற்குத் தீர்வு என்பது அரசாங்கத்தில் அரசு வன்முறைக் கருவிகளில் அதிகாரம் செலுத்துபவர்களிலோ பெருநிறுவன முதலாளித்துவ அதிகாரங்களிலோ அதிக இஸ்லாமியர்களைக் கொண்டிருப்பதல்ல என்ற தெளிவில்லாத எவருக்கும் இது ஒரு நினைவூட்டலாக இருக்க வேண்டும். சில நேரங்களில் கற்பனை செய்யப்படுவது போல, அதிக தொழில்களைக் கொண்டிருப்பதன் மூலமாகவோ இலாபத்தைப் பெருக்குவதன் மூலமாகவோ நாம் இஸ்லாமிய வெறுப்பிற்குத் தீர்வு காண முடியாது. முதலாளிகளாக இருக்க வேண்டும் என்று நினைத்து முதலாளித்துவத்தைப் பிரதிபலிப்பது நம்மை விடுதலையடையச் செய்யாது அல்லது நாட்டுப்பற்றோ, நாம் 'உண்மையான பிரிட்டிஷ்காரர்கள்', 'நல்ல குடிமகன்கள்' அல்லது 'அனைவருமே பயங்கரவாதிகள் அல்ல' என்று நிரூபிப்பதோ நம்மை விடுதலையடையச் செய்யாது. இறைத்தூதர் முஹம்மது நபிகள் ﷺ (சமாதானம் உன்னோடு இருப்பதாக) சொன்ன ஒரு புகழ்பெற்ற இஸ்லாமியக் கதை உள்ளது. 'உங்களில்

எவர் ஒரு தீமையைக் கண்டாலும், அவர் அதைத் தன் கையால் மாற்றட்டும்; அப்படி அவரால் செய்ய முடியாவிட்டால், அவர் தனது பேச்சால் அதை மாற்றட்டும்; அவரால் அவ்வாறு செய்ய முடியாவிட்டால், தனது மனதால் வெறுக்கட்டும் - அதுவே நம்பிக்கையின் கடைசி நிலையாகும்.'[4] நாம் செயல்படக் கூடியவர்களாக இருக்க முயற்சிப்போம், இல்லையென்றால் குறைந்தபட்சம் இந்த நூல் அடையாளப்படுத்தியிருக்கும் வன்முறையில் நாம் உடந்தையாக இருப்பதை வெறுப்போம்.

இருப்பினும், குற்ற உடந்தையிலிருந்து நம்மை விடுவித்துக்கொள்வது என்பது ஒரே இரவில் செய்யக் கூடிய செயல் அல்ல. அது வாழ்நாள் முழுவதும் செய்ய வேண்டிய பணியாகும். நாம் ஒரு நியாயமான உலகத்தை உருவாக்க விரும்பினால் நாம் ஒருவரையொருவர் பாதுகாப்பற்றவர்களாக்கும் வழிகளை எதிர்கொள்ள வேண்டும். அத்துடன் எதிர்காலத்தில் நம்முடைய கற்பனையில் யாருடைய அடக்குமுறையைப் புறக்கணிக்கத் தேர்வு செய்யப்போகிறோம் என்பதைப் பற்றி நம்முடைய ஆழ்மனதைக் கேட்க வேண்டும். ராபின் டி.ஜி. கெல்லி நமக்கு நினைவூட்டுவதைப் போல, 'புரட்சியை உருவாக்குவது என்பது சாமர்த்தியமான தந்திரங்கள் மற்றும் யுத்திகளின் தொடர் அல்ல. மாறாக, அது நம்மை மாற்றக் கூடிய மற்றும் மாற்ற வேண்டிய ஒரு செயல்முறையாகும்.'[5] செயல்திறன் மிக்கதாகவும் நமது சொந்த மூலதனத்தை உயர்த்துவதை நோக்கமாகவும் கொண்ட 'ஆதரவளிப்பவர்களாகவும்' 'செயல்பாட்டாளர்களாகவும்' இருக்கும் நிலையிலிருந்து கடினமான, பெரும்பாலும் கவனிக்கப்படாத, ஆழமாக மாறும் ஒன்றிற்கு நகர்வதற்கு நாம் தயாராக இருக்கிறோமா? 'நிச்சயமாக, ஒருவர் தனக்குள் இருப்பதை மாற்றிக்கொள்ளும் வரை, அல்லாஹ் அவரின் நிலைமையை மாற்றமாட்டார்'[6] என்று குர்ஆனில் சொல்லப்பட்டிருக்கிறது. இந்தக் காரணத்திற்காகவே நான் இந்த நூலை முன் வரையறுக்கப்பட்ட பதில்களுடன் முடிக்கவில்லை. இந்த உலக அமைப்பை நாம் மாற்றும் வழிகள் என்பது பாராட்டு, அங்கீகாரம் மற்றும் சமுதாய நிலை

---

4. https://sunnah.com/nawawi40:34 (accessed March 2021).
5. Robin D. G. Kelley, Freedom Dreams: The Black Radical Imagination, (Boston: Beacon Press, 2002), p. 12.
6. Quran, 13:11.

ஆகியவற்றிற்கான நமது உள்ளார்ந்த ஆசைகளை மாற்றுவதை உள்ளடக்கியது. அவை இந்த நூலை எழுதுவதில் கூட என்னைத் துரத்தின.

இந்த உலக ஒழுங்கு தற்செயலானது அல்ல என்பதை நிரூபிப்பதையே நான் முதன்மையாக எழுத முயற்சித்திருக்கிறேன். அதற்கு ஒரு தொடக்கம் இருந்தது, அதற்குப் பயனாளிகள் இருக்கிறார்கள், எனவே அதை முடிவுக்குக் கொண்டுவர முடியும், அழித்தொழிக்க முடியும், கவிழ்க்க முடியும். நிச்சயமாக, இந்த உலகத்தில் கவிழ்க்க முடியாத அதிகாரம் என ஒன்றில்லை என்கிற அறிவே முழுமையான உண்மையாக நான் கருதுவதாகும். மெக்சிக்கன் அரசிடமிருந்து விடுதலையைக் கோரும் ஒரு புரட்சிகரமான பழங்குடி மக்களான சபடிஸ்டாக்கள், இந்த உலக அமைப்பைத் தங்கள் மனிதநேயத்தையும் சுய உரிமைகளையும் பறித்துவிட்ட *'larga noche de los quinientos años'*: 500 ஆண்டு கால நீண்ட இரவு என்று குறிப்பிடுகிறார்கள்.[7] 500 ஆண்டு கால இரவு ஐந்து ஆண்டுகளில் அல்லது 50 ஆண்டுகளில் கூட முடியும் என்று எதிர்பார்க்க முடியாது. ஒரு நீண்ட இரவிலிருந்து பகலைக் கொண்டுவருவது நம்முடைய தலைமுறையின் சக்திக்கு உட்பட்டதாக இல்லாமல் இருக்கலாம். ஆனால் போராடுவதும், கோரிக்கை வைப்பதும், நம்பிக்கை வைப்பதும், அதற்காக இறைவனிடம் வேண்டுவதும் நமது சக்திக்கு உட்பட்டதாகும். எனவே ஒருநாள், அதைப் பார்ப்பதற்கு நாம் உயிருடன் இல்லை என்றாலும், மற்றவர்கள் அந்த விடியலைப் பார்ப்பார்கள்.

○

---

7. https://palabra.ezln.org.mx/comunicados/1996/1996_01_01_a.htm (accessed July 2021).

நன்றியுரை

இந்த நூலுக்காக நான் சொல்ல முடியாத அளவிற்கு நன்றி செலுத்த கடமைப்பட்டிருக்கிறேன். உண்மையில் இந்த நூல் என்னுடைய வயதுவந்த வாழ்க்கை முழுவதும் நான் சிந்தித்துக் கொண்டிருந்தவற்றின் உச்சகட்டமாகும். எனவே இது பல்வேறு மக்களிடமிருந்தும் உரைகள், கருத்துக்கள், கவிதைகள், அழைப்புகள், பின்னிரவு உரையாடல்கள், குத்பாக்கள், ஒலிக் குறிப்புகள் என அனைத்திலிருந்தும் நான் பெற்ற தகவல்கள் மற்றும் பாடங்களின் விளைபொருளாகும்.

குறிப்பாக நான் அஜீசாத்திற்கு நன்றி சொல்ல விரும்புகிறேன். என்னை நானே கேட்க உதவியதற்கும் என்னுடன் நேர்மையாக இருப்பதற்கும் எனக்கு மிகவும் முக்கியத்துவம் வாய்ந்த இந்த நூலின் பதிப்புக்கான அத்தியாயங்களை எழுதுவதற்கு என்னை உந்தியதற்கும் நன்றி. உங்கள் அக்கறையும் தாராளமான கற்பனைத் திறனும் செவிமடுக்கும் திறனும் இந்த நூல் என்னவாக இருக்க வேண்டும் என்று நான் நம்பும் பலவற்றை வடிவமைத்துள்ளது. இதற்குப் பிறகும் நான் மாறவும் வளரவும் எனக்கு அனுமதி உண்டு என்பதை (என்ற நம்பிக்கையை) எனக்கு நினைவூட்டியதற்கும் நன்றி.

ஃபெலனிற்கு, கருத்துகளின் விவாதப் போர்க்களங்களில் எப்போதும் என் பக்கம் இருப்பதற்கும், நாம் தடுமாறும் ஒவ்வொரு கருத்துகளிலிருந்தும் தெளிவு பெறுவதற்கு எனக்கு துணை நிற்பதற்கும் சிறப்பு நன்றி.

பாவாவிற்கு, நிபந்தனையற்ற ஆதரவை உணர வைத்ததற்கும் துன்பத்தின்போது தொடர்ந்து நம்பிக்கையைப் பகிர்ந்து கொண்டதற்கும் உண்மைகள் நாம் ஒப்புக்கொள்வதை விட பன்முகத்தன்மை கொண்டவை என்பதை எனக்கு நினைவூட்டியதற்கும் நன்றி.

ஆலாவிற்கு, எப்படி நம்மைச் சுற்றியுள்ள கவர்ச்சியற்ற கனவுகளைக் கவனிப்பது என்றும் எப்படி எதிர்ப்புகளின் வடிவங்களை மதிப்பிடுவது என்றும் எனக்குக் கற்பிப்பதற்காகவும், இந்த நூலின் மிகவும் கடினமான சில பகுதிகளை எழுதுவதில் என்னை ஊக்குவித்ததற்காகவும் நன்றி.

இந்த நூலின் வரைவுகளைப் படிப்பதற்கு நேரம் செலவழித்ததுடன் என்னை கடினமாகச் சிந்திப்பதற்கும் ஆழமாகச் செல்வதற்கும் கேள்விகளைக் கேட்ட

அனைவருக்கும் என்னுடைய நன்றிகளைத் தெரிவித்துக் கொள்கிறேன் – நன்றி தாரீக், சீதா, மரியம், லில்லி, ஷெரீன், அஸ்பர் மற்றும் முனீசா.

இந்த நூலின் உள்ளும் புறமுமாகப் பின்னி வரும் குரல்களுக்கும் மிகப்பெரிய நன்றிகள். ஹஜோ, லத்தீஃபா, ரிஸ்வான், ஃபைமா, இமாம் ஷகீல், சுஹ்ரையா, ஃபஹத், நாடின், சுமயா, HHUGS இல் உள்ள குழு மற்றும் மொயஸ்ஸம், உங்களுடைய நேரத்தையும், உண்மையையும், பெரும்பாலும் உங்கள் பாதிப்புகளையும் என்னுடன் பகிர்ந்ததற்கு நன்றி.

இந்த நூலில் சம அளவில் தாக்கங்களைக் கொண்டிருக்கும் பெயர் குறிப்பிடப்படாதவர்களுக்கும் என் நன்றிகளைத் தெரிவித்துக் கொள்கிறேன்.

குறிப்பாக, கவிதைப் பயிலரங்குகள், வகுப்பறைகள், மசூதிகள் மற்றும் பள்ளிக்குப் பிறகான கூடுகைகளில் இருக்கும் குழந்தைகளுக்கு நன்றி. அவர்கள் வேறொரு உலகம் தேவை என்பதை மட்டுமல்ல, அது எப்போதும் கற்பனை செய்யப்பட்டு வருகிறது என்பதையும் எனக்குக் கற்பித்திருக்கிறார்கள். அந்த வகையில் அது எனக்கு மிகவும் மதிப்புடையதாகும்.

நெடாவிற்கு, நான் இந்த நூலை எழுதுவதற்கு என் மீது நம்பிக்கை வைத்ததற்கும், என் மீதான எல்லா அக்கறைகளுக்கும், நான் என்னை அச்சமூட்டுபவைகளுக்கு வளைந்து கொடுக்காமல் இந்த நூலை எழுத உதவியதற்கும் நன்றி. நான் செய்ய முயற்சித்திருப்பதை நீங்கள் பார்த்த விதங்களுக்கு நான் மிகவும் நன்றிக் கடன்பட்டிருக்கிறேன்.

என்னுடைய குடும்பம் என் மீது கொண்டிருக்கும் அன்பும் ஆதரவும் நம்பிக்கையும் இல்லாமல் நான் இந்த நூலை எழுதியிருக்க முடியாது. அதைச் சொற்களால் சொல்லிவிட முடியாது. அம்மா, சைஃப், சுமைய்யாஹ், பாட்டி, தாத்தா உங்களுடைய பொறுமைக்கும், தொற்றுநோய் காலத்தில் எழுதுவதின் மூலம் என்னை உயிருடன் வைத்திருக்க உதவியதற்கும் உங்களுடைய அளவில்லாத அன்பிற்கும், நான் நம்பாத போதும் என் மேல் நம்பிக்கை வைத்ததற்கும் என்னுடைய நன்றி.

இவை அனைத்திற்கும் மேலாக, என்னுடைய எல்லாவற்றிற்கும் நான் கடமைப்பட்டிருக்கும் அல்லாஹ்விற்கு என்னுடைய போற்றுதலையும் நன்றியையும் தெரிவித்துக்கொள்கிறேன். அவர் இந்த நூலையும் இதன் நோக்கங்களையும் ஏற்றுக்கொள்ள வேண்டுகிறேன்.